AF854768

CÕI CHỮ CÕI NGƯỜI

CÕI CHỮ CÕI NGƯỜI

TẬP I

Hình bìa: Nguyễn Trọng Khôi
Biên tập: Trần Thị Nguyệt Mai
Dàn trang: Công Nguyễn
NHÂN ẢNH xuất bản 2022, Hoa Kỳ
Copyright © by trandoanho@yahoo.com
ISBN: 978-1-990434-55-6

TRẦN HỮU THỤC - TRẦN DOÃN NHO

CÕI CHỮ CÕI NGƯỜI

TUYỂN TẬP TIỂU LUẬN

TẬP I

VĂN CHƯƠNG - VĂN HỌC

NHÂN ẢNH 2022

Mở

Tập tiểu luận này lựa chọn trong nhiều bài viết đủ loại, từ văn học, văn chương cho đến xã hội, chính trị và ngôn ngữ, đăng tải rải rác trên nhiều tạp chí giấy và mạng trong gần 30 năm qua, được ký, khi thì Trần Hữu Thục, tên thật, khi thì Trần Doãn Nho, bút hiệu, vốn thường sử dụng cho các sáng tác văn hay thơ. Để tránh những ngộ nhận không cần thiết xảy ra, tác giả đã sử dụng cả hai tên trong tập sách. Rất mong quý độc giả lượng thứ cho sự rườm rà này.

Hầu hết các bài viết đều nhuận sắc hay chỉnh sửa lại cẩn thận nhưng vẫn giữ nguyên nội dung và văn phong trong thời điểm chúng xuất hiện. Dù đã cố gắng hết sức, nhưng chắc chắn tập sách không thể nào tránh được những sai sót và thiếu sót về hình thức cũng như nội dung. Tác giả mong muốn nhận sự chỉ giáo của những bậc thức giả.

Thành thật cám ơn.

Trần Hữu Thục - Trần Doãn Nho
Dallas, tháng 7/2022

MỤC LỤC

XUÂN TÌNH TRONG ĐƯỜNG THI

Trường hu giải la đới
Khiếp kiến thướng không sàng
(Hàn Ốc)

Thi ca thời nhà Đường là đỉnh cao của nền thơ ca Trung Quốc. So với bất cứ thời kỳ nào trước đó, Đường thi phát triển thành nhiều trường phái khác nhau, phong cách đa dạng, đề tài lại rộng rãi, bao quát gồm đủ loại như Ứng chế, Tống biệt, Cung oán, Biên tái, Điền viên, Sơn thủy, Hành lữ, Ký tặng, Hoài cổ, Vịnh vật, giúp thi nhân tùy nghi chọn lựa để sáng tác. Ngoài ra, ta còn tìm thấy nhiều bài có khuynh hướng hiện thực xã hội, mô tả cuộc sống khổ cực của nhân dân cũng như châm biếm cảnh quan trường hắc ám, phè phỡn. Số thơ hiện còn lưu giữ rất nhiều: trên 48.000 bài của hơn 2.300 thi sĩ.[1]

Điều đáng nói là, với một số lượng dồi dào như thế, thơ Đường lại hầu như rất nghèo nàn về thể loại thơ mô tả cụ thể mối quan hệ trai gái và sự thú vị trong cuộc sống lứa đôi. Hay nói cho rõ ra, Đường thi rất nghèo nàn về thơ tình. Tất nhiên, cũng có một số thơ đề cập đến chuyện tình ái như Cung oán, Biên muộn, Khuê từ, nhưng đáng tiếc là, ngôn ngữ của chúng dè dặt, kín đáo, hình ảnh sơ sài và thường đi chệch qua những

---

(1) Nam Trân, *Xuân tình trong Thơ Đường*, tạp chí Văn Học (California) số 90, tháng 10-1993

đề tài khác. Ở một số thơ có tính cách tình cảm của các thi hào, thi bá thời đó như Đỗ Phủ, Vương Duy, hầu như ta khó có thể tìm thấy một bài thơ tình đúng nghĩa. Ngay cả cái tựa đề ám chỉ thơ tình cũng đã hiếm hoi, nói gì đến chuyện mô tả một cách cụ thể quan hệ lứa đôi. Nếu có một vài bài của Trương Bí, Triệu Hỗ đề cập đến tình ái thì cũng chỉ lướt qua vài nét sơ sài về nỗi nhớ nhung, mến mộ, có tính cách tượng trưng hơn là đi sâu vào tình cảm thực sự. Một số bài khác gọi là "tặng nội" (tặng vợ), nội dung nói lên nghĩa phu thê, ca ngợi công lao "thờ chồng nuôi con" của người vợ hay đi xa hơn, mô tả nỗi buồn của người thiếu phụ vắng chồng như trong "Khuê oán" của Vương Xương Linh:

Khuê trung thiếu phụ bất tri sầu
Xuân nhật ngưng trang thượng thúy lâu
Hốt kiến mạch đầu dương liễu sắc
Hối giao phu tế mịch phong hầu

Tản Đà dịch:

Trẻ trung nàng biết đâu sầu
Buồng xuân trang điểm lên lầu ngắm gương
Nhác trông vẻ liễu bên đường
"Phong hầu" nghĩ dại xui chàng kiếm chi

Tưởng là nàng nhớ chàng, hóa ra nàng giận mình! Rốt cuộc, bài thơ chỉ nói đến sự tiếc rẻ thời xuân sắc của con người trước thời gian qua mau. Trong số các thi nhân đời Đường, Lý Bạch là nhà thơ tương đối đi sâu hơn vào lãnh vực tình cảm lứa đôi. Thử đọc vài bài nghe rất là *thơ tình* của Lý Bạch. Trước hết là "Xuân tứ":

Đương quân hoài quy nhật
Thị thiếp đoạn trường thì
Xuân phong bất tương thức
Hà sự nhập la vi

Tản Đà dịch:

Lòng em đau đớn muôn phần
Phải chăng là lúc phu quân nhớ nhà
Gió xuân quen biết chi mà
Cớ chi lọt bức màn là tới ai?

Cũng là vợ nhớ chồng, nhưng "Xuân tứ" đậm đà hơn hẳn "Khuê oán". "Oán tình" còn đi xa hơn nữa: nỗi lòng da diết của một người đẹp chưa chồng:

Mỹ nhân quyển châu liêm
Thâm tọa tần nga mi
Đản kiến lệ ngân thấp
Bất tri tâm hận thùy

Tản Đà dịch:

Người xinh cuốn bức rèm châu
Ngồi im thăm thẳm nhăn chau đôi mày
Chỉ hay giọt lệ vơi đầy
Đố ai biết được lòng này giận ai

Cũng thế, trong "Thái liên khúc" (Khúc hát hái sen): tâm trạng bâng khuâng của một cô gái hái sen khi tình cờ thấy những chàng trai qua đường không quen biết:

Ngạn thượng thùy gia du dã lang,
Tam tam ngũ ngũ ánh thùy dương.
Tử lưu tê nhập lạc hoa khứ
Kiến thử trì trù không đoạn trường

Tản Đà dịch:

Năm, ba chàng trẻ nhà nào,
Ngựa hồng rặng liễu, bờ cao bóng người.
Ngựa kêu lần bước hoa rơi
Đoái trông ai đó, ngậm ngùi tiếc thương

Kể ra, trong cái không khí thi ca đầy cả phong, hoa, tuyết, nguyệt rồi những là hoàng hạc lâu, thuyết khách, phong kiều dạ bạc, thì một bài thơ thuần tả tình như thế của Lý Bạch cũng đã *tình*, đã "thoát" lắm rồi!

Thơ tình quả là điều cấm kỵ trong Đường thi!

Chung quy là nhà thơ, cũng như bao con người bình thường khác, không thể sống vượt ngoài thời đại của mình. Thi nhân đời Đường, dù có mộng mơ, có khinh thế ngạo vật, thì cũng là nho gia. Mà đối với nho gia thì tình ái là vùng đất cấm, không nên đưa vào văn chương, chữ nghĩa. Do đó, nếu có ai đó làm một bài thơ tình, thì bị người đời xem đó là thứ ti tiện, không thèm lưu ý đến. Một vị minh chủ trên thi đàn đời nhà Thanh nhận xét: "Bậc vương giả bàn đến phong tục dân gian, nghiên cứu chuyện được mất, chứ chẳng nên nói đến tình ái." Tư tưởng này ảnh hưởng mạnh mẽ đến thi nhân của cả thời Sơ Đường, Thịnh Đường lẫn Trung Đường. Đến thời Vãn Đường, ảnh hưởng này có phần giảm bớt. Những thi nhân nổi tiếng của giai đoạn này đều có làm thơ tình như Lý Thương Ẩn, Ôn Đình Quân, Vi Trang. "Tình yêu quán triệt trong tất cả các bài thơ vô đề và một số bài thơ khác của Lý Thương Ẩn. Ông chủ yếu là một nhà thơ trữ tình."(2) Trong thơ của họ, ta đã tìm thấy khuynh hướng thiên về tình yêu nam nữ, hoa cỏ, khuê phòng, nhưng thi phong đa phần theo lối "tiểu nhã", nội dung chủ yếu cũng dựa theo thi giáo của nho gia, nghĩa là dè dặt, kín đáo, tượng trưng. Đặc biệt nhất, theo Tôn Cầm An (孫琴安),(3) chỉ có một thi nhân vượt hẳn khỏi vòng kiềm tỏa của khuôn sáo cũ, mở lối đi cho riêng mình, với cách làm thơ mới lạ, táo bạo. Đó là Hàn Ốc. Ông sống cùng thời với các thi nhân trứ danh thời Vãn Đường như Lý Thương Ẩn, Ôn Đình Quân… Trừ những nhà nghiên cứu ra, người hâm mộ

---

(2) Nam Trân, bđd, tr. 12

(3) Tôn Cầm An, *Hàn Ốc*, Minh Báo Nguyệt San (明報月刊), Hồng Kông, bản Hán văn, số tháng 8-1991.

thơ Đường chẳng mấy ai biết đến ông. Trong tập "Đường thi tam bách thủ" (Ba trăm bài thơ Đường nổi tiếng), ông được xếp vào một trong những khuôn mặt lớn của thời Vãn Đường.

Bài viết này đề cập đến ông như một thi nhân của tình yêu, hay nói đúng hơn, thi nhân của tình dục.

*

Hàn Ốc hay Hàn Ác (韓偓)[4] tự là Trí Quang hiệu Trí Nghiêu, tiểu tự là Đông Lang, người quê huyện Vạn Niên, Kinh Triệu nay thuộc vùng ngoại ô thành phố Tây An, tỉnh Thiểm Tây, sinh vào khoảng năm 844 và mất vào khoảng năm 923. Lúc mới lên mười, có lần giữa chỗ khách khứa đông đúc, ông làm ngay một bài thơ tiễn khách, khiến mọi người có mặt đều kinh hãi. Do đó mà về sau, Lý Thương Ẩn tặng ông một bài thơ, trong đó có hai câu:

Thập tuế tài thi tẩu mã thành
Sồ phụng thanh ư lão phụng thanh
(Mười tuổi làm thơ nhanh hơn ngựa
Chim phụng non rành rõi hơn chim phụng già)

Ông viết "Hàn lâm tập" (một cuốn) và "Hương liễm tập" (ba cuốn); về sau Toàn Đường thi hợp hai tập thành bốn cuốn. Do trong "Hương liễm tập" của ông, đa phần mô tả chuyện trai gái nhớ nhung, tương tư, thậm chí chuyện ái ân, lại thêm cảnh phấn son lụa là trong chốn phòng the, nên đời sau gọi thi tập của ông là "Hương liễm thể" hay "Diễm thể".

Trước hết, đề tài của ông tập trung trên người phụ nữ. Thi ca Trung Quốc từ Hàn Ốc trở về trước chẳng bao giờ tả chính diện người phụ nữ. Trong "Mạch thượng tang", Tần La Phu chỉ tả đôi nét chung chung phần bên của cơ thể, mà cũng

(4) Đúng ra là Hàn Ác. Để tránh chữ "Ác", nghe không thuận tai trong tiếng Việt, người ta nói trại ra "Ốc".

là *hư tả*, không cho ta cảm nhận được hết vẻ đẹp mỹ miều, sống động của người đẹp. Bài "Thạc nhân" trong thiên Vệ Phong của Kinh Thi tập trung mô tả diện mạo và da dẻ bên ngoài; nếu có đi xa hơn đôi chút, thì tả đôi tay và cổ. Hàn Ốc mô tả cụ thể hơn:

Uyển bạch bì hồng ngọc manh nha
Điệu cầm trừu tuyến lộ tiêm tà
Bối nhân tế nhiên thùy yên tấn
Hướng kính khinh quân sấn kiểm hà.
(Tay trắng, da hồng như búp măng
Sửa đàn, gảy dây để lộ ngón tay thon nhọn
Quay người lấy tay xoắn tóc rủ xuống cổ
Trước kính, trang điểm mặt diễm kiều).

Ông nhìn từ nhiều phía khác nhau để tả phần da thịt nõn nà, mềm mại. Tả cái cổ, ông viết:

Tấn thừa hương cảnh vân già ngẫu
(Tóc buông xuống cổ tụ lại như mây che cái ngó sen)

Tả bộ ngực, ông viết:

Phấn trứ lan hung tuyết áp mai
(Phấn thoa lên ngực như tuyết áp trên hoa mai).

Trong bài "Vịnh dục" (Vịnh cảnh tắm), 詠浴, ông mô tả cụ thể khung cảnh và tâm lý của người phụ nữ trong cung cấm:

再整魚犀攏翠簪，
解衣先覺冷森森。
教移蘭燭頻羞影，
自試香湯更怕深。
初似洗花難抑按，
終憂沃雪不勝任。
豈知侍女簾帷外，
剩取君王幾餅金。

Tái chỉnh ngư tê lũng thúy trâm
Giải y tiên giác lãnh sâm sâm
Giáo di lan chúc tần tu ảnh
Tự thí hương thang cánh phạ thâm
Sơ tự tẩy hoa nan ức án
Chung ưu ốc tuyết bất thăng nhâm
Khởi tri thị nữ liêm duy ngoại
Thặng thủ quân vương kỷ bính kim.
(Sửa soạn bới tóc lại cho đàng hoàng
Mới cởi áo cảm thấy hơi lạnh
Bảo đem cây đèn ngủ đi chỗ khác vì ngại thấy bóng của mình
Tự thử xem nước tắm vừa chưa
Lúc đầu kỳ cọ nhẹ nhàng, giống như rửa cành hoa
Sau rồi dễ dàng khó cưỡng lại như nước nóng làm chảy tan tuyết
Chẳng biết người hầu đứng ngoài rèm
Có còn giữ được mấy đồng tiền vàng của quân vương).[5]

Có thuyết cho rằng trong bài trên đây, ông tả cảnh Dương Quý Phi đang tắm.

Điều đáng lưu ý là, thông qua việc miêu tả thân thể, và các sinh hoạt thường ngày, ông nêu bật được những nét tâm lý đặc thù của người phụ nữ trong một hoàn cảnh đặc thù. Xem thêm một đoạn trong bài “Trú tẩm” (Ngủ ngày), 晝, sau đây:

撲粉更添香體滑，
解衣唯見下裳紅。
煩襟乍觸冰壺冷，
倦枕徐欹寶髻鬆。

(5) Ý nói người hầu có đồng tiền vàng hối lộ cho hoạn quan để được gần quân vương không.

Phác phấn cánh thiêm hương thể hoạt
Giải y duy kiến hạ thường hồng
Phiền khâm sạ xúc băng hồ lãnh
Quyện chẩm từ y bảo kế tông.

(Đánh phấn thêm cho thân thể trơn láng
Cởi áo mới thấy quần màu hồng
Buồn lòng như vừa chạm phải hồ băng lạnh ngắt
Mệt mỏi không ngủ được nên từ từ tựa đầu trên búi tóc)

Ta dễ dàng nhận thấy nhân tố tạo nên hành vi, thái độ của người đàn bà ở đây là do tình cảnh cô đơn, buồn bã trong chốn cung cấm. Và rõ ràng hơn nữa, là do tình cảnh đau khổ và ức chế về tình dục. Hàn Ốc chẳng đề cập đến nỗi buồn, đến giọt lệ, mà chỉ mô tả cử chỉ, thái độ. Cái bên ngoài chứa đựng cái bên trong. Trong phòng riêng, người đàn bà tắm rửa, trang điểm và… đợi chờ. Nhưng chờ hoài, chờ mãi… chẳng thấy ai. Chỉ có lạnh và cô đơn.

Nhiều bài thơ của Hàn Ốc phản ảnh tình cảnh nhớ nhung, sầu não, sự vắng lặng, khổ đau và nhất là sự ức chế tình cảm (cũng như tình dục) triền miên của người đàn bà. Các bài như "Ngũ canh" (Năm canh), "Khuê tình", "Áp hoa lạc" (Ép hoa rụng), "Trù trướng" (Buồn bã), "Kế tông" (Bới tóc), "Ý tự" (Mối sầu) đều tả hoạt động tâm lý của phụ nữ. Lý Bạch, Vương Xương Linh, Lưu Phương Bình, Trương Trọng Tố, Trần Đào, người nào cũng đều có một ít bài về khuê tình, khuê tư, khuê oán đề cập đến tâm trạng đau khổ, phiền muộn, nhưng về tính cách cụ thể và táo bạo thì không sánh bằng Hàn Ốc. Bài "Xuân khuê" (Khuê phòng mùa xuân kỳ 2), 春閨其二, chẳng hạn:

氤氳帳裏香，
薄薄睡時妝。
長吁解羅帶，
怯見上空床。

Nhân uân trướng lý hương,
Bạc bạc thụy thời trang.
Trường hu giải la đới,[6]
Khiếp kiến thướng không sàng.

(Trong màn bàng bạc mùi hương thoang thoảng
Ăn mặc mỏng nhẹ khi ngủ
Than dài khi cởi dải thắt lưng
Bước lên giường thấy trống không mà kinh hãi)

Một câu ngắn gọn và đơn giản như "Trường hu giải la đới" chẳng thể xuất hiện ở thi ca khuê tình thời Sơ Đường, Thịnh Đường và Trung Đường. Phải đợi đến Vãn Đường, đặc biệt, phải ở Hàn Ốc và chỉ Hàn Ốc, người yêu thơ mới tìm thấy. Phải nói ngay, đó là sự phát huy thi ca khuê tình đời Đường đến một mức độ táo bạo không ngờ. Người trước chỉ *hư tả*, người sau *thực tả*. Người trước *súc thủ* (co tay), e dè, người sau *phóng thủ* (phóng tay), phóng túng. Nói cho đúng, phải thừa nhận thi ca trước Hàn Ốc cũng có đề cập đến sự ức chế, sầu khổ, nhưng phản ảnh tính manh động, khao khát thì hầu như không có. Ở Hàn Ốc, những bài thơ như thế rất nhiều:

Bách Thiệt não triêu miên
Xuân tâm động cơ bàn
(Chim Bách Thiệt phá giấc ngủ sáng
Khiến động lòng xuân)

Hay:

Kiều nhiên ý thái bất thăng tu
Nguyện kỷ lang kiên vĩnh tương trước
(Ý nũng nịu vô cùng xấu hổ
Muốn kề vai chàng mãi mãi không thôi)

---

(6) 帶: "đới" hay "đái"

Đến đây, tính cách của Hàn Ốc trong "Hương liễm thể" hiện ra rất rõ: tình trai gái ở đây chứa đầy chất tính dục. Nó không chỉ là nhớ nhung, mơ mộng, sầu thương… vớ vẩn mà là một đòi hỏi, một khát khao mãnh liệt hướng về người khác phái. Phải chăng đây là những phụ nữ bệnh hoạn? Có thể. Nhưng nếu thế thì cũng thật dễ hiểu: do những quy định quá khắc nghiệt của lễ giáo nho gia, số phận của người phụ nữ dưới thời phong kiến rất đỗi tội nghiệp. Họ không được quyền yêu và bị cư xử như những nô lệ của vua chúa và người giàu sang quyền quý. Đàn ông sử dụng họ như những dụng cụ. Họ có quyền có nhiều vợ: hết thê đến thiếp, hết thiếp một đến thiếp hai, thiếp ba, thậm chí đến… thiếp bảy, lại còn có quyền thay thê đổi thiếp, sang nhượng đàn bà như những vật đổi chác, mua bán. Đã thế, nhu cầu sinh lý bình thường cũng không có điều kiện thỏa mãn. Đàn bà như những tù nhân bị giam cầm trong đợi chờ khắc khoải, không được than van, đòi hỏi. Tình trạng sinh lý và tâm lý bị ức chế đến mức tột cùng. "Ngẫu kiến bối diện, thị tịch kiêm mộng" (Vô tình thấy phía sau mà đêm về mộng tưởng), 偶見背面是夕兼夢, là một bài tiêu biểu cho trạng thái bị ức chế đó:

酥凝背胛玉搓肩，
輕薄紅綃覆白蓮。
此夜分明來入夢，
當時惆悵不成眠。
眼波向我無端艷，
心火因君特地然。
莫道人生難際會，
秦樓鸞鳳有神仙。

Tô ngưng bối giáp ngọc tha kiên
Khinh bạc hồng tiêu phúc bạch liên

Thử dạ phân minh lai nhập mộng
Đương thì trù trướng bất thành miên
Nhãn ba hướng ngã vô đoan diễm
Tâm hỏa nhân quân đặc địa nhiên
Mạc đạo nhân sinh nan tế hội
Tần lâu loan phụng hữu thần tiên
(Lưng mịn màng trắng trẻo, vai tựa ngọc
Lụa hồng mỏng mảnh che thân trắng như sen
Đêm nay rõ ràng người đẹp nhập mộng
Còn bây giờ buồn bã không ngủ được
Sóng mắt nhìn ta đẹp vô cùng
Khiến cho lòng ai phải thèm khát
Đừng bảo cuộc đời khó hội ngộ
Vì có thể một ngày nào đó đôi trai
gái sẽ có phút hoan lạc ở cung Tần)

Thật là hiện thực! Người phụ nữ ở đây, hẳn là phải quá cô đơn trong phòng the, gặp người đàn ông là sóng mắt phát ra mạnh mẽ, rực sáng khát khao, khiến người khác phái dục vọng trong lòng nổi lên như thiêu như đốt, đêm về mơ mộng, không ngủ được. Trong một số dân ca, người ta sử dụng thứ ngôn ngữ bình dân để diễn tả sự khoan khoái, sung sướng trong quan hệ tình ái nam nữ. Nhưng đối với thi nhân, mà cũng là nho gia, do chịu ảnh hưởng nặng nề của quan niệm phong kiến chính thống, chẳng ai dám cầm bút làm thơ về chuyện ái ân. Hàn Ốc, bất chấp thi giáo truyền thống, mô tả một cách trần trụi quan hệ nam nữ trong thơ. Nếu "Ngẫu kiến bối diện, thị tịch kiêm mộng" chỉ đề cập đến lúc gặp gỡ, thì "Ngũ canh" (Năm canh), 五更, mô tả thẳng cảnh ái ân:

往年曾約郁金床，
半夜潛身入洞房。
懷里不知金鈿落，
暗中唯覺綉鞋香。

此時欲別魂俱斷，
自後相逢眼更狂。
光景旋消惆悵在，
人生赢得是凄涼。

Vãng niên tằng ước uất kim sàng,
Bán dạ tiềm thân nhập động phòng.
Hoài lý bất tri kim điền lạc,
Ám trung duy giác tú hài hương.
Thử thời dục biệt hồn câu đoạn,
Tự hậu tương phùng nhãn cánh cuồng.
Quan cảnh toàn tiêu trù trướng tại
Nhân sinh doanh đắc thị thê lương.

(Năm xưa từng hẹn trên giường vàng thơm ngát
Nửa đêm lén đến động phòng
Trong lúc ôm nhau chẳng biết trâm vàng rơi đâu mất
Ở trong bóng tối chỉ cảm thấy hương thơm đôi hài thêu
Lúc đó, muốn rời nhau nhưng hồn rã rời
Từ đấy về sau gặp nhau mắt nhìn càng cuồng si
Cảnh ấy qua rồi buồn thương ở lại
Đời người quả là cõi sầu não)

Bài thơ tả tình cảnh của đôi nam nữ lén lút chăn gối trong đêm, không khác mấy với nàng Thôi Oanh Oanh trong "Tây sương ký", tự mình ôm gối mà đến với tình nhân, vì đầu cô nàng này thì cài trâm vàng, thân mặc áo thêu, không giống như áo quần bình thường mà người phụ nữ mặc khi đi ngủ vào ban đêm. Các hình ảnh được mô tả một cách cụ thể, táo bạo nhưng không kém phần thi vị. Liệu bạn có thâm cảm được hết cái ý vị của cảnh "*bất tri kim điền lạc*" (chẳng biết trâm vàng rơi đâu mất) và "*duy giác tú hài hương*" (chỉ cảm thấy mùi thơm đôi hài thêu) không? Ái ân vụng trộm có cái gì vừa khôi hài vừa tội nghiệp, lại vừa hấp dẫn. Tác giả phải đã từng sống qua cảnh này mới có thể có được những hình ảnh sống động như thế. Vừa thực vừa thơ.

Một bài thơ như thế, được viết cách đây cả trên nghìn năm, thì quả thật bất ngờ. Đọc xong, chỉ biết ngậm mà nghe! Để có một chút so sánh, thử đọc một đoạn thơ thuộc loại mới nhất, hiện đại nhất của một nhà thơ nữ thời nay trong một hoàn cảnh tương tự:(7)

Năm mươi bảy tuổi
Trong đêm đen
Lần đầu tiên
Khám phá ra thân thể kỳ lạ của người đàn ông
Sau nụ cười; giọt nước mắt dâng hiến
Là khoảng cách
Hun hút dài
Thăm thẳm dài
Chập chùng dài
...
Ơi! Em lạc mất em

Trở lại với Hàn Ốc.

"Hương liễm thể" của ông – như chúng ta vừa đọc qua một số bài tiêu biểu – với những lời thơ đầy màu sắc, hình ảnh dồi dào, đầy chất "Đường thi", nhưng vì đa phần mô tả đồ trang sức của phụ nữ, có khi tả đến những vật được xem là bẩn thỉu khác nữa và nội dung thì toàn là chuyện tình ái nam nữ, nên văn nhân đời sau thường tỏ ra khinh thị, dè bỉu, phần nhiều cho là dâm từ. Phương Hồi nhà Nguyên lên án Hàn Ốc là "hối dâm chi ngôn" (bày cho người ta làm điều dâm loạn). Trầm Đức Tiềm nhà Thanh nghiêm khắc phê bình "Hương liễm thể" là "khứ nhân phong viễn" (chỉ khiến cho con người bỏ đi những tập quán tốt đẹp). Nhưng những nhà nghiên cứu Đường thi hiện đại đánh giá Hàn Ốc từ một nhãn quan khác. Tôn Cầm An nêu lên mấy nhận xét như sau:

---

(7) Lê Thị Thấm Vân, *Bài học vỡ lòng*, Hợp Lưu 13 tháng 10-1993, tr. 154

▪ Thi ca đời Đường, tuy có vượt qua được ngôn ngữ cung đình, nhưng diễn tả tình ái nam nữ thì quá hiếm hoi. Nếu không có "Hương liễm thể" bổ khuyết vào thì quả là một điều vô cùng thiếu sót.

▪ Quan hệ tình ái nam nữ là chuyện thông thường, một nhu cầu phổ biến trong sinh hoạt con người, nên đã được diễn tả rất nhiều trong dân ca. Còn thi nhân thì chẳng ai dám viết. Chỉ có Hàn Ốc can đảm chọn lựa đề tài này thì quả là điều đáng trân trọng.

▪ Quan niệm thi giáo phong kiến do Khổng Tử đề ra được văn nhân thi sĩ mọi thời xem như một tín điều, một tiêu chuẩn để định giá một bài thơ. Hợp thì cho là cao, không hợp thì cho là thấp. Chuyện quan hệ nam nữ hoàn toàn bị cấm chỉ. Ngay cả những đại thi nhân như Lý Bạch, Đỗ Phủ cũng chẳng dám sai phạm. Từ thời Vãn Đường, Ngũ Đại trở về sau, từ ngữ thường thiên về tả tình ái nam nữ, hoa cỏ khuê phòng. Để diễn tả cho được hết các hình ảnh, ý tứ trong sinh hoạt tình yêu, tính dục, họ không có cách nào khác hơn là phải sáng tạo thêm từ, thêm ý, do đó, góp phần đẩy mạnh sự phát triển về từ. Thơ của Lý Thương Ẩn, Ôn Đình Quân, Vi Trang cố nhiên đóng một vai trò rất lớn trong việc phát triển đó. Riêng Hàn Ốc, với "Hương liễm thể", do đi sâu vào chi tiết, táo bạo trong cách diễn đạt, về thân phận so với Ôn, Lý là nhỏ, nhưng sự đóng góp có phần trực tiếp hơn. Các sáng tác của Hàn Ốc mang tính cách đả phá sự trói buộc, câu thúc tinh thần thi nhân và chứa đựng khuynh hướng chống phong kiến.

Hàn Ốc rõ ràng là một khuôn mặt độc đáo của Đường thi.

Sở dĩ ông không được thi nhân đời sau đề cập nhiều chỉ vì ông đi ngược lại hẳn và vượt qua, không những chỉ thời đại mình, mà còn cả những thời đại về sau. Trên văn đàn chính thống, người ta tránh nói đến Hàn Ốc, có lẽ vì sợ mất tác phong đứng đắn của nhà nho, nhưng trong thực tế, "Hương liễm thể" vẫn được cẩn trọng lưu giữ và âm thầm truyền tụng. Điều đó cho thấy thơ Hàn Ốc đâu có thiếu chất "Đường thi"! Tài hoa của ông nằm ở chỗ, ông đã vận dụng từ ngữ một cách tài tình để đột phá vào một lãnh vực được xem như rất khó đưa vào, đó là thi ca. Loại thơ này đòi hỏi thi nhân phải vừa nói được hết ý và cụ thể, lại vừa không tầm thường, dung tục. Hãy tưởng tượng sự ức chế vừa về tình yêu vừa về tình dục của người phụ nữ trong cung cấm được Hàn Ốc diễn tả bằng hình ảnh tổng hợp của một *tiếng kêu* (than dài), một *cử chỉ* (cởi dải thắt lưng) và một *cái nhìn* (thấy cái giường trống) gói gọn trong chỉ hai câu thơ với mười chữ trong "Xuân khuê":

Trường hu giải la đới
Khiếp kiến thượng không sàng.

Tạm dịch:

Than dài cởi dải thắt lưng
Rùng mình chỉ thấy chiếu giường trống không.

Hết chỗ chê!

(1994)

Ghi chú: *Hầu hết tài liệu (và cả cách diễn đạt) về Hàn Ốc* (韓偓) *trong bài được lấy từ tiểu luận của Tôn Cầm An* (孙琴安) *in trong "Minh Báo Nguyệt San"* (明報月刊, 一九九一年八月) *Hồng Kông, bản Hán văn, số tháng 8-1991.*

Phần dịch nghĩa tiếng Việt các bài thơ chữ Hán có sự giúp đỡ của hai người bạn học cũ là anh Vĩnh Cao (con cụ Bửu Kế) và anh Nguyễn Phố, giáo sư trường Nguyễn Huệ, Thành Nội, Huế. Người viết lấy làm tiếc là, trong chuyến hành trình đi định cư ở nước ngoài, do bất cẩn, đã làm lạc mất tập san đặc biệt nói trên, nên không ghi lại được hết nguyên văn chữ Hán của một số bài thơ của Hàn Ốc đã được tác giả Tôn Cầm An đưa vào bài viết của mình. Nếu quý vị nào tìm thấy tập san này và bổ túc phần thiếu sót, người viết xin thành thật cám ơn.

TÁC GIẢ: CUỘC THĂNG TRẦM

Tác giả, một sản phẩm lịch sử

Tác giả, tiếng La-tinh là *auctor*. Conrad de Hirsau, nhà văn phạm học thế kỷ thứ 11, giải thích: "Auctor xuất phát từ động từ *augendo*, có nghĩa là gia tăng (augmenter) vì, do ngòi bút, người ấy mở rộng những sự kiện hay lời nói (dits) hoặc tư tưởng của tiền nhân..." Auctor còn có nghĩa là người "mang sự bảo đảm cho tác phẩm." Từ đó phát sinh ra chữ *auctoritas*, có nghĩa là thẩm quyền (autorité), chỉ sự liên hệ giữa tác giả và tác phẩm: tác giả là người mà qua tác phẩm có một thẩm quyền. Vì thế, tác giả được hiểu vừa là nhà văn vừa là một thẩm quyền. Đó là lý do khiến nhà văn không chỉ được đọc mà còn được kính trọng.[1]

Theo "Le Trésor de la langue française",[2] tác giả có hai nghĩa:

---

(1) Antoine Compagnon, *Qu'est-ce qu'un auteur?, http://www.fabula.org/compagnon/auteur1.php.*
Đây là tài liệu gồm 12 bài được soạn thảo khá công phu mà Compagnon dùng để giảng dạy cho sinh viên ở Pháp và là một trong những tài liệu chính tôi sử dụng để viết bài tiểu luận này, đặc biệt là về vai trò của nhân vật được gọi là tác giả qua lịch sử văn học Tây Phương.
(2) Le trésor de la langue française. Xem: *http://atilf.atilf.fr/tlf.htm*

1. là nguyên nhân đầu tiên hay nguyên nhân chính của một sự việc - từ đó đồng nghĩa với người sáng tạo (créateur), người bày mưu (instigateur), người phát minh (inventeur).

2. trong lãnh vực nghệ thuật, khoa học và văn chương, là người, do tình cờ hay do nghề nghiệp, viết một tác phẩm (œuvre) có tính nghệ thuật.

Vào thời Hy Lạp cổ, người ta chưa có khái niệm về tác giả mà chỉ biết đến cảm hứng. Cảm hứng là một món quà thiêng liêng đặt vào nhà thơ (aède) để gửi đến thính giả, nên cảm hứng cũng chính là Thần hứng. Thần hứng xuất phát từ "Thần thi" (La Muse). "Thần thi" là vị thần ẩn nấp trong nhà thơ (on-theos) gây nên cảm hứng khiến nhà thơ nói ra, hay đọc lên. Như thế, thần dùng nhà thơ như một phương tiện. Chính "Thần thi" là động lực thúc đẩy việc hình thành những câu thơ, chứ nhà thơ không làm gì cả. Ông ta chỉ là người đọc thơ (rhapsode). Quan niệm này xuất phát từ niềm tin tôn giáo, cho rằng cá nhân là vô nghĩa và không hiện hữu. Chỉ có thần thánh mới có ý nghĩa và hiện hữu. Do đó, những nhà thơ Hy Lạp thời cổ như Homère, Hésiode hay Pindare không được xem như là tác giả mà chỉ là những phát ngôn viên cho "Thần thi".

Vào thời Trung Cổ, tuy vai trò của thần thánh đã mờ nhạt đi, nhưng cá nhân vẫn còn là những thực thể vô danh. Trong lúc các văn bản về kiến thức, tri thức lại cần có tên tác giả để bảo đảm sự chính xác và tin cậy thì các văn bản văn chương phần lớn thường là vô danh; một mặt, vì không có tài liệu lưu trữ và mặt khác, do quan niệm thời bấy giờ cho cá nhân là vô nghĩa. Vả lại, các tác phẩm không phải do sáng tác mà chỉ sao chép lại những câu chuyện cũ mà người ta được đọc hay được nghe kể lại. Thảng hoặc, nếu có ai sáng tác ra một cái gì mới, họ không có khuynh hướng dùng tên mình, mà dùng một tên tưởng tượng hay tên một ai đó đã nổi tiếng rồi. Một khi được sáng tác, bản văn trở thành của chung, để mở, sẵn sàng cho mọi thay đổi. Người sao chép có quyền sửa đổi thêm thắt cho hợp ý của mình. Rốt cuộc, chẳng có bản văn nào gọi là đúng nguyên tác. Đó là lý do khiến về sau này, vào thế kỷ 16, 17, người ta thường cho văn chương Trung Cổ là tầm thường, hỗn tạp, tối tăm. Mãi cho đến thế kỷ 19, người ta mới khám phá lại chúng và đánh giá cao vì tính chất dân gian và huyền thoại của chúng. Việc sao chép nằm trong tay các tăng lữ, cha cố vì vào giai đoạn này, chỉ có giới này là có thẩm quyền, vừa về tri thức lẫn chuyên môn và địa vị xã hội. Có thể nói văn chương thời kỳ này, trước hết, là văn chương của tầng lớp tăng lữ và phong kiến.

Mãi cho đến thế kỷ thứ 13, với các tác phẩm của Dante Alighieri (1265-1321), theo Antoine Compagnon,[3] khái niệm về tác giả bắt đầu xuất hiện trong tư tưởng kinh viện, do sự phân tích nguyên lý nhân quả, xem xét lại tương quan giữa "tác giả thần" và "tác giả người" trong các bản kinh văn. Người ta nhận thấy rằng các kinh văn này cũng sử dụng cho người trần tục, như trong tập trường thi của Dante Alighieri (1265-1321): "La Divine Comédie" (Thần khúc). Đây là một truyện thơ gồm ba phần (Hỏa ngục, Luyện ngục, Thiên đường) kể lại chuyến du hành tưởng tượng, trong đó nhân vật chính được viết ở ngôi thứ nhất, bị lạc xuống địa ngục, chứng kiến đầy đủ các cảnh thụ hình của những kẻ phạm tội, trải qua lò luyện ngục và cuối cùng được cứu chuộc để lên thiên đàng. Qua tác phẩm này, Dante được Guido da Pisa, nhà bình luận văn chương đầu thế kỷ 14, xem là một "tác giả người". Như thế, sự ngăn chia giữa thần và người đã phần nào thu hẹp dần. Guido da Pisa chỉ rõ ý hướng của Dante trong các tác phẩm của mình là

---

(3) Antoine Compagnon, tài liệu đã dẫn, bài số 5, "L'Auctor médiéval"

muốn cứu vớt con người ra khỏi cảnh khổ bằng cách thuyết phục họ đừng làm điều sai trái, hướng họ đến chỗ làm điều tốt và đưa đến một đời sống sung sướng ở thiên đàng. Tuy tác phẩm chứa đầy những ẩn dụ tôn giáo, con người đã hiện ra trong "La Divine Comédie" của Dante như một cá nhân với tinh thần trách nhiệm về số phận của mình.

Đến Michel de Montaigne (1533-1592), thì khái niệm tác giả mới thực sự tách khỏi truyền thống thần thánh. Montaigne dùng chữ "tác giả" theo hai nghĩa:

1. Ở số nhiều, đi theo một tính từ để chỉ những người khác, những tác giả hay những tác giả lớn.

2. Ở số ít, để chỉ chính ông.

Vì thế, không có gì quá đáng khi nói, với Montaigne, thì khái niệm về tác giả hoàn toàn đảo ngược một cách sâu xa.[(4)]

Sự đảo ngược đó chắc chắn là chịu ảnh hưởng của hai phát minh lớn xảy ra một thế kỷ trước đó, thế kỷ thứ 15: *máy in* (1436) và *giấy* (1440). Hai biến cố này làm đảo lộn mọi hình thái sinh hoạt của con người, tạo thành một động lực quan trọng thúc đẩy nền văn minh, đồng thời tạo ra tiền đề cho sự xác lập của vai trò tác giả. Máy in và giấy đưa đến sự thiết lập một ngôn ngữ mới. Viết tay cũng là viết ra chữ, nhưng chữ ở đây giống như những ký hiệu thủ công, gắn liền với cá nhân, ngay cả khi chúng được chép lại thành nhiều bản giống nhau. Nhưng khi in, thì chữ biến thành những *con chữ*. Chữ (và qua đó, tư tưởng) được *nhìn thấy*, chứ không còn chỉ được *nghe*. Chúng trở nên một biểu tượng bền vững, tách khỏi cái mà nó biểu tượng,

(4) Antoine Compagnon, tài liệu đã dẫn, bài số 6, "Les jeux de la naissance".

thuộc về một thế giới khác có tính cách khách quan gọi là "thế giới chữ nghĩa".[5] Do nằm trong một hình thức ổn định với cùng một khổ giấy, chạy từ trang này qua trang khác, chữ không thể chen trước chen sau một cách tùy tiện, rườm rà như khi nói mà là một thứ ngôn ngữ sắp xếp theo tuyến tính, được bố trí theo chức năng, biến chúng thành câu kéo với các từ loại được phân bố, tách bạch rõ ràng khiến cho những ý tưởng vô hình trở nên dễ hiểu và dễ truyền đạt: ngôn ngữ trở thành tiêu chuẩn hóa. Lời nói trôi qua, chữ viết đọng lại, trở nên thường trực và đi vào vĩnh cửu. Các bản in được xem như một thứ chân lý ướp lại để dành cho hậu thế. Chữ in trở nên một biểu tượng trung tính, không thể tách rời của tiến trình sáng tạo.

Như thế là với kỹ thuật in, lần đầu tiên ngôn ngữ văn chương trở thành văn bản.

Sự ổn định của hình thức văn bản đưa đến hai hệ quả hết sức quan trọng:

- Vai trò của các người sao chép, tức là các cha cố biến mất. Kèm theo sự biến mất đó là sự giảm thiểu ảnh hưởng của tôn giáo trên tư tưởng, và qua đó, trên các tác phẩm.

- Các văn bản trở thành tài liệu để lưu trữ và tra cứu. Chúng không thể và không dễ dàng thay đổi theo ý riêng từng người, do đó, đòi hỏi sự xác định nguồn gốc: người sao chép hay người viết ra, tức là tác giả. Sự nặc danh trở nên không thể chấp nhận được.

---

(5) Thử so sánh bài viết trên những tờ "bích báo" (báo dán trên tường) hay những tờ tạp chí chép tay thuở học trò với bài viết khi được in ra trên một tờ tạp chí sẽ cảm nhận ra sự khác biệt đó.

Nhưng quan trọng nhất là quá trình thương mại hóa chuyện viết lách. Những gì viết ra bây giờ được in thành sách, tức là tác phẩm, và có thể bán để kiếm lợi nhuận như các vật dụng khác. Chữ nghĩa trở thành hàng hóa. Việc sản xuất hàng loạt tác phẩm đưa đến quyền xuất bản tức là *quyền sản xuất*: đó là quyền của các nhà in và nhà sách tìm cách bảo vệ quyền lợi kinh tế của họ. Họ sẽ mất lợi nhuận nếu những tác phẩm in ra không được tư hữu hóa thường trực. Các tác phẩm đầu tiên xuất hiện dưới hình thức in là những kiệt tác thời Thượng Cổ (Antiquité), được các nhà bác học biên soạn lại. Những người này, tuy không sáng tác nhưng có công biên soạn đi kèm theo những lời bình phẩm, nên được xem như tác giả và được bảo vệ bằng một loại đặc quyền tương tự như tác quyền ngày hôm nay. Bảo vệ thứ đặc quyền đó trở thành lý do chính đáng để bảo vệ quyền lợi kinh tế của các nhà xuất bản. Muốn thế, họ phải biến tác phẩm trở thành tài sản vĩnh viễn của nhà xuất bản bằng cách trả cho các tác giả (hay người sao chép) một số tiền nào đó xem như mua tác quyền qua một thỏa thuận giữa hai bên.

Một vấn đề nẩy sinh: kẻ gọi là tác giả có quyền gì nhận rằng những ý tưởng do anh/chị ta sao chép lại hay viết ra là của riêng, mà những người khác không có quyền sử dụng trong lúc họ cũng nghĩ cùng một điều như thế? Nói khác đi, tại sao lại ban cho cá nhân sự độc quyền tư tưởng như một tài sản?

Câu hỏi đó, phải đợi đến thế kỷ thứ 18 là thời kỳ "Ánh sáng" (Lumières) ở Âu châu, khi khái niệm về quyền tác giả đi đôi với "tài sản tri thức" được xác lập về mặt pháp lý và triết lý lúc trào lưu cá-nhân hóa các ý tưởng (individualisation des idées) đã chinh phục đời sống tri thức ở đó, mới có câu trả lời chính thức. Về mặt pháp lý, do đòi hỏi của các nhà xuất bản, các luật sư ở Anh đã khái niệm hóa những ý tưởng về tác giả, cho rằng những ý tưởng văn chương phải được xem như một loại tài sản như tài sản vật chất. Theo họ, ý tưởng thực ra là không quan trọng mấy, nhưng chính "cái cách đặc biệt mà người ta phát biểu" ra chúng mới đáng kể. Đó là *văn phong*. Bằng cách chuyển *văn phong* thành ra một bất động sản thường trực, họ cho rằng những văn bản văn chương được xem như một thứ tài sản mà tác giả vĩnh viễn có quyền trên đó.

Về phương diện triết lý, Immanuel Kant (1724-1804), trong một tiểu luận nhan đề là "De l'illégitimité de la contrefaçon des livres" (Về tính bất hợp pháp của việc giả mạo sách), cho rằng một tác phẩm văn chương là diễn ngôn phi vật chất (discours immatériel), tức là nội dung, được hỗ trợ bởi yếu tố vật chất, tức là cuốn sách được in ra. Kant cẩn thận nêu lên sự khác biệt giữa tác phẩm văn chương với các tác phẩm của nghệ thuật tạo hình. Nghệ thuật tạo hình là một sự vật vật chất (bức tranh chẳng hạn), nên nó có thể sao chép được nếu sở hữu nó một cách hợp pháp, trong lúc đặc điểm của việc xuất bản một tác phẩm văn chương "là buôn bán một hàng hóa không phải nhân danh của riêng nó [tác phẩm] mà là thực hiện một dịch vụ nhân danh một cái khác, cái khác đây là tác giả."[(6)] Với cách định nghĩa này, có lẽ Kant là người đầu tiên sử dụng chữ "dịch vụ" (affair) để chỉ những hoạt động trao đổi hay buôn bán các sản phẩm phi vật chất như văn chương hay tư tưởng.

---

(6) Antoine Compagnon, tài liệu đã dẫn, bài số 9, "Kant et le droit d'auteur".

Tác giả lên ngôi

Với sự xác lập về pháp lý và triết lý như thế, đến giữa thế kỷ thứ 19, khoảng từ năm 1830 đến 1850, văn chương bắt đầu mang một giá trị tự thân, được giải phóng khỏi tôn giáo và ngay cả thay thế luôn vai trò của tôn giáo. Khái niệm văn chương được chính thức thừa nhận vào thời gian này trở thành phổ thông và tồn tại đến ngày nay. Nói cách khác, các khái niệm hiện đại về văn chương và nhà văn là những khái niệm đã được định hình từ đầu thế kỷ thứ 19. Sau nhiều thế kỷ lệ thuộc vào giai cấp cầm quyền, trước là giới tăng lữ, quan lại và rồi là giới trưởng giả, sau 1789, nhà văn không còn muốn làm "một kẻ ăn bám vào một giai cấp ăn bám" (parasite d'une classe parasite) nữa. Mối ràng buộc giữa văn chương và tôn giáo hoàn toàn bị cắt đứt. Từ đó, nhà văn hoàn toàn tự do trong sáng tác. Các tác phẩm của họ được công chúng nồng nhiệt đón nhận và bản thân họ được kính trọng. Không những thế, trong một số trường hợp, nhà văn trở thành anh hùng, thậm chí là những vị thánh của thế kỷ 19. Văn chương bây giờ chỉ dành cho văn chương. Đó là sự "thế tục hóa văn chương" (sécularisation de la littérature).

Sự hình thành và phát triển của các định chế văn chương như hàn lâm viện, các nhà in và nhà xuất bản góp phần rất lớn trong tiến trình thế tục hóa đó. Ngoài ra cũng phải kể đến sự xuất hiện của một loại tác phẩm đặc biệt: từ điển. Bản thân từ điển không phải là văn chương nhưng rất hữu ích cho những người viết lách và ngược lại, biến những ngôn ngữ mới do nhà văn, nhà thơ sáng tạo ra trong các tác phẩm của họ thành ngôn ngữ chính thức. Tất cả sinh hoạt đó đưa đến chỗ hình thành một thực thể hoàn toàn mới: *văn giới* (champ littéraire). Nhờ đó, văn chương trở nên tự động, độc lập. Người ta bắt đầu xem viết văn là một nghề: *nghề văn* (profession des lettres). Người viết văn là *văn nhân* (homme des lettres). Cùng lúc đó, có sự tách rời giữa nghệ thuật viết văn và các loại kiến thức bác học khác. Người ta xem sự sáng tạo và tính mới mẻ càng lúc càng có giá trị hơn là sự thông thái. Hư cấu đâm ra hay hơn là kiến thức. Từ đó mà văn chương thêm một đặc tính mới, tồn tại và tồn tại một cách mạnh mẽ cho đến nay: sáng tạo. Người ta cho rằng chỉ có sáng tạo văn chương mới xứng đáng gọi là sáng tạo, vì nó nằm ngoài các quy luật tự nhiên, nó đem lại cái mới cho cuộc đời. Nó đòi hỏi tài năng, óc tưởng tượng và sự cảm nhận sâu sắc với cuộc sống chứ không phải chỉ là nhờ vào sự chịu khó, cần cù hay được chỉ vẽ là ai cũng có thể đạt được như trong các ngành khoa học. Bởi thế, những phát minh khoa học thay đổi thế giới không quan trọng bằng một tác phẩm văn chương. Tên tác giả, từ đó, gắn liền với "phẩm tính sáng tạo" là tính cách riêng biệt dành riêng để chỉ nhà văn. Từ địa vị của một người sao chép, nhà văn trở nên một người sáng tạo nghệ thuật.

Do vai trò được nâng lên, tác giả hoàn toàn có thẩm quyền trên tác phẩm của mình. Đó là một quyền tinh thần, hiện hữu trong ý thức, mang tính cách của một ý thức hệ: ý thức hệ tác quyền. Chính ý thức hệ này dẫn đến hình thức "bản quyền", một thứ quyền có tác dụng lớn lao trong thực tế đối với các sản phẩm văn chương nói riêng và nghệ thuật nói chung về sau này. Bản quyền là quyền dành cho những ai đã công bố ra những ý tưởng mới lần đầu tiên và khi đã được xác nhận một cách nào đó, hoặc do công luận hoặc về mặt pháp lý, những ý tưởng đó là tài sản vĩnh viễn của họ, gắn liền với tên tuổi của họ. Khái niệm danh nhân hay thiên tài là để chỉ những người đã khám phá ra các ý tưởng mới bằng tài năng riêng biệt của họ mà những người khác không thể có được, là hệ quả của khái niệm bản quyền hay tác quyền. Chính ý thức hệ tác quyền này đã tiếp tay nuôi dưỡng vai trò chủ đạo của tác giả trong lãnh vực văn chương.

Quyền tác giả, từ lãnh vực tinh thần, sớm trở thành một quyền thực sự được bảo vệ về mặt luật pháp. Sau cuộc cách mạng 1789, nhà nước tư sản bãi bỏ tất cả đặc quyền của các tổ chức hay cá nhân không phải là tác giả. Hai đạo luật công bố vào các năm 1791 và 1793 đưa ra những điều khoản quy định khá chi tiết các quyền lợi về tinh thần và vật chất của tác giả, bảo đảm một thứ quyền gần như tuyệt đối trên những gì họ sáng tác. Có điều khoản xác định rõ rằng "tài sản thiêng liêng nhất, cá nhân nhất trong tất cả các tài sản là tác phẩm sinh ra từ trong tư tưởng của nhà văn" (…) "Trong khi tác giả còn sống và vài năm sau khi họ chết đi, không ai có quyền xuất bản hay trình diễn mà không có sự đồng ý trước của họ." Từ đó, thuật ngữ "tài sản" được áp dụng để chỉ quyền của tác giả trên tác phẩm của mình và được gọi là "tài sản tri thức" (propriété intellectuelle). Chẳng hạn như quy định sau đây: "Suốt đời mình, tác giả được hưởng độc quyền khai thác tác phẩm của mình dưới bất cứ hình thức nào và kiếm lợi nhuận từ đó. Khi tác giả chết, quyền này vẫn duy trì cho những người liên hệ với ông ta trong cùng năm và còn kéo dài cả đến 60 năm sau đó." Một quy định khác: "Tác giả hưởng quyền được kính trọng tên tuổi, phẩm chất và tác phẩm của mình. Quyền này gắn liền với bản thân tác giả. Quyền này là vĩnh cửu, không thể sang nhượng và tuyệt đối." Những quy định căn bản về quyền tác giả từ thời đó vẫn còn hiệu lực cho đến ngày nay.[7]

---

(7) Có sự khác nhau về quan niệm tác quyền (copyright) của Anh và tác quyền (droit de l'auteur) của Pháp. Tuy nhiên, đây không phải là đề tài được bàn trong bài viết này.

Vì xem tác giả là đầu mối, là nguyên nhân cụ thể hiển nhiên nhất của tác phẩm, cho nên giải nghĩa đời sống và cá tính của tác giả là một trong những phương pháp xưa nhất trong nghiên cứu văn chương. Charles Augustin Sainte-Beuve (1804-1869) được xem là nhà phê bình đầu tiên thế kỷ 19 hình thành nên "phương pháp tiểu sử" (méthode biographique). Theo ông, tiểu sử là một trong những loại hình văn chương, viết theo phương pháp sử học, dùng để "soi sáng tác phẩm",[8] đồng thời là yếu tố chính trong việc khảo sát sự sáng tạo, cho nên còn được gọi là "chân dung văn học" (portrait littéraire). Ngược lại, người ta cũng dùng tác phẩm để soi sáng cuộc đời tác giả, nơi mà những nguồn thông tin khác không đủ. Phương pháp đó chi phối các nghiên cứu văn chương suốt cả một thời gian rất dài. Hệ quả tất yếu là nhiều công trình nghiên cứu văn chương thường được xoay quanh tác giả và tác phẩm hơn là các vấn đề mà tác phẩm gây ra. Vì thế, với ảnh hưởng của quan niệm này, chẳng lạ gì khi có một nhà văn hay nhà nghệ sĩ nào vừa nằm xuống là không thiếu những bài viết kể lại đủ loại kỷ niệm (thật cũng như láo) mà người viết đã từng có với tác giả; khiến cho cuộc đời tác giả gần như che khuất tác phẩm. Chẳng hạn, khi Trịnh Công Sơn vừa ra đi, là đồng loạt có hàng chục, thậm chí hàng trăm bài viết kể lể đủ thứ kỷ niệm với Trịnh Công Sơn và về con người Trịnh Công Sơn hơn là về sự nghiệp ca nhạc của ông, vốn là cái mà người ta ca ngợi. Tác giả che khuất hẳn tác phẩm!

Sở dĩ thế là vì người ta xem liên hệ tác giả - tác phẩm là liên hệ nhân quả. Tác giả viết nên văn bản. Tác giả vừa là nguyên nhân vật chất (tiêu tốn thì giờ để viết, để đánh máy, để sửa chữa...) vừa là nguyên nhân phi vật chất (tạo ra tư tưởng, ý niệm, tạo ra những hình ảnh, những nhân vật hay sự kiện) trong quá trình tạo ra văn bản. Văn bản, một

(8) La biographie éclaire l'œuvre.

khi ra đời, là thành phần bất khả phân ly với tác giả. Những gì đáng gọi là hay ho, là sáng tạo, là thẩm mỹ của tác phẩm đồng thời cũng là những gì hay ho, sáng tạo, thẩm mỹ của tác giả. Tất nhiên, những gì dở, xấu xa, tầm thường của tác phẩm cũng biểu lộ cái dở, xấu xa, tầm thường của chính tác giả. Không có gì đáng ngạc nhiên khi bản thân và cuộc đời tác giả cũng được xem là mẫu mực để đánh giá tác phẩm. Ta vẫn thường nghe những nhận định đại loại như "Anh/ cô/ bà ta viết dở lắm" hay "Nhà thơ ấy làm thơ hay lắm", vân vân. Y như thể *cái hay cái dở nằm ở* tác giả, *chứ không dính líu gì đến văn bản*. Do đó, bất cứ cái gì không ăn khớp giữa tác giả và tác phẩm đều được xem xét, phân tích, bàn cãi, soi rọi đủ mọi mặt với mục đích giải thích sự trục trặc và tìm cho ra những liên hệ hợp lý.

Tác giả cũng còn được hiểu như một thẩm quyền, một giá trị, có khi là một tiêu chuẩn đạo đức. Với cái nhìn đó, tác giả không chỉ là một cá nhân mà còn là một cá nhân cao nhất, một mẫu mực cho các cá nhân. Khuôn mặt tác giả chính là biểu hiện của giá trị văn chương, thậm chí, chính là văn chương. Do đó, khi đề cập đến một thứ văn chương hay ho, tuyệt tác thường phải đi kèm theo tên tác giả; điều này đưa đến một ý tưởng (có vẻ như vô thức) rằng tác giả là văn chương, chứ không phải tác giả *viết* văn chương. Khi còn sống thì được vinh danh và khi chết thì được tưởng niệm. Tên tác giả trở thành một cách thế hiện hữu, một diễn ngôn bên trong một xã hội. Điển hình như ở Nga trước cuộc cách mạng cộng sản (1917), nhà văn bao giờ cũng giữ một địa vị rất được kính nể. Văn chương là tiền tuyến của những phong trào đối lập muốn thay đổi chế độ chính trị hay các chính sách. Trong hoàn cảnh đó, nhà văn trở thành lương tâm của quốc gia. "Trong văn chương Nga, nhà văn thường được xem là nhà giáo," theo Vladimir Makanin, nguyên chủ tịch ban giám khảo giải Booker Nga. Sau khi xuất bản độ vài tác phẩm, nhà văn "bắt đầu giảng dạy cho người ta về đủ thứ chuyện trên đời: từ chuyện bầu cử cho đến chuyện bếp núc, chọn nghề và vô số chuyện linh tinh khác trong đời sống." Chẳng lạ gì, chính quyền Liên Xô lợi dụng truyền thống đó, bó buộc các nhà văn phải viết theo đường lối xã hội chủ nghĩa, ca ngợi đảng và chủ nghĩa cộng sản, nhằm chi phối tư tưởng quần chúng. Nhà văn nào vâng lời sẽ được cho phép in ấn thả giàn, được o bế, quảng cáo, tâng bốc trong lúc những nhà văn khác thì bị trù dập, cấm đoán, bắt bớ, dọa nạt, trục xuất hay bị thủ tiêu.

Quan hệ tác giả-tác phẩm còn biểu hiện một điều vô cùng quan trọng khác: bảo đảm tính "hiện thực" của hư cấu, nghĩa là cho những điều hư cấu một lý do hiện hữu, tạo một liên hệ tất yếu giữa ảo và thực. Tình trạng phi lý của một cô Kiều đẹp đẽ, đàng hoàng, đã thề non hẹn biển với một người tình lý tưởng, lại đi bán mình chuộc cha rồi trở thành gái điếm, được bảo đảm bởi chính một con người: Nguyễn Du. Chẳng thế mà Chế Lan Viên lớn tiếng: Nguyễn Du viết Kiều đất nước hóa thành văn! Như thế, tác giả không chỉ là người sản xuất và người bảo đảm cho ý nghĩa mà còn là động lực trong sự phát triển của ý nghĩa, là chỗ dựa vững chắc, nếu không là chỗ dựa duy nhất, cho ý nghĩa của văn chương. Không lạ gì trước đây, khi học về văn trong các trường trung học, cuộc đời và quan niệm sống của tác giả được xem xét một cách chi li và đôi lúc, trở thành tiêu chuẩn chính để đánh giá tác phẩm.

Sự đồng nhất tác giả và tác phẩm khiến cho các hành vi, thái độ, quan điểm của tác giả - nhất là những tác giả hiện còn sống - được dư luận đặc biệt quan tâm theo dõi. Các phát biểu hay hành động của họ về mọi mặt mang giá trị biểu tượng rất cao đến nỗi, đôi lúc, được xem là có liên hệ mật thiết đến giá trị của chính các tác phẩm của họ. Trường hợp của Phạm Duy hay Trịnh Công Sơn trong thời gian vừa qua đối với công luận cho thấy quan hệ tác giả-tác phẩm chặt chẽ đến mức độ nào. Thái độ chính trị thể hiện qua cuộc sống cũng như qua các phát biểu của hai nhạc sĩ này đã ảnh hưởng khá nặng nề trong cách đánh giá hoặc đánh giá lại các tác phẩm của họ. Một số người ở hải ngoại quyết liệt từ chối đọc, sử dụng hay trình diễn những bản nhạc của Trịnh Công Sơn và Phạm Duy, vốn đã từng được họ ca ngợi trước đây.(9) Cũng thế, nếu tác giả nào ở hải ngoại đã từng được ca ngợi vì lập trường chống cộng, nhưng khi tác phẩm của họ được in ở trong nước, là lập tức họ bị liệt vào thành phần đối nghịch, đón gió trở cờ và tất cả các tác phẩm khác đều được nhìn dưới một góc cạnh tiêu cực.

Tác giả suy đồi

Nhưng có đúng là tác phẩm hoàn toàn đồng nhất với tác giả hay không? Nói khác đi, văn bản, trong thực tế, có hoàn toàn là công trình của chính tác giả viết nên nó không?

Trước khi trả lời, ta thử trở lại một câu hỏi căn bản khác: Viết là gì?

Viết, là ghi ra những ý tưởng, những hình ảnh, những điều tưởng tượng mà ta có trong đầu thành chữ. Có phải đó là những gì do ta hoàn toàn tạo ra không? Chắc chắn là không. Để có thể viết ra một trang giấy chẳng hạn, trước hết ta phải thông thạo về ngôn ngữ mình viết, nghĩa là

(9) Trịnh Công Sơn bị người tỵ nạn cộng sản lên án vì đã hát bài "Nối vòng tay lớn" trên đài phát thanh Sài Gòn vào ngày 30/4/1975; Phạm Duy thì bị lên án vì năm 2004 đã trở về sống trong nước vào cuối đời.

biết cách dùng chữ, biết văn phạm, biết cách diễn đạt hình ảnh và ý tưởng sao cho phù hợp, thì mới có thể truyền đạt được tới người đọc. Muốn thế, cách duy nhất là phải học cách dùng ngôn ngữ và kiến thức trong đời sống từ người khác và từ trong sách vở. Do đó, nói là ta viết, ta "sáng tác", thực tế là gần như ta lặp lại, bắt chước hay nói cho ra vẻ hàn lâm, ta "trích dẫn" ngôn ngữ có sẵn của những người đi trước. Một bài văn, một cuốn sách chứa đựng tất cả những chữ đã có sẵn trong từ điển. Các ý tưởng, các hình ảnh trong đó cũng đã được những người khác dùng đi dùng lại vô số lần rồi. Mỗi câu ta dùng thường được "mượn" từ một nơi nào đó của một ai đó mà ta đã từng đọc, từng nghe được tích lũy trong ký ức. Khi sáng tác, ta tưởng như mình vừa "khám phá" ra một điều gì rất mới lạ y như thể điều đó là của riêng mình. Thực tế, ta chỉ "sao chép" lại mà không để ý.

Hãy đọc lại thử những bài thơ (nhất là thơ có vần) của ai đó vừa mới sáng tác, ta sẽ thấy không thiếu các nhóm chữ, các ý tưởng hầu như đã được đọc đâu đó hàng bao nhiêu lần rồi, nhưng được bố trí xuôi, ngược một cách khác mà thôi. Nhiều câu, ý hay đặc ngữ được sử dụng thường xuyên đến nỗi đã trở thành phổ thông ai cũng dùng cũng được mà không sợ mang tiếng đạo văn. Y như các thành ngữ vậy. Nhiều bài thơ tình đọc lên, nghe hao hao, khi thì TTKH khi thì Nguyên Sa khi thì Xuân Diệu. Những bài thơ tranh đấu hay yêu nước lại hao hao những Hoàng Cầm, Quang Dũng, Phùng Quán. Mà kể cả những TTKH, Nguyên Sa, Xuân Diệu hay Hoàng Cầm, Quang Dũng..., họ có thể cũng đã "sao chép" lại từ đâu đó, nếu không từ những bản văn Việt thì cũng từ bản văn Tàu hay Tây mà ta không biết nguồn gốc. Đối với những người tài hoa và khổ luyện thì cái "hao hao" không hiện rõ hay nói một cách khác, là khéo giấu. Còn đối với những người không khổ luyện, thì chẳng còn là "hao hao", mà là bắt chước, một hình thức "lắp ghép" chữ nghĩa không hơn không kém. Văn xuôi cũng thế. Thử đọc một trang văn xuôi của bất kỳ một tác giả nào đó, xem cách diễn tả về mùa thu hay mùa hè, trời mưa hay trời nắng, cách đối thoại, cách mô tả cử chỉ của đôi trai gái yêu nhau chẳng hạn, ta sẽ thấy ngay tính "hao hao" như thế từ tác giả này qua tác giả khác, kể cả cách phân đoạn, cách xuống dòng, ngắt câu. Thỉnh thoảng, cũng có người "phá cách" bằng cách đảo ngữ, cắt chữ, cắt câu hay cố tình kéo dài câu, không sử dụng dấu chấm, dấu phết, vân vân. Điều này hiếm, đòi hỏi "tài hoa" riêng của tác giả. Dẫu vậy, tính "sao chép" không dễ gì biến mất. Tóm lại, những ai đã từng kinh qua chuyện viết sẽ nhận ra ngay: người viết không có nhiều chọn lựa lắm trong việc thay đổi các cấu trúc căn bản của câu và chữ có sẵn.

Chẳng hạn bài viết này. Có thể nói, hầu như tất cả những câu, chữ hình thành trong bài đều được "sao chép" hay trích dẫn từ hàng chục hay hàng trăm nguồn khác nhau. Cách nêu tên các tác giả khác, ghi chú về tác phẩm cũng như các trích đoạn của họ đã chiếm hết phần chính của bài viết. Sau đó là những câu, những đoạn viết lòng vòng trong các phần chuyển đoạn, chuyển ý hay rào trước đón sau, hầu hết đều là "bắt chước" từ cách viết của nhiều tác giả mà tôi đã thuộc nằm lòng. Đó là chưa kể những ý tưởng được/bị "ăn gian" bằng cách nhại lại ý của một ai đó nhưng thay đổi cách viết (paraphrase) để cho khỏi mang tiếng đạo văn, để có vẻ là "của mình".

Có lẽ bạn sẽ ngạc nhiên thấy tôi "chê bai" những tên tuổi lớn trong văn chương Việt Nam rồi lại tự chê bai mình! Không đâu, tôi đang quảng diễn lại quan điểm của những nhà cấu trúc luận (structuralists). "Trong khi chủ nghĩa lãng mạn cũng như các khuynh hướng nhân bản khác xem tác giả là cội nguồn của văn bản - người sáng tạo ra văn bản, nên thay vì chú ý đến văn bản, nhà phê bình thường tập trung vào tác giả, cấu trúc luận có quan điểm hoàn toàn trái ngược, bất cứ một bản văn nào hoặc bất cứ một hệ thống biểu đạt nào đều không có nguồn gốc; tác giả thuần túy là người sống trong những cấu trúc đã tồn tại từ trước (pre-existing structures – langue) mà nhờ vào nó, họ viết nên một câu văn hay một câu chuyện - những đơn vị của ngôn ngữ (parole). Do vậy, ngôn ngữ nói lên tư tưởng của con người chứ không phải con người diễn đạt tư tưởng qua ngôn ngữ, như quan điểm của Saussure: *chính ngôn ngữ sáng tạo ra tư tưởng,*" theo Nguyễn Minh Quân.(10) Nhận định này đã tóm tắt những nét chính yếu của trào lưu tư tưởng hiện đại về vai trò của ngôn ngữ trong sáng tạo văn chương. Có thể nói, ngôn ngữ có tính chất tự động. Qua kinh nghiệm nói, giao tiếp, đọc và suy nghĩ, ngôn ngữ đi vào trong tâm thức cá nhân, chất chứa ở đó. Khi vận dụng, chúng sẽ tự động trào lên để cho chúng ta viết ra. Nguyên Sa, Xuân Diệu, Huy Cận, Hoàng Cầm không "làm" thơ. Nguyễn Tuân, Mai Thảo, Võ Phiến không "viết" văn, tôi không "viết" bài tiểu luận này. Chính ngôn ngữ Việt Nam đã "mượn" chúng tôi viết để thể hiện ra thành văn bản.

Bây giờ, hãy trở lại với hành trình của tác giả trong lịch sử.

Sau một thời gian dài được nâng lên đỉnh cao, kể từ cuối thế kỷ 20, vai trò của tác giả như là một nguyên tắc sản xuất, giải thích văn bản dần dần bị che mờ bởi những

---

(10) Nguyễn Minh Quân, *Lý thuyết và phê bình văn học đương đại: từ cấu trúc luận đến giải cấu trúc*, xem Tiền Vệ (tạp chí Việt). Xem: *http://www.tienve.org/home/viet/viewVietJournals.do?action=viewArtwork&artworkId=33*

khám phá mới về các đặc tính của văn chương, đặc biệt là vai trò của ngôn ngữ. Tác giả - mà xuyên qua đó là tính cá nhân - không còn được xem như là chất liệu độc quyền trong sự hình thành văn bản. Thay vào đó, tính phi cá nhân, tính trung tính (neutre) và nặc danh (anonymat) đã được chính các "tác giả" như Stéphane Mallarmé (1842-1898), Paul Valéry (1871-1945), Marcel Proust (1871-1922) rồi Samuel Beckett (1906-1989) hay Maurice Blanchot (1907-2003) đề cao và xem như là chủ đạo.

Mallarmé, trong "Crise de vers" (Khủng hoảng thơ),[11] cho rằng "tác phẩm tinh ròng bao gồm sự biến mất tiếng nói của nhà thơ, nhường chỗ cho ngôn ngữ."[12] Do đó, mục đích lý tưởng của nhà thơ là "loại trừ tác giả", làm sao cho tác phẩm là "chữ ký tắt phóng đại của thiên tài, vô danh và hoàn hảo như là một hiện hữu của nghệ thuật." Tác giả, theo ông, là phải tự xóa trước văn bản. "Nhà văn, từ những đau đớn, nhọc nhằn mà hắn khoái trá, hay từ những niềm vui, phải tự dựng nên thứ kịch tính tri thức ở văn bản." Còn Paul Valéry thì cho rằng văn chương vốn sống động như một giòng thác và tác giả là người chẳng viết gì cả. Vì theo ông, "Tất cả sản phẩm văn chương là sản phẩm hỗn tạp" (...) "Tất cả tác phẩm là tác phẩm của nhiều điều khác hơn là một tác giả."[13]

---

(11) Stéphane Mallarmé, *Crise de vers*; xem: *http://www.tierslivre.net/litt/mallarmCDV.html*

(12) Nguyên văn: L'œuvre pure implique la disparition élocutoire du poète, qui cède l'initiative aux mots.

(13) Nguyên văn: Toute l'œuvre est l'œuvre de bien d'autre choses qu'un "auteur". (Paul Valéry, *Tel Quel, Œuvres*, dẫn theo Antoine Compagnon, dixième leçon, phần "Modernité et effacement de l'auteur").

Marcel Proust, qua tác phẩm "Contre Sainte-Beuve",[14] được xem là người đầu tiên đưa ra một cái nhìn hiện đại tương đối rõ ràng về vai trò của tác giả. Đây là một tác phẩm "lai", vừa hư cấu vừa phê bình, được nhà xuất bản Gallimard xuất bản năm 1954, mấy chục năm sau khi Proust đã qua đời. Tác phẩm gây ra khá nhiều tranh cãi. Proust dành ra nhiều chương (The Method of Sainte-Beuve, Sainte-Beuve and Baudelaire, Sainte-Beuve and Balzac)... trực tiếp đề cập đến công việc phê bình của Charles Augustin Sainte-Beuve, nhà phê bình Pháp nổi tiếng thế kỷ 19. Trong nhiều bài viết trước đó, Proust đã phê phán một cách thẳng thừng cách giải thích tác phẩm và cuộc đời của các nhà văn lớn thời ông của Saint-Beuve. Lầm lẫn lớn nhất của Sainte-Beuve, theo Proust, là ông ta "hiểu lầm tính sáng tạo của các thiên tài và tính phi thực của các đối thoại." Proust dành nguyên phần "The Method of Sainte-Beuve" để bác bỏ phương pháp phê bình của Sainte-Beuve. Sainte-Beuve cho rằng: "Tôi không quan niệm văn chương là một cái gì riêng biệt hay ít nhất là tách khỏi phần còn lại của tác giả và bản chất của ông ta. Nếu người ta không hỏi tác giả một số câu hỏi nào đó và nhận được những câu trả lời, dù đó chỉ là những lời tâm sự riêng tư, thì người ta không thể nào chắc chắn nắm vững hoàn toàn về tác giả, ngay cả khi những câu hỏi này dường như hết sức xa cách với bản chất với những gì họ viết."[15] Nghĩa là, theo Sainte-Beuve, ta phải biết quan niệm của tác giả về tôn giáo, thiên nhiên, về phụ nữ, về tiền bạc, đồng thời cũng phải

---

(14) Marcel Proust, *Contre Sainte-Beuve*, trong "*Mr. Proust, on Art and Literature*", Sylvia Townsend Warner dịch, nxb Carroll & Graf Publishers, Inc., NY, 1997 từ trang 19-265; có đối chiếu với một vài trích đoạn tiếng Pháp trên Internet: *http://agora.qc.ca/mot.nsf/Dossiers/Charles-Augustin_Sainte-Beuve*

(15) Marcel Proust, sách đã dẫn, trang 98-99

biết anh ta giàu hay nghèo, đời sống hàng ngày ra sao, có những thói hư tật xấu nào, vân vân và vân vân mới hiểu được tác phẩm. Proust cho rằng phương pháp tiểu sử của Sainte-Beuve như thế là sai lầm vì không biết một điều căn bản: tác phẩm là "sản phẩm của một cái tôi khác hơn cái tôi mà chúng ta biểu lộ trong các thói quen của chúng ta, trong đời sống xã hội chúng ta, trong những thói xấu của chúng ta." Bằng cách đi sưu tập thông tin về đời sống của tác giả, Sainte-Beuve đã khiến cho cái tôi vốn đã làm nên tác phẩm bị che mờ, bị khuất lấp, bị đặt nằm dưới những cái tôi bên ngoài không liên hệ gì đến tác phẩm.[16]

Những cách nhìn mới mẻ nói trên của Mallarmé, Paul Valéry và Marcel Proust đã phần nào làm cho hình ảnh của tác giả mất đi vị thế hàng đầu mà nó đã chiếm giữ trong suốt thế kỷ 19. Nhưng vai trò tác giả bị đặt thành vấn đề một cách có hệ thống và gây ảnh hưởng lâu dài về sau xuất phát từ một nhà ngữ học Pháp: Ferdinand de Saussure, với "Ecrits de linguistique générale" (Giáo trình ngôn ngữ học đại cương), là người được xem như cha đẻ của ngành ngữ học thế kỷ 20 cũng như lý thuyết cấu trúc học hiện đại. Tuy cơ cấu học áp dụng vào nghiên cứu văn chương chỉ nở rộ vào thập niên 1960, nhưng ngôn ngữ với những vấn đề và hàm ý của nó, đã trở thành, vừa là mẫu mực vừa là ám ảnh đối với sinh hoạt trí thức của thế kỷ 20. Có thể nói, *cấu trúc*

(16) Marcel Proust, sách đã dẫn, trang 100. Thực ra, theo Marc Escola, Proust đã không hiểu đúng hoàn toàn phương pháp của Sainte-Beuve (SB). SB đề cập đến sự khởi nguyên (genèse) của tác phẩm. Đó là điểm bí ẩn xây dựng nên cái gọi là "thời điểm quan trọng của kiệt tác đầu tiên" (le moment critique du premier chef-d'œuvre): điểm phân chia tác giả thành hai, trong đó, phần sáng tạo ra tác phẩm được SB gọi là "hiện hữu thứ hai" (seconde existence), không khác gì mấy với quan niệm về cái "tôi sáng tạo" của Proust. Mục đích của phương pháp SB là tạo một sự liên tục giữa con người và nhà văn trong lúc vẫn không xóa bỏ dấu ấn của một sự bất liên tục của hai hiện hữu. (Xem "Proust contre Sainte-Beuve": *http://www.fabula.org/atelier.php?Proust_contre_Sainte-Beuve*)

học là một dự tính suy nghĩ lại mọi sự một lần nữa xuyên qua ngôn ngữ học.

Theo Saussure, ngôn ngữ là một hệ thống bao gồm những ký hiệu (signs). Ký hiệu gồm có hai phần: một phần chỉ ý nghĩa, gọi là phần được biểu đạt (signified) và một phần chỉ vật quy chiếu, tức là chữ hay một dấu hiệu nào đó gọi là phần biểu đạt (signifier). Tương quan giữa hai phần là một tương quan có tính cách võ đoán (arbitrary), khiến cho văn bản bị tách ra khỏi môi trường chung quanh và làm cho nó trở thành một vật tự động. Đó là một vương quốc đóng kín, một hệ thống tương quan ngôn từ (verbal relationships), không dính líu gì đến hiện thực bên ngoài. Mỗi một ký hiệu trong hệ thống sở dĩ *có nghĩa* chỉ vì một lý do đơn giản tiềm ẩn ngay ở trong chính hệ thống: nó *khác* với những ký hiệu khác. Chữ "cat" (con mèo) chẳng hạn, tự nó chẳng có nghĩa gì cả, nhưng nó có nghĩa vì nó khác với chữ "cap", "cad" hay "bad". Như thế, trong ngôn ngữ, chỉ có sự khác nhau là quan trọng. Nghĩa không nằm một cách bí mật bên trong chính nó mà nằm trong tương quan với những ký hiệu khác. Nó có tính "chức năng" (functional), do sự khác biệt với các dấu hiệu khác. Cấu trúc học tin rằng hiện thực và kinh nghiệm về nó là hoàn toàn tách biệt hẳn nhau.

Như thế, trái ngược hẳn với quan niệm cho rằng tác giả là một người (cụ thể) nào đó viết tác phẩm để diễn tả chính mình, là tổ chức kinh nghiệm mà mình có trong khi giao tiếp với hiện thực vào một văn bản, biến chúng thành ý nghĩa để truyền đạt đến người đọc, thì đối với những nhà lý thuyết về ngôn ngữ, văn chương là một cơ cấu ngôn từ tự động (autonomous verbal structure), hoàn toàn cắt đứt khỏi bất cứ quy chiếu nằm bên ngoài nó.[17] Ý nghĩa không đơn giản chỉ là những gì được "diễn tả" hay được "phản

---

(17) Jonathan Culler, *Ferdinand de Saussure*, phần "Saussure's Theory of Language", nxb Cornell University Press, Ithaca, NY 1986.

ảnh" trong ngôn ngữ, mà trái lại, được "sản xuất" bởi chính ngôn ngữ. Nói cách khác, ngôn ngữ đi trước kinh nghiệm. Mà ngôn ngữ là cái gì luôn luôn bị "trượt", do đó, ý nghĩa không ổn định, không luôn luôn giống nhau.

Ngữ học cơ cấu ảnh hưởng nhiều đến các nhà "Hình thức luận Nga" (Russian Formalists) vào đầu thế kỷ 20 (từ thập niên 1920), dù bản thân phong trào này không thuộc xu hướng Cấu trúc luận. Họ nhìn các văn bản văn chương một cách cơ cấu (structurally), tuy nhiên chỉ trên phần hình thức, mà không chú ý đến các luật tắc và cấu trúc tiềm ẩn, nằm sâu bên dưới các văn bản. Tuy nhiên, một trong những người trong nhóm, Roman Jakobson, cung cấp một mắt xích quan trọng nối liền trào lưu Hình thức luận Nga và các trào lưu cấu trúc học hiện đại. Văn chương, đối với họ, là một sản phẩm tự động, không dính líu gì tới bên ngoài. Cái làm cho một tác phẩm trở thành tác phẩm văn học là do "tính văn chương" (literariness) của nó chứ không phải là do tác phẩm hay tác giả. Jakobson cho rằng các từ ngữ rút ý nghĩa của chúng từ sự sắp xếp của chúng bên trong một tác phẩm (bài thơ chẳng hạn), chứ không phải từ những quy chiếu bên ngoài chúng. Văn phong là phương tiện mà nhà văn mượn để dùng, nhằm tạo sự cân bằng đối với ngoại giới, nhưng thế giới mà nó tạo ra không dính dáng gì đến cái thế giới của sử học hay địa lý bên ngoài. Một khuôn mặt nổi bật khác của nhóm Hình thức luận Nga, Viktor Shklovsky, cho rằng những tác phẩm văn chương tựa như những bộ máy. Chúng là kết quả của một hoạt động, trong đó, một kỹ năng đặc biệt chuyển những nguyên liệu thành một cơ cấu phức tạp thích hợp với một mục đích đặc thù nào đó. Điều này tách văn chương khỏi sự dính líu đến bản thân tác giả và cả độc giả và bối cảnh phát sinh ra chúng. Nghệ thuật, cũng theo Shklovsky, là "tổng số những thủ pháp (devices) mà người nghệ sĩ vận dụng để làm nên tác phẩm của ông/bà ta." Cũng theo ông, "Nghệ thuật là một cách trải nghiệm tính nghệ thuật của một vật, còn vật đó như thế nào thì không quan trọng."

Hầu như cùng một lúc, nhưng ở một chân trời khác, là phong trào "Phê bình mới" (New Criticism). Trường phái này, lúc đầu xuất hiện ở Anh, sau đó phát triển mạnh ở Hoa Kỳ từ năm 1940 với một nhóm các nhà phê bình văn chương Hoa Kỳ hầu hết đều dạy ở các đại học miền nam sau Đệ Nhất Thế Chiến như John Crowe Ransom, William Wimsatt, Monroe Beardsley, Cleanth Brooks rồi kéo dài đến giữa thập niên 1960. Phần lớn các nhà "Phê bình mới" không biết gì về "Hình thức luận Nga", nhưng lại có nhiều quan điểm tương đồng về nghiên cứu văn chương. Văn chương được hiểu là những gì chỉ tồn tại trong văn bản. Họ bài bác tất cả những hình thức diễn ngôn phi văn chương, nghĩa là những gì không có trong văn bản; thay vào đó, họ nhấn mạnh đến vai trò của cấu trúc cũng như mối liên hệ nội tại chứa đựng trong đó. Đối với Wimsatt và Beardsley, chỉ có những con chữ trên trang giấy là quan trọng, còn tất cả những gì lấy từ bên ngoài văn bản đều hoàn toàn vô giá trị. Họ cho rằng những kiến thức ngoại-văn-chương cũng như kiến thức về văn học sử đều không mấy cần thiết đối với phê bình văn học. Với họ, chỉ có một thứ lịch sử cần thông thạo, đó là lịch sử của chữ. "Nghĩa của những con chữ là lịch sử của chữ và tiểu sử của một tác giả, cách dùng chữ của hắn ta và những liên tưởng mà chữ có đối với *hắn* là một phần của lịch sử và nghĩa của chữ," theo Bearsdley và Wimsatt.[18] Mặt khác, ngay cả cho dù họ quan tâm đến ý nghĩa của văn bản (điều này khác "Hình thức luận" Nga), thì ý nghĩa đó cũng không nằm ngoài văn bản. Họ bài bác mỗi tác phẩm chỉ có một ý nghĩa duy nhất (là ý nghĩa do

---

(18) William Wimsatt and Monroe Beardsley, *The Intentional Fallacy*, trong "The Verbal Icon", nxb Methuen & Co LTD, London 1970, trang 10.

tác giả định đặt) mà nhấn mạnh đến tính đa nghĩa. Một tác phẩm "chỉ có một ý nghĩa duy nhất" là điều mê tín, theo Ivor Richards.

Tóm lại, đối với những nhà cấu trúc luận, "Hình thức luận Nga" hay "Phê bình mới" Mỹ, một tác phẩm văn chương chính là văn bản, nghĩa là những con chữ. Những con chữ đó nằm trong một cấu trúc nội tại. Do đó, toàn bộ ý nghĩa của chúng gắn liền với những con chữ và hình thức cấu trúc đó. Những gì nằm ngoài đều là phi văn chương. Với tính cách là một cấu trúc, văn bản là một sản phẩm phi cá nhân, hoàn toàn nặc danh. Cho nên các yếu tố lịch sử, tâm lý học, xã hội, đạo đức, chính trị... đều không có ảnh hưởng gì trong nghiên cứu văn chương. Và quan trọng nhất, tác giả không đóng một vai trò gì đáng kể trong tác phẩm. Tác giả không còn được xem là thứ "thiên tài đặc dị" như các nhà lãng mạn chủ nghĩa tôn vinh hay "thư ký thời đại" như các nhà hiện thực chủ nghĩa phong tặng. Với họ, tác giả chỉ còn là những người thợ thủ công, kẻ nắm vững các kỹ thuật làm mới ngôn ngữ và các phương pháp tự sự, biết cách sắp xếp các vật liệu ngôn từ một cách hoàn hảo mà thôi.[19]

---

(19) Các tóm tắt và một số trích dẫn về "Cấu trúc luận" (Structuralism), "Hình thức luận Nga" (Russian Formalism) và "Phê bình Mới" (New Criticism), tham khảo ở "The Continuum Encyclopedia of Modern Criticism and Theory", được nhiều tác giả do Julian Wolfreys làm tổng biên tập, biên soạn, nxb The Continuum International Publishing Group Inc, NY, 2006; và ở Nguyễn Hưng Quốc, trang mạng "Tiền Vệ", phần "Các lý thuyết phê bình văn học": *http://www.tienve.org/home/literature/viewLiterature.do?action=viewArtwork&artworkId=3822*

Cái chết của tác giả

Tác giả không những mất vai trò chính mà có lúc, còn bị giết chết. Người đầu tiên đưa tác giả lên đoạn đầu đài là Roland Barthes qua một bài viết đầy ấn tượng: "La mort de l'auteur" (Cái chết của tác giả).[20] Người ta gọi đó là một "biến cố văn chương", xảy ra đúng vào lúc có cuộc nổi loạn của sinh viên và người lao động năm 1968 ở tại Paris. Sự giết chết tác giả, đánh dấu sự chuyển dịch từ lý thuyết cấu trúc luận đến lý thuyết hậu cấu trúc (post-structuralism) hòa cùng với phong trào chống độc đoán (anti-authoritarianism), chống lại nhà cầm quyền Pháp thời bấy giờ là chính phủ De Gaulle.

Theo nhà phê bình thuộc khuynh hướng hậu cấu trúc học này thì, tác phẩm (work) và văn bản (text) khác hẳn nhau.[21] Tác phẩm là một thành phần của sản phẩm văn chương, chiếm một khoảng không gian nào đó (như xếp nằm trên giá sách của thư viện), tức là một cuốn sách, trong lúc đó, văn bản thuộc về lãnh vực phương pháp. Barthes lấy cách mà nhà phân tâm học Jacques Lacan phân biệt giữa "la réalité" (hiện thực) và "le réel" (cái có thực) - theo đó, hiện thực thì được trưng bày còn cái có thực thì được giải thích - để phân biệt giữa "tác phẩm" là cái để trưng bày còn "văn bản" là một tiến trình giải thích theo một số quy luật nào đó. Tác phẩm có thể giữ trong tay, còn văn bản thì được giữ trong ngôn ngữ; nói cách khác, văn bản chỉ hiện

---

(20) Roland Barthes, *Image-Music-Text,* bản dịch tiếng Anh của Stephen Heath từ "La mort de l'auteur", nxb "Hill and Wang", New York, 1978, phần *The Death of the Author*, từ trang 142-148. Dù không có nguyên bản tiếng Pháp trong tay, những trích dẫn trong tiểu mục này, người viết có sử dụng một số trích đoạn bằng tiếng Pháp, lấy từ một vài trang mạng liên hệ đến bài viết "La mort de l'auteur".

(21) Xem Roland Barthes, sđd, phần *From Work to Text,* từ trang 155-164.

hữu trong chuyển động của diễn ngôn. Chính văn bản mới là tác phẩm thực sự, còn cái gọi là tác phẩm chỉ là hình thức vật chất bên ngoài của nó mà thôi.

Văn bản, theo Barthes, không phải là những hàng chữ phóng ra một ý nghĩa "thần bí" nào đó nhưng là một không gian đa chiều, trong đó, có vô số bản văn trộn lẫn và đụng độ lẫn nhau. Văn bản bao gồm những con chữ xếp vào nhau thành một cấu trúc nào đó mà ta có thể nhìn thấy ngay, nếu cần tìm cần hiểu thì căn cứ vào đó chứ khỏi phải mất công đi tìm đâu xa. Nói một cách khác, văn bản là văn bản, chẳng có cái gì bí ẩn chứa đựng đâu đó bên dưới những con chữ. Đó là một chuỗi những trích dẫn rút ra từ vô số trung tâm văn hóa khác nhau qua một quá trình gọi là viết. Như thế, viết đơn giản chỉ là một hành động "trích dẫn", chứ không phải là sáng tạo, vì những gì tồn tại qua văn bản, thực ra, chẳng có cái nào gọi là mới cả. Ngôn ngữ là những gì có sẵn đâu đó trong sách vở hay trong việc giao tiếp hàng ngày rồi. Như thế, một văn bản được tạo thành bởi nhiều bản viết khác nhau, rút ra từ nhiều nền văn hóa khác nhau và đi vào những tương quan hỗ tương về đối thoại, nhại văn, tranh cãi. Vậy thì xem xét một văn bản không phải là giải đoán (deciphered) mà là tháo gỡ (disentangled). Ở điểm này, Barthes loại bỏ hẳn tất cả những yếu tố nào không thuộc về ngôn ngữ. Ông nói rõ: Viết, là đạt đến điểm, nơi mà chỉ có ngôn ngữ tác động, trình diễn.

Vậy thì người viết nằm ở đâu? Theo ông, không có một chủ thể viết thực sự, mà chính sự trình diễn, sự tác động của ngôn ngữ tạo ra một hình thức "chủ thể". Và chủ thể này không hề là một người bằng xương bằng thịt nào đó mà đơn giản chỉ là một chủ thể trần thuật hay là một chủ thể theo nghĩa văn phạm có mặt cùng với lúc đang viết *hic and nunc*, ở đây và bây giờ. Nó tự đủ với chính nó, không cần cái gì ở bên ngoài xác định, để khiến cho ngôn ngữ kết hợp lại nhau. Cái viết không ngừng ấn định ý nghĩa và cùng lúc không ngừng làm cho nó biến mất, triển hạn.

Tóm lại, về phương diện ngữ học, tác giả chẳng có gì khác hơn là "cái viết cụ thể", nghĩa là ngôi vị "tôi" trong văn bản chẳng có gì khác hơn là cái cụ thể đó nói "tôi".(22) Như thế thì không có một "tác giả" nào nói cả mà chính ngôn ngữ "nói".(23) Tác giả chỉ đóng vai trò của một là kẻ ghi chép (copier) có nhiệm vụ trộn lẫn các bản viết. Đó là một "tồn tại trên giấy" (un être de papier) chứ không phải là một cá nhân thực sự theo nghĩa tâm lý học. Từ đó, Barthes không ngần ngại khẳng định: Tác giả không sáng tạo gì cả, hắn chỉ lắp ghép.(24) Với một cái nhìn như thế, văn bản không hề là phương tiện để nhà văn diễn tả về chính mình. Những gì mà ta tưởng là chuyển dịch những điều bên trong nhà văn thành con chữ, tự nó chỉ là một cuốn từ điển đã được hình thành rồi; con chữ này chỉ có thể giải nghĩa được là nhờ con chữ khác và cứ thế đến vô cùng, từ câu đến câu, từ văn bản đến văn bản, vân vân.

Như đã đề cập ở phần trên, tác giả là một khuôn mặt mới, một sản phẩm của tiến trình lịch sử. Quy cho tác giả đóng một vai trò quan trọng trong việc hình thành văn bản, theo Barthes, xuất phát từ một quan niệm sai lầm xuất hiện từ thời Trung Cổ dưới ảnh hưởng của chủ nghĩa thực nghiệm Anh, chủ nghĩa duy lý Pháp và niềm tin vào thời kỳ Phục Hưng, lúc mà người ta khám phá ra uy thế của cá nhân như một chủ thể, không những là chủ thể hành động của mình mà còn là chủ thể lịch sử. Tác giả thường được xem như là quá khứ của tác phẩm, là kẻ cưu mang tác

(22) Nguyên văn: L'auteur n'est jamais rien de plus que celui qui écrit, tout comme Je n'est autre que celui qui dit "Je".

(23) Nguyên văn: C'est le langage qui parle, ce n'est pas l'auteur.

(24) Nguyên văn: L'auteur n'invente rien, il bricole.

phẩm, hiện hữu *trước* tác phẩm, suy nghĩ đau đáu và sống cho tác phẩm y như quan hệ giữa cha và con. Từ đó, tác giả ngự trị trong lịch sử văn học, đưa đến việc các nhà văn tìm cách đồng nhất mình vào tác phẩm qua nhật ký hay hồi ức. Sự hiểu sai về vai trò của tác giả đưa đến sự hiểu sai về công việc phê bình: nhà phê bình là người tự cho mình làm một công việc quan trọng là khám phá ra tác giả (và những hoàn cảnh của hắn: xã hội, lịch sử, tâm lý…) nằm bên dưới tác phẩm. Một khi tác giả được tìm thấy, được soi sáng (bằng các chi tiết về cuộc đời, về quan niệm, về hành vi…) thì tác phẩm xem như đã được "giải nghĩa" và thế là thành công. Thế cho nên, không có gì ngạc nhiên là về phương diện lịch sử, sự ngự trị của tác giả cũng là thời kỳ ngự trị của nhà phê bình, theo Barthes.

Nhưng nếu tác giả không đóng vai trò gì thì tại sao có sự hiện diện của văn bản? Barthes cho rằng sự thống nhất của văn bản nằm ở chỗ đến là độc giả, không phải nơi xuất phát là tác giả.[25] Độc giả là không gian, nơi mọi trích dẫn tạo nên bài viết, không bị mất. Nơi đến này không còn mang tính cá nhân: độc giả thì không lịch sử, không tiểu sử, không tâm lý, đơn giản chỉ là *một ai đó* giữ lại với nhau trong một lãnh địa duy nhất tất cả dấu vết mà văn bản được dựng nên. Barthes kết luận bài viết: Phê bình cũ không bao giờ chú ý đến độc giả mà cho tác giả là nhân vật duy nhất. Đó chỉ là một huyền thoại. Phải lật đổ huyền thoại này: sự khai sinh ra độc giả phải được trả bằng cái chết của tác giả.[26]

Một năm sau bài viết gây chấn động của Barthes là một bài viết khác của Michel Foucault, đề cập đến cùng

(25) Nguyên văn: Le lecteur, non l'auteur, est le lieu òu l'unité du texte se produit, dans sa destination au lieu de son origine.

(26) Nguyên văn: Donner un Auteur à un texte, c'est imposer à ce texte un cran d'arrêt, c'est le pourvoir d'un signifié dernier, c'est fermer l'écriture – La naissance du lecteur doit se payer de la mort de l'Auteur.

một vấn đề: "Qu'est-ce qu'un auteur"[27] (Tác giả là gì?). Cũng như Barthes, ngay trong phần mở đầu bài viết, Foucault khẳng định rằng việc cá nhân hóa vào thời điểm đặc biệt nhất trong lịch sử của văn chương, triết lý và khoa học đưa đến sự hình thành khái niệm về tác giả. Nhưng Foucault quả quyết: ngày nay, cái viết đã khác trước. Viết không còn là để bày tỏ, diễn đạt một điều gì đó. Cái "viết" tự quy chiếu với chính nó, tuy nhiên, không phải là trong hình thức nội tính (intériorité) mà là "đồng hóa với thứ ngoại tính phơi mở riêng của nó" (sa propre extériorité déployée). Điều đó có nghĩa: viết là "một trò chơi của các ký hiệu được sắp xếp dựa theo bản chất của cái biểu đạt [các con chữ] hơn là dựa theo nội dung được biểu đạt của nó [ý nghĩa]."

Viết tự mở ra như một trò chơi vượt ra ngoài quy luật. Trong việc viết, điều quan trọng không xuất phát từ sự biểu lộ của hành vi viết, cũng không phải là "ghim chủ thể viết vào trong ngôn ngữ, mà là mở ra một không gian, nơi mà chủ thể viết không ngừng biến mất." Cách nói có phần tối nghĩa của Foucault, thực ra, chỉ là thế này: viết không phải là phương tiện để diễn đạt những xúc động hay ý tưởng của một ai đó gọi là tác giả. Vì viết không có nghĩa là truyền thông giữa tác giả và độc giả như ta thường quan niệm, trái lại, chỉ là sự lưu thông của ngôn ngữ chính nó, bất chấp sự hiện hữu của tác giả và độc giả. Như thế thì khái niệm viết trong cách dùng hiện nay, theo ông, dường như là chuyển những "đặc tính thực nghiệm" của tác giả thành một "nặc danh siêu việt" (anonymat transcendental). Nghĩa là tác giả biến mất.

Ở đây, ta thấy cách phân tích của Foucault khác hẳn cách lý giải của Barthes. Tuy không bài bác quan điểm của

(27) Michel Foucault, "*Foucault, Dits et Écrits, Volume I, 1954-1975*", Gallimard, Paris 2001, phần *Qu'est-ce qu'un auteur?,* từ trang 817-849.

Barthes, nhưng thay vì khẳng quyết cái chết không thể cứu vãn được của tác giả, Foucault tra vấn ngược lại về vai trò của nó. Trước hết, tác phẩm bao giờ cũng phải đi kèm theo một cái tên riêng và vì thế, dù muốn dù không, ta phải xét đến cách dùng cái tên riêng đó. Xin lưu ý, Foucault muốn nói tới cái "tên riêng" (nom propre) của tác giả chứ không phải là tác giả. Cái tên riêng đó đóng vai trò gì? Theo ông, tên riêng dao động giữa hai cực: một, sự chỉ định một cá nhân nào đó và hai, sự diễn đạt quy cho các ý tưởng gắn liền với nó. Nhưng nhất định hai cực đó không đồng nhất nhau, mà chỉ nối với nhau qua một liên hệ đặc thù. Nó giúp tập hợp một số bài viết, một số sách, xác định nguồn gốc chúng với mục đích tách chúng ra, cho khỏi lẫn lộn với tác phẩm của những người khác, đồng thời xác định mối liên hệ giữa các văn bản. Nói khác đi, tên tác giả là vật biểu đạt kèm theo văn bản để cho thấy nó khác biệt với các văn bản khác. Những văn bản có kèm theo tên tác giả chỉ nhằm tạo ra sự chú ý chứ không tạo ra một giá trị văn hóa nào. Nó nằm ở mé ngoài của văn bản; tự nó, nó chẳng góp gì nhiều vào giá trị của chính văn bản.

Tên tác giả, mặt khác, tiêu biểu cho một cách hiện hữu nào đó của diễn ngôn.[28] Nó cho thấy diễn ngôn không

(28) Diễn ngôn (discourse) là ý niệm đóng một vai trò khá quan trọng trong toàn bộ tư tưởng của Foucault. Nói một cách tổng quát, diễn ngôn được dùng để chỉ định những hình thức biểu tượng, mật mã, quy ước và các thói quen của ngôn ngữ sản xuất ra những ý nghĩa đặc biệt trong một nền văn hóa ở một giai đoạn lịch sử nào đó. Diễn ngôn được xem như là một cách định chế hóa tư tưởng trong xã hội, cho phép người ta nhìn mọi sự mọi vật dưới một hình thức nào đó, kể cả chân lý. Diễn ngôn ảnh hưởng trên tất cả quan điểm của chúng ta, không ai có thể thoát ra khỏi nó. Ví dụ, tùy thuộc vào xã hội và văn hóa mà ta nhìn những phong trào du kích chống Tây phương dưới hai diễn ngôn khác nhau: những kẻ khủng bố hay là những kẻ chiến đấu cho tự do. Cũng thế, cùng một vấn đề (chẳng hạn như nhân quyền) diễn ngôn của người Việt hải ngoại khác hẳn với diễn ngôn của người Việt trong nước dưới chế độ cộng sản hiện nay. Nói khác đi, diễn ngôn được chọn lựa cung cấp cho ta từ vựng, các

phải là thứ ngôn ngữ đến-đến-đi-đi sử dụng hàng ngày, mà ngược lại, là thứ ngôn ngữ phải được tiếp nhận một cách nào đó, trong một nền văn hóa nào đó vào một khoảng thời gian nào đó. Kết quả là, trong một nền văn minh như nền văn minh hiện nay, có một số diễn ngôn được gọi là tác giả trong lúc một số khác thì không. Chẳng hạn như một lá thư riêng có người ký tên, nhưng người đó không là tác giả; một hợp đồng có người ký tên, nhưng người đó cũng không là tác giả; một văn bản vô danh dán trên tường có lẽ do một ai đó viết nên, nhưng đó vẫn không được xem là tác giả. Tác giả phải là một cách thế hiện hữu, cách thế luân chuyển và vận dụng của những diễn ngôn nào đó bên trong một xã hội.

Như thế thì, tác giả, theo Foucault, chẳng phải là một con người cụ thể nào đó mà là một chức năng: "chức năng tác giả" (fonction auteur). Nó giống như một cơ cấu hay một tập hợp bao gồm những niềm tin hay những giả định nào đó điều khiển sự sản xuất, lưu thông, sắp xếp và tiêu thụ văn bản. Foucault phân biệt ra bốn đặc điểm của chức năng tác giả:

> 1. Chức năng tác giả gắn liền với sự chiếm hữu và hình thức chiếm hữu đó liên hệ đến luật pháp. Khác với khi diễn ngôn được quy cho các chuyện thần thoại, các văn bản bắt đầu kèm theo tên tác giả nhằm mục đích trừng phạt con người mang tên đó trong trường hợp văn bản có chứa đựng nội dung vi phạm các quy định có sẵn. Chỉ khi xem

---

đặc ngữ và cả cách truyền đạt để ta sử dụng. Foucault còn dùng các thuật ngữ "discursive practices" và "discursive formation" trong khi phân tích về các định chế đặc biệt và các hình thành nên trật tự của chân lý hoặc cái được thừa nhận như là hiện thực trong một xã hội nào đó. (Xem thêm "The Archaeology of Knowledge", Sheridan Smith dịch, nxb Pantheon Books, A Division of Random House, New York, 1972).

những gì viết ra là tài sản của một ai đó cụ thể thì người ta mới có cớ để áp dụng hình phạt (tịch biên tài sản, bỏ tù…). Trong nền văn hóa hiện nay, diễn ngôn không phải là một sự vật, một sản phẩm hay một của cải mà là một "hành vi" (acte) được quy cho là thiêng liêng hay trần tục, hợp pháp hay bất hợp pháp, sùng đạo hay báng bổ thần thánh.

2. Chức năng tác giả không có tính phổ quát và bất biến cho tất cả mọi diễn ngôn. Chẳng hạn những bài cổ thi, ca dao, truyện cổ tích không cần tác giả vì tính cách cổ xưa và phổ thông là những tiêu chuẩn bảo đảm cho giá trị của chúng. Các bài viết về khoa học cũng không cần tác giả, nếu đã được chứng minh là đúng. Tuy thế, những gì viết ra có tính văn chương, phải cần có tên tác giả mới bảo đảm được giá trị. Ngay cả một câu thơ cũng cần phải biết là do ai làm ra.

3. Chức năng tác giả không tự hình thành một cách ngẫu phát như là đặc quyền của một diễn ngôn nơi một cá nhân, mà là kết quả của một vận hành phức tạp kiến tạo nên một hiện thực hữu lý nào đó (un certain être de raison) mà ta gọi là tác giả. Cách hình thành một "triết gia" khác cách hình thành một "nhà thơ"; cách hình thành một "tác giả" xưa khác cách hình thành "tác giả" ngày nay.

4. Một văn bản luôn luôn mang một số dấu vết nào đó được quy cho tác giả, chẳng hạn như các đại danh từ, các động từ hay trạng từ chỉ thời gian và nơi chốn hay các chi tiết mang tính cá nhân, nhưng đó chỉ là cách kể chuyện của người kể chuyện (narrateur) và người kể chuyện là một "cái tôi khác" (alter ego) so với nhà văn thực sự.

Tất cả mọi diễn ngôn mang chức năng tác giả đều bao gồm nhiều "cái tôi" khác nhau.

Như thế, mục đích của việc phân tích tác phẩm không phải là dựng lại cái mà tác giả đã nói hay muốn nói, không phải là dựng lại phổ hệ của những tri thức cá nhân (chẳng hạn như nguồn gốc, ảnh hưởng, hành vi và phản ứng của tác giả) phù hợp với những đối tượng của lịch sử văn chương, nhưng là diễn tả sự hình thành những ý tưởng, những điều kiện của các diễn ngôn, để thực hiện một thứ "khảo cổ học của tri thức" (archéologie du savoir). Tất cả diễn ngôn, cho dù là địa vị, hình thức, giá trị của chúng như thế nào và cho dù người ta đối xử với chúng như thế nào, sẽ diễn ra trong cái mà Foucault gọi là "sự nặc danh của tiếng thì thầm."(29) Rốt cuộc, theo Foucault, đến lúc đó, người ta sẽ không còn hỏi, chẳng hạn, "Ai viết, ai diễn đạt…?" mà sẽ hỏi, "Cách hiện hữu của loại diễn ngôn này là gì?" Nghĩa là: chẳng còn ai mất công thắc mắc ai là kẻ viết nên tác phẩm.

Đi tìm tác giả

Tóm lại, vai trò của tác giả đối với tác phẩm có thể tóm lược trong hai mối quan hệ:

- Tác giả - ngôn ngữ - văn bản: tác giả sử dụng ngôn ngữ để viết nên văn bản nhằm diễn tả những gì mình suy nghĩ về hiện thực. Quan hệ này khiến tác giả trở thành chủ thể của văn bản.

- Ngôn ngữ - tác giả - văn bản: Ngôn ngữ "sử dụng" tác giả hay "mượn" tác giả như một trung gian hay một

(29) Anonymat du murmure. (Michel Foucault, bđd, trang 839-840).

phương tiện để tạo nên văn bản. Quan hệ này đẩy tác giả vào phía sau, biến tác giả thành một chức năng hay đi xa hơn, biến tác giả thành một xác chết.

Trong lúc không ai tin rằng tác giả đã chết đi (theo Barthes) hay sẽ biến mất (theo Foucault) thì việc dùng ngữ học áp dụng trong phân tích văn chương đã góp phần làm suy yếu hẳn vai trò của tác giả, tước đi vầng hào quang mà họ đã được phong tặng một cách nhiệt tình vào thế kỷ 19 cho đến đầu thế kỷ 20. Trong các phương pháp phân tích văn chương sau này, ta thấy là tác giả (tiểu sử, quan niệm, cá tính…) được đề cập đến như là một yếu tố chú giải chứ không còn là yếu tố chính trong việc phê phán giá trị thực sự của một tác phẩm văn chương. Tác giả không còn *là* văn chương, không còn *là* tác phẩm (của chính họ). Một nhận định như thế, tuy có thể làm thương tổn đến công lao của người sáng tác, nhưng mặt khác, trong nhiều trường hợp, khiến ta đến với các tác phẩm nghệ thuật nói chung và văn chương nói riêng trong một tâm thế thoải mái và vô tư. Chẳng hạn như khi hát nhạc Trịnh Công Sơn hay Phạm Duy, hay khi đọc các tác phẩm của một số nhà văn tiền chiến trước khi họ trở thành đảng viên cộng sản, người nghe hay người đọc chỉ quan tâm đến chính tác phẩm chứ không phải tác giả và lập trường hay hành vi, thái độ của họ.

Một trong những quan điểm mà những nhà "Phê bình mới" tấn công mạnh mẽ nhất để hạ bệ tác giả là "intentionalism" (ý hướng tính) hay "authorial meaning" (ý nghĩa dựa theo tác giả). Quan điểm này cho rằng "ý định" của tác giả chi phối ý nghĩa chính của văn bản.

Trong một bài viết chung có tựa đề là "Intentional Fallacy" (Ngụy luận về ý định), William Wimsatt và Monroe Beardsley gọi "ý hướng tính" là một "ngụy luận", hoàn toàn thiếu cơ sở thực tế. Hai ông không phủ nhận rằng khi sáng tác, tác giả có thể có một ý định nào đó, muốn nói lên một cái gì đó, nhưng ý định đó là không "sẵn sàng" (available) cũng không "đáng mong muốn" (desirable) như là một tiêu chuẩn để đánh giá một tác phẩm văn chương, vì văn bản tự nó biểu lộ một thẩm quyền cao hơn hẳn ý định có trong đầu tác giả. Một bài thơ, theo hai ông, không hề "hiện hữu một cách tình cờ"; các con chữ (trong bài thơ) phải xuất phát từ "một đầu óc, chứ không phải từ một cái mũ." Nhưng dùng điều đó như nguyên nhân, rồi xem như một chuẩn mực để đánh giá bài thơ, là một điều sai lầm. Đánh giá một bài thơ cũng như đánh giá một món tráng miệng hay một cái máy, điều quan trọng là nó có hiệu quả hay không. Nếu một món tráng miệng gồm có bơ, sữa, trứng; một cái máy gồm có những đồ phụ tùng như đinh vít, con ốc, xi-lanh, thì một bài thơ phải gồm những con chữ. Đánh giá món tráng miệng thì xem mùi vị nó ra sao, đánh giá cái máy thì xem cách vận hành nó như thế nào, nghĩa là dựa trên những đặc tính hiện hữu của chúng, chứ không phải dựa trên người chế tạo ra chúng. Cũng thế, đánh giá một bài thơ là đánh giá sự kết hợp ngôn ngữ trong bài thơ đó. "Một bài thơ không phải là [nó] muốn nói một cái gì, mà là [nó] hiện hữu."(30) (...) "Một bài thơ chỉ hiện hữu xuyên qua ý nghĩa của chính nó – vì môi trường của nó là những con chữ, nó hiện hữu, giản dị hiện hữu theo cái nghĩa là chúng ta chẳng cần phải thăm dò xem nó định nói gì. Thơ là thành quả viết lách, theo đó, một liên hợp ý nghĩa được vận dụng ngay tức khắc." Cũng như một số các nhà cấu trúc luận ở trên, Wimsatt và Beardsley không quy tư tưởng và các cảm xúc của một bài thơ cho một con người cụ thể, mà là quy cho một tác giả hư cấu được gọi là "người phát ngôn kịch tính" (dramatic speaker).(31)

Sự tấn công liên tục vào tác giả của các trào lưu phê bình mới, cấu trúc luận và hậu cấu trúc, dẫu vậy, không làm tiêu ma hình ảnh của tác giả trong giới phê bình hàn

---

(30) Nguyên văn: A poem should not mean but be.

(31) William Wimsatt and Monroe C. Beardsley, *The Intentional Fallacy*, trong "The Verbal Icon", nxb Methuen & Co LTD, London 1970, trang 4.

lâm, chủ trương tác phẩm gắn liền với tác giả. Một trong những nhà nghiên cứu tiêu biểu cho xu hướng này là E.D. Hirsch. Qua tác phẩm "Validity in Interpretation" (Giá trị của việc giải thích),[32] trong khi không phủ nhận tính chất đa nghĩa của một tác phẩm nghệ thuật như các nhà ngôn ngữ học chứng minh, ông quả quyết rằng nếu không có ý hướng của tác giả như một kẻ dẫn đường thì không thể có một phân tích đứng đắn và đầy đủ về tác phẩm. Hirsch nêu lên sự khác biệt giữa *nghĩa* (meaning) và ý nghĩa (signification). *Nghĩa* là "cái được trình bày bởi văn bản, là cái tác giả muốn nói khi ông ta sử dụng một chuỗi những dấu hiệu đặc thù," còn ý nghĩa là để chỉ "tương quan giữa cái nghĩa này với một người hay là với một ý niệm hay là với một tình trạng hay là với bất cứ điều gì có thể tưởng tượng được."[33] Vì là tương quan, nên ý nghĩa thay đổi tùy theo từng người, từng thời điểm và hoàn cảnh khác nhau, ngay cả đối với tác giả. Như thế, một tác phẩm vừa bao hàm *nghĩa* của tác giả vừa chứa đựng *ý nghĩa* nằm ngoài chủ định của tác giả. Loại bỏ hẳn tác giả ra khỏi văn bản như là thành phần xác định *nghĩa* của văn bản sẽ đưa đến chỗ không còn một nguyên tắc đầy đủ nào hiện hữu để phê phán tính hợp lý của sự phân tích; và sự khảo sát "văn bản muốn nói lên điều gì" trở thành sự nghiên cứu cái mà nó nói với cá nhân người phân tích. Nói khác đi, nếu tác giả biến mất trong lúc nhà phê bình vẫn còn đó thì hóa ra việc phân tích được họ tự nhận là "mới mẻ, sáng tạo, kiểu cách và tinh xảo" thực ra chỉ chứa đựng thứ sở thích riêng của nhà phê bình mà thôi.[34]

Cách lý giải của Hirsch rõ ràng là có tính dung hòa. Nhưng có hai trường hợp cần đặt ra:

---

(32) E.D. Hirsch (Eric Donald Hirsch Jr.), *Validity in Interpretation,* New Haven and London, Yale University Press, 1967.

(33) E.D. Hirsch, sđd, trang 8

(34) E.D. Hirsch, sđd, trang 3

▪ Nếu ý định của tác giả nằm sẵn trong tác phẩm, thì người ta đâu cần tìm hiểu tác giả làm gì.

▪ Nếu ý định của tác giả không nằm sẵn trong tác phẩm: trong trường hợp tác giả còn sống và trong điều kiện có thể tiếp xúc được dễ dàng, ta có thể hỏi cho ra lẽ, nhưng khi tác giả nói rõ ra ý định của mình thì ta cần gì phải đọc hay nghiên cứu tác phẩm nữa; vả lại, không có gì bảo đảm rằng những điều tác giả phát biểu về ý định của mình là hoàn toàn đáng tin cậy và phù hợp với nội dung tác phẩm; trong trường hợp tác giả đã chết rồi hay không thể nào tiếp xúc được thì đành chịu, không thể nào tìm biết được ý định của tác giả.

Rốt cuộc, dù phân tích cách nào thì việc đi tìm ý định của tác giả hoàn toàn không cần thiết. Vả lại, như các nhà ngôn ngữ học đã vạch ra, *nghĩa* cũng như ý nghĩa không hẳn là một kinh nghiệm riêng tư cũng không phải là một cái gì tất định, mà là sản phẩm của những hệ thống ý nghĩa được chia sẻ.[35]

Tác phẩm của Hirsch lập tức gây ra một đợt tấn công khác từ các nhà "Phê bình mới", điển hình là Monroe Beardsley. Ông viết thêm một cuốn sách mỏng khác đầy tính cách khiêu khích có tựa đề "The Possibility of Criticism" (Khả thể của phê bình)[36] tiếp tục phê phán mạnh mẽ quan niệm "ý định" của Hirsch. Bearsdley đưa ra ba luận cứ chứng minh ý nghĩa của văn bản không lệ thuộc vào ý định của tác giả:

(35) Northrop Frye, *Anatomy of Criticism*, dẫn theo Terry Eagleton, "Literary Theory, An Introduction", University of Minnesota Press, Minneapolis 1983, trang 106.

(36) Monroe C. Beardsley, *The Possibility of Criticism*, Detroit: Wayne State University Press, 1970.

▪ Trước hết, chúng ta có thể đọc và hiểu một văn bản độc lập với ý định của tác giả, chẳng hạn như những văn bản do máy vi tính tạo ra (computer-generated texts) hoặc những lỗi về in ấn (typographical errors) vẫn có nghĩa.

▪ Thứ hai, ý nghĩa của một văn bản có thể thay đổi sau khi tác giả chết. "Nếu ý nghĩa trong văn bản ngày hôm nay (của một câu thơ nào đó chẳng hạn) không thể được xem giống như ý định của tác giả, thì suy ra rằng ý nghĩa của văn bản không hề giống như ý nghĩa của tác giả." Ý Bearsdley muốn nói rằng với thời gian, có những chữ hay nhóm chữ có thêm nghĩa mới hay mất đi nghĩa cũ khi tác giả còn sống, khiến cho ý nghĩa của câu văn biến đổi đi, nằm ngoài ý của tác giả.

▪ Và cuối cùng, văn bản có chứa đựng những ý nghĩa mà tác giả không hề biết, từ đó suy ra là nghĩa văn bản không hề đồng nhất với ý định của tác giả.(37)

Như thế, khi nói tác giả không phản ảnh con người thật và ý định của mình, không phải vì tác giả kém hay cố tình dối trá mà vì đó là bản chất của chuyện viết lách: tính đa nghĩa, tính tự động của ngôn ngữ. Dù con người tác giả như thế nào và dù tác giả nỗ lực hết mình để thể hiện một ý định nào đó vào trong văn bản, thì nói như Valéry, "ý định của tôi chỉ là ý định của tôi, còn tác phẩm là tác phẩm." Về vấn đề này, Jorge Luis Borges còn đi xa hơn, khi cho rằng một tác phẩm lớn là tác phẩm phải vượt lên trên ý định của tác giả. Vì theo ông, một tác phẩm gắn liền với ý định của hắn là một tác phẩm dở.(38)

(37) Monroe C. Beardsley, bđd, tr. 19-20.
(38) Antoine de Compagnon, bđd, douzième leçon, "L'auteur et le droit au respect".

Đến đây, tôi nhớ lại một kinh nghiệm thuở thiếu thời. Hồi đó, là dân tỉnh lẻ, nên tôi rất mê sách báo ở Sài Gòn. Qua các tác phẩm văn chương, tên các tác giả đối với tôi đều là những vầng hào quang, ngay cả với những tác giả mà tác phẩm của họ tôi không mấy yêu thích. Tôi chỉ mong có một ngày nào được vào Sài Gòn, tìm thăm và bắt tay với những người mà tôi ngưỡng mộ. Sau, tôi vào Sài Gòn và lần lượt gặp. Và lần lượt thất vọng. Trái với những hình ảnh mà tôi hình dung ra tác giả này tác giả nọ dựa trên những gì họ viết, khi gặp, tôi đối diện với những con người cụ thể trông khác xa và trong vài trường hợp, trái ngược. Thay vì là những mẫu người điển hình, tiêu chuẩn như tôi hằng hình dung qua các trang văn, thơ thì lại gặp những người… y như những con người mà tôi vẫn thường gặp hàng ngày. Nghĩa là cũng… vậy vậy; thậm chí, có người lại còn mang cho tôi một cảm giác… coi thường. Văn chẳng hề là… người (viết văn)! Riêng tôi, tôi đã từng gặp một độc giả (đọc văn tôi) tỏ ra sửng sốt khi khám phá ra tôi chẳng dính dáng gì đến cái nhân vật mà anh ta nghĩ rằng đó chính là tôi.

Đó là kinh nghiệm khá phổ biến của nhiều người: con người thật của một tác giả không phải là tác giả. Nói đúng hơn, tác phẩm không là tác giả. Nói như Marcel Proust, tác phẩm là “sản phẩm của một cái tôi khác hơn” cái tôi ở ngoài đời. Hay nói như Paul Valéry, “Tác phẩm không bao giờ cho phép ta tìm đến được một tác giả thật. Nhưng tìm đến một tác giả ảo” (auteur fictif).(39) Tôi tâm đắc với nhận định này của nhà thơ tài hoa nước Pháp. Về sau này, nhiều nhà nghiên cứu cũng có sự phân biệt như thế. Umberto Eco phân biệt “tác giả thực nghiệm”, tức là “tác giả tiểu sử” (auteur biographique) hay “tác giả lịch sử” (auteur historique) với tác giả hư cấu hay “tác giả

(39) Antoine de Compagnon, như trên.

mẫu" (auteur modèle). Cũng xin nhắc lại: Barthes xem tác giả là một "tồn tại trên giấy"; Foucault xem tác giả là một chức năng hay là một "alter ego", một cái tôi khác.

Xem thế, cái gọi là tác giả của một tác phẩm là *khác* với con người thật (của chính tác giả đó) ở ngoài đời. Khi sáng tác, hắn hành xử như một tác giả, sống trong một thế giới không giống gì với cuộc sống "trần tục" của hắn ở "ngoài đời". Bước vào thế giới đó, hắn làm nên những câu thơ tình diễm tuyệt cho một "em" hay một "anh" nào đó, nhưng bước ra, hắn trở lại là một anh chồng có bà vợ đang ngồi đợi hắn chở đi chợ hay đang nấu cơm dưới bếp, mặt mày đỏ gay, mồ hôi mồ kê nhễ nhại. Bước vào thế giới đó, hắn viết những câu thơ tha thiết về một quê hương đã mất và bước ra khỏi đó, hắn vội vã điện thoại cho một thằng bạn nói say sưa về bữa nhậu ngày mai. Giữa bàn viết và cánh cửa phòng, giữa trang giấy/màn hình và khung cảnh chung quanh là hai thế giới chẳng ăn nhập gì nhau.

Không nắm vững tính cách này có thể tạo ra những ngộ nhận, rất dễ đưa đến những đánh giá sai lầm. Chẳng hạn như cho rằng một cây bút nữ (theo xu hướng nữ quyền, feminist) làm thơ hay viết chuyện tình dục là một thiếu phụ dâm đãng; cho rằng một cây bút mà tác phẩm luôn luôn xiển dương đạo đức là một nhà đạo đức học; cho rằng những người làm thơ tình ướt át là một nhân tình lý tưởng, hay những kẻ văng tục trong văn chương là một tay đâm thuê chém mướn, vân vân. Sự thực là, không thiếu những cây bút nữ quyền là những người phụ nữ bình thường, đức hạnh; không thiếu những tác giả chuyên đề cao đạo đức lại là một tay lừa thầy phản bạn; cũng không thiếu những kẻ văng tục trong văn chương lại là những nhà mô phạm; và những người làm thơ tình ướt át lại chẳng bao giờ biết yêu!

Sự khác nhau giữa tác giả và con người thật có thể ví như là sự khác nhau giữa người tình và người vợ/chồng.

Khi đến với người tình, nàng/chàng xuất hiện trước người kia như một nhân vật tiểu thuyết, tất cả đều được "hư cấu" một cách cẩn thận để chinh phục đối tượng của mình. Nhưng trở về nhà, khi mọi hư cấu đều lần lượt bỏ lại đàng sau, thì chỉ còn là những chuyện đời thường tủn mủn, tằn mằn vẫn đều đặn diễn ra hàng ngày giữa hai người.

Có thể hình dung một sơ đồ như sau:

Con người thật → tác giả → tác phẩm

Tác giả là trung gian giữa con người thật và tác phẩm. Tác giả thì khác con người thật, vậy tác phẩm khác với con người thật là điều tất nhiên. Một người có nhiều tác phẩm, tất phải có nhiều tác giả khác nhau:

tác giả 1 → tác phẩm 1

tác giả 2 → tác phẩm 2

tác giả 3 → tác phẩm 3

vân vân

Cái "nhiều" (tác giả) trong cái "một" (người thật) cho ta một phương tiện để đánh giá tính cách phong phú trong sự nghiệp văn chương của một người. Nếu một người viết hàng chục cuốn truyện mà cuốn nào cũng như cuốn nào, từa tựa nhau từ văn phong cho đến đề tài, từ bố cục cho đến ý tưởng, thì người đó chỉ sản sinh ra được một tác giả. Nói một cách khác, nếu một người chỉ có *một tác giả duy nhất* từ truyện này đến truyện khác, từ bài thơ này đến bài thơ khác, thì rõ ràng người đó thiếu tính sáng tạo và chỉ có một tác phẩm.

Nguyễn Hưng Quốc, khi viết về Võ Phiến, đã đề cập đến nhiều Võ Phiến khác nhau: nhà viết truyện, nhà tùy bút, nhà tạp luận, nhà phê bình văn học, nhà lý luận văn học. Mỗi "nhà" như vậy lại có nhiều văn bản, xuất phát từ nhiều "tác giả" khác nhau. Như thế, toàn bộ sự nghiệp của Võ Phiến là một tổng hợp phức tạp gồm nhiều "tác giả Võ Phiến" khác nhau. Chắc chắn con người thật của Võ Phiến đã để lại nhiều dấu vết trên sự nghiệp đó, nhưng cũng chắc chắn rằng tổng hợp đó không hề phản ảnh con người thật ngoài đời của Võ Phiến.

Cách lý luận trông như lòng vòng đó, thực ra, phản ảnh tính cách phức tạp trong mối quan hệ từ người sáng tác đến tác phẩm và từ tác phẩm đến người đọc:

Con người cụ thể →tác giả→văn bản (tác phẩm)→người đọc

Trong quan hệ giữa văn bản và người đọc, tác giả chỉ có một, văn bản chỉ có một nhưng người đọc thì nhiều, tuổi tác khác nhau, trình độ khác nhau, có thể ngôn ngữ khác nhau, kinh nghiệm đời sống khác nhau và do đó cách hiểu tất phải khác nhau. Nếu giữa văn bản và người đọc cách nhau một thời gian dài nữa thì sự khác nhau càng khó lường. Hơn nữa, tùy cách đọc mà văn bản sẽ xuất hiện một cách khác nhau. Đọc để thưởng thức, các con chữ có thể sẽ hiện lên trông hiền lành và vô hại, nhưng đọc như một nhà phê bình khó tính thì chúng có thể hiện lên như những ẩn số x, y, z; đọc trong tâm thế một kẻ muốn giết thời gian thì người ta tìm ý chứ không cần quan tâm đến chữ (và nghĩa) nhưng đọc như một nhà đạo đức thì săm soi từng câu từng ý xem thử chúng độc hại ở chỗ nào. Như thế, đối với người đọc, hiểu cho trọn vẹn văn bản là điều không dễ dàng gì, nói gì đến việc tìm cho ra ý định đích thực của tác giả. Giới hạn việc nghiên cứu ngay tại văn bản có lẽ là điều không tránh khỏi, dù đứng trên quan điểm nào, vì văn bản đã trở thành độc lập ngay sau khi nó ra đời. Nói như Valéry, khi tác phẩm xuất hiện, sự phân tích tác phẩm bởi chính tác giả của nó không có gì bảo đảm là có giá trị hơn các cách giải thích khác.

Dẫu vậy, khi nghiên cứu hay thưởng thức một tác phẩm, thường ta chỉ đối diện với cái đã hoàn tất là văn bản. Và quên đi một quan hệ vô cùng mấu chốt: quan hệ giữa tác giả và văn bản. Tất nhiên, người ta có quyền quên (và phải quên) một quá trình phức tạp - phức tạp hơn nhiều so với quá trình nghiên cứu văn bản - là sáng tác. Khi sáng tác, không phải tác giả "sao chép" hay "trích dẫn" ngôn ngữ một lần là xong mà phải trải qua thời gian suy nghĩ, kinh qua vô số trạng thái tâm lý khác nhau, kinh qua nỗ lực tìm tòi, chọn lọc chữ nghĩa, viết rồi xóa rồi viết rồi xóa, thay đổi từng chữ, từng câu nhằm diễn tả đến tận cùng những gì mình muốn diễn tả. Có tác phẩm ra đời ngay, nhưng không thiếu tác phẩm chỉ có thể ra đời sau nhiều năm, nhiều chục năm và có khi cả đời người. Mỗi câu mỗi chữ, dù vay mượn hay dù tìm ra, dù sao chép hay trích dẫn đều xuất phát từ tim, từ óc, từ nỗi đam mê vô bờ đối với chữ nghĩa. Chính vì thế, theo tôi, viết là một giao thoa sống động giữa con người/tác giả - hay nói như Foucault, chức năng tác giả - và ngôn ngữ. Cả hai cùng chi phối và cùng làm chủ lẫn nhau.

Sự hoàn thành văn bản là một quá trình vật lộn giữa *con-người-thật* và *con-người-tác-giả*, giữa đời sống và chữ nghĩa. Như thế, văn bản bao giờ cũng được hoàn tất qua một quá trình thai nghén và thể nhập lâu dài vào ngôn ngữ. Không thai nghén, không thể nhập, không sống tâm thế của một kẻ thoát ly ra khỏi thế giới đời thường, người ta chỉ là một *con người* mà không thể là tác giả. Trong trường hợp đó thì các lý thuyết văn chương chỉ là tiếng nói ném vào khoảng không. Thành thử, dù cho rằng tác giả đã chết hay còn sống dưới con mắt của những nhà phê bình, thì người ta vẫn tiếp tục sáng tác, nghĩa là vẫn muốn làm tác giả. Và trong khi sáng tác, chắc chắn không tác giả nào băn khoăn tự hỏi: *phải chăng sáng tác là một hành vi tự đào huyệt chôn mình?*

Chính trong câu hỏi không hề được đặt ra đó mà rốt cuộc, người ta lại tìm thấy cái tưởng như đã mất: tác giả. Kể cả người quả quyết "Tác giả đã chết" là Roland Barthes, theo đó,

"Văn bản là một thần vật. Và *thần vật này muốn tôi*. Văn bản chọn tôi, bằng toàn thể tính cách của những cửa lưới vô hình, những màn chắn chọn lọc: từ vựng, các trích dẫn, tính khả độc, vân vân; và, dù bị mất hút giữa một văn bản (…), luôn luôn có một cái khác, đó là tác giả. Với tư cách là một định chế, thì tác giả đã chết: địa vị dân sự của hắn, tiểu sử cá nhân của hắn đã biến mất; bị truất quyền sở hữu, chúng không còn gây trên tác phẩm của hắn thứ phụ quyền đáng sợ mà lịch sử văn chương, học thuyết của nó và công luận vốn có trách nhiệm định hình và làm mới; nhưng trong văn bản, ở chừng mực nào đó, *tôi muốn* tác giả: tôi cần khuôn mặt hắn, vì hắn cần khuôn mặt tôi."(40)

*

Trước khi kết thúc, tưởng cần phải nhắc đến một điều: sự xuất hiện thần kỳ của mạng lưới điện toán toàn cầu (Internet) trong thập niên 1990. Cũng như sự ra đời của máy in vào thế kỷ 15, mạng lưới điện toán toàn cầu biến khái niệm "hypertext" của Ted Nelson(41) thành hiện thực. Khác

(40) Roland Barthes, *The Pleasure of Text*, Richard Miller dịch, nxb Hill and Wang, NY, 1975, tr. 27. Những chữ in *nghiêng* là do Barthes nhấn mạnh.

(41) Chữ "hypertext" do Theodor Holm Nelson đặt ra vào năm 1963, xuất phát từ ý tưởng: làm sao chắp nối những câu, chữ rời rạc lại với nhau thành một cơ cấu mới mà khỏi phải sao chép lại mất thời gian. Từ ý tưởng đó, ông suy nghĩ cách tạo ra một mạng lưới điện tử toàn cầu, một thứ thư viện quốc tế để cho tất cả mọi người đều có thể sử dụng được. Sau này ông triển khai ý tưởng đó trong bài viết "Literary machines" (Máy văn chương), đề nghị thực hiện một hình thức gọi là "docuverse" (document universe = vũ trụ tài liệu), qua đó, các dữ kiện tích trữ một lần, không bị hủy bỏ vì các thông tin có thể nối kết với nhau bất cứ ở đâu. Xem thêm: "Về văn học hypertext" của Nguyễn Minh Quân, tạp chí Việt (Úc châu) số 6, được đưa lên trang mạng "tienve.org", mục "tạp chí Việt".

với loại văn bản cũ (do máy in tạo ra) là nằm theo đường thẳng (tuyến tính) và không thể chuyển đổi, lắp ghép hay sao chép trực tiếp, *hypertext* - nghĩa là siêu văn bản điện tử - sử dụng kỹ thuật số là loại văn bản phi-tuyến tính, có thể nối kết, chuyển đổi, sao chép… tự do, tức là loại văn bản trên mạng lưới hiện nay. Với *hypertext*, ngôn ngữ được vận dụng theo một chiều kích mới, đa dạng, đa chiều, khiến cho mọi nguồn thông tin có thể tập trung trong cùng một mạng lưới, mà ai cũng có thể sử dụng được. Điều đó làm mất đi tính cách độc quyền về văn bản của chủ nhân của nó. Nó phá vỡ hình thức của cái gọi là chân lý. Ý nghĩa được hiểu một cách hoàn toàn khác trước. Siêu văn bản trở nên một thứ bản thảo đã biên tập (palimpsest) gồm những lớp ý nghĩa khác nhau. Điều đó đưa đến một tình trạng gần như vô chủ. Do đó, chuyện đạo văn và tác quyền không còn được hiểu như cũ. Độc giả có thể trở thành tác giả, người tiêu thụ trở thành kẻ sản xuất và ý nghĩa của các văn bản không còn là những thứ bất biến, hoàn tất một lần là xong xuôi. Tất cả trở thành là *một tiến trình*. Cũng như sự ra đời của *karaoké* khiến cho ai cũng có thể trở thành ca sĩ, thì mạng lưới điện toán khiến cho ai cũng có thể trở thành tác giả. Chỉ cần *copy & paste*, nghĩa là ghép xuôi ghép ngược bài vở của một ai đó trên Internet và *email* tùm lum là trở thành tác giả và gây ảnh hưởng trong dư luận, khác hẳn cái thời cặm cụi chép tay hoặc lóc cóc gõ trên máy rồi gửi đi, chờ đợi dài cổ câu trả lời của tòa soạn.

Mặt khác, chính sự xuất hiện dễ dàng và đơn giản của cái gọi là tác giả (trên mạng lưới) đồng thời cũng xóa mờ đi vị thế mà tác giả (thực sự) có trước đó. Các văn bản trên mạng (cùng với tên tác giả) y như một thứ cha chung không ai khóc. Cầm một cuốn sách với mùi thơm của giấy, với tên tác giả nằm ở đàng trước, đàng sau, trên gáy, với số trang, với từng tờ giấy, ta cảm thấy sức nặng và công trình của người làm ra nó: tác giả. Cuốn sách là tác phẩm, nó là của một con người cụ thể với những chi tiết sinh động về cuộc đời, về quan niệm sống… Bây giờ lên mạng, ta chỉ thấy toàn chữ và chữ, muốn đọc bao nhiêu cũng được, nối từ bài này đến bài khác, từ tài liệu này đến tài liệu khác, từ tác giả này đến tác giả khác, tưởng chừng như vô tận. Trong cái kho chung "vô tận của trời cho" đó, biên giới giữa dở và hay, giữa văn chương nghệ thuật và thời sự, giữa tác phẩm lớn và tác phẩm nhỏ, giữa tác giả và kẻ đạo văn trở nên mỏng manh, mờ nhạt dường như chẳng còn phân định được. Muốn lấy, muốn gửi, muốn chép, muốn tìm và muốn cả "sáng tác" đều quá dễ dàng. Các văn bản đụng độ lẫn nhau, giao thoa lẫn nhau, sao chép lẫn nhau, chen chúc lẫn nhau. Chúng - cùng với những cái tên gọi là tác giả - gần như nổi trôi mờ mịt, nếu không muốn nói là hầu như bị biến mất trong cái thế giới mênh mông của thứ kỹ thuật số phù du hư ảo (digital ephemera).

Trước tình hình đó, xin lặp lại một nhận định của Michel Foucault để kết luận bài viết này: "Từ thế kỷ 18, tác giả đã đóng vai trò của người điều tiết hư cấu, thứ vai trò đặc biệt của thời đại kỹ nghệ và tư sản, của chủ nghĩa cá nhân và của quyền tư hữu. Tuy thế, nếu tính đến những biến chuyển lịch sử đang diễn tiến, chức năng tác giả không nhất thiết ổn định trong hình thức của nó hay trong tính phức tạp của nó hay trong sự hiện hữu của nó. Ngay vào thời điểm xã hội chúng ta đang thay đổi, chức năng tác giả sẽ biến mất theo một cách thức sẽ cho phép thêm một lần nữa tính hư cấu và những văn bản đa nghĩa của nó tái vận hành theo một kiểu thức khác, … đó sẽ không còn là kiểu thức của tác giả nữa, tuy rằng kiểu thức đó đang xác định và có lẽ đang thử nghiệm. Tất cả diễn ngôn - cho dù là địa vị, hình thức, giá trị của chúng như thế nào và cho dù người ta chịu đựng chúng như thế nào - sẽ diễn ra trong sự nặc danh của tiếng thì thầm."[42]

Nhận định này được Foucault viết vào năm 1969, lúc mạng lưới điện toán toàn cầu mới chỉ là một ý niệm.

(2007)

---

(42) Michel Foucault, sđd, trang 839-840.

ĐỌC SÁCH: "LÝ THUYẾT TRUNG HOA VỀ HƯ CẤU" CỦA MING DONG GU

Nguyên văn tác phẩm có cái tên khá dài: "Chinese Theories of Fiction: A Non-Western Narrative System"(1) (Các lý thuyết Trung Hoa về hư cấu: Một hệ thống thuật sự phi-Tây phương). Tác giả họ Cố (Gu), đọc theo âm Hán Việt là Cố Minh Đống (顧明棟), sinh năm 1955, hiện là giáo sư tại trường Rhodes College, Tennessee, giảng dạy về thơ và tư tưởng đối chiếu. Trong phần tóm lược nội dung cuốn sách sau đây, tôi sẽ dùng Ming Dong Gu (MDG), là tên chính thức được tác giả sử dụng trong tất cả các bài viết của mình. MDG khá nổi tiếng trong giới hàn lâm Hoa Kỳ, Trung Quốc cũng như Đài Loan. Ông dạy tại nhiều trường đại học ở Hoa Kỳ và viết nhiều tiểu luận bàn về văn học đối chiếu giữa Đông và Tây. "Chinese Theory of Fiction" là tác phẩm in thành sách thứ hai của ông. Tác

(1) Ming Dong Gu, *Chinese Theories of Fiction: A Non-Western Narrative System*, State University of New York Press, 2006.

phẩm đầu tiên là "Chinese Theories of Reading and Writing: A Route to Hermeneutics and Open Poetics".(2)

Văn học Trung Hoa có một truyền thống lâu dài, nhưng con đường phát triển của nó không theo cùng một cách như Tây phương. Nó chịu ảnh hưởng nặng nề của hoàn cảnh lịch sử và những quan điểm đặc thù Trung Hoa. Từ lâu, khi nghiên cứu văn học Trung Hoa, hầu hết học giả đều xem xét bằng các tiêu chuẩn Tây phương, đưa đến những hiểu lầm và cái nhìn thiên lệch. Qua "Chinese Theory of Fiction", MDG đưa ra một cách tiếp cận mới, vừa dựa trên tính đặc thù của văn chương Trung Hoa vừa vận dụng các lý thuyết văn học Tây phương. Mục đích của tác phẩm là hệ thống hóa lý thuyết văn chương Trung Hoa, bắc một nhịp cầu giữa văn chương Trung Hoa cũ và mới, giữa Trung Hoa và Tây phương, giữa truyền thống và hậu hiện đại. Từ đó, "quốc tế hóa" lý thuyết truyện hư cấu Trung Hoa (internationalization of Chinese fiction), đưa nó hòa nhập vào trào lưu hư cấu toàn cầu (Lời tựa). Cũng trong ý hướng đó mà MDG chọn tựa đề "Chinese Theory of Fiction" thay vì "Theory of Chinese Fiction" vì theo ông, "Chinese Theory of Fiction" hàm ý trình bày ý tưởng mang tính Trung Hoa về hư cấu như một loại văn chương bất chấp truyền thống văn hóa trong lúc "Theory of Chinese Fiction" thì lại hàm ý xem hư cấu Trung Hoa là sản phẩm văn hóa của một truyền thống đặc thù (trang 10).

Ngoài phần mở đầu và kết luận, tác phẩm gồm bảy chương, phân tích từ các khái niệm căn bản của truyện hư cấu Tây phương và truyện hư cấu Trung Hoa, bản chất của truyện hư cấu, bước ngoặt thẩm mỹ trong truyện hư cấu Trung Hoa. Sau đó, MDG dành hai chương, bàn kỹ

---

(2) Ming Dong Gu, *Chinese Theories of Reading And Writing: A Route to Hermeneutics And Open Poetics,* State University of New York Press, 2005.

về hai tác phẩm quan trọng nhất của văn học Trung Hoa là "Kim Bình Mai" và "Hồng lâu mộng" trước khi đưa ra giải pháp nhằm "quốc tế hóa" lý thuyết hư cấu Trung Hoa trong chương bảy và phần kết luận. Nhiều tên tuổi của các học giả, sử gia, nhà văn, nhà nghiên cứu được trích dẫn, trong đó có một số quen thuộc hay tương đối quen thuộc như Aristotle, Platon, Sigmund Freud (1856-1939), Roland Barthes (1915-1980), Jacques Derrida (1930-2004), Roman Jakobson (1896-1982), Victor H. Mair, Jean Baudrillard, Terry Eagleton, Umberto Eco, Andrew Plaks, Robert Scholes, Kenneth Dewoskin, William H. Nienhauser, Jr., Khổng Tử, Lão Tử, Trang Tử, Tư Mã Thiên (145BC-90AC), Ban Cố (32-92), Lưu Tri Kỷ (661-721), Kim Thánh Thán (1610-1661), Mao Tôn Cương (thế kỷ 17), Trương Trúc Pha (1670-1698), Bồ Tùng Linh (1640-1715), Phùng Mộng Long (1574-1946), Lỗ Tấn (1881-1936), Hồ Thích (1891-1962), Trần Dần Khác (1890-1969) cùng nhiều học giả chuyên nghiên cứu về văn chương Trung Quốc trứ danh khác hiện nay như Vương Như Mai, Trương Vũ, Văn Nhất Đa, vân vân.(3)

Trong bài viết sau đây, tôi tổng hợp và tóm tắt một số luận điểm nổi bật của MDG, nhằm giới thiệu cùng bạn đọc một đề tài vừa xa lạ vừa gần gũi cùng những khám phá mới mẻ, thú vị. Cũng xin lưu ý là, tuy dựa theo trình tự mà tác giả khai triển đề tài, nhưng bài viết không nhất thiết theo thứ tự của các phần và các chương được sắp xếp trong cuốn sách.

---

(3) Trong bài viết này, tên các tác giả Trung Hoa được MDG trích dẫn, tôi chuyển qua âm Hán-Việt từ phiên âm *Pin Yin*, dựa theo ghi chú bằng Hán văn của chính MDG, để cho độc giả dễ hình dung. Chẳng hạn: Ban Cố là *Ban Gu*, Tư Mã Thiên là *Sima Qian*, Mao Tôn Cương là *Mao Zonggan*, Trương Trúc Pha là *Zhang Zhupo*, Lỗ Tấn là *Lu Xun*, Văn Nhất Đa là *Wen Yiduo*…

Fiction và xiaoshuo

MDG mở đầu cuốn sách (chương 1) bằng cách xác định ý nghĩa của từ ngữ *xiaoshuo* đối chiếu với chữ *fiction*.

Hư cấu (fiction)[(4)] là một ý niệm Tây phương, có hai nghĩa:

- một thể loại văn chương.
- một cách viết.

Là một thể loại văn chương, nó khác với thơ và kịch. Là một cách viết, nó đề cập đến những tác phẩm bằng văn xuôi được dựng nên bằng cách "bịa đặt" (fabrication). Từ ngữ tương đối gần với ý niệm về truyện hư cấu trong văn chương Trung Hoa là 小說, phiên âm *pin yin*[(5)] là *xiaoshuo*, nghĩa là tiểu thuyết, theo nghĩa hiện đại của chữ này. (Trong tác phẩm của MDG, để khỏi lẫn lộn, chữ *xiaoshuo* được tác giả để nguyên theo hệ thống phiên âm *pin yin* trong suốt tác phẩm; ở đây tôi cũng sẽ để nguyên chữ này để chỉ tiểu thuyết Trung Hoa nhằm mục đích phân biệt với chữ "hư cấu" hay "truyện hư cấu" dịch từ chữ *fiction*).

Theo Victor H. Mair, thì thuật ngữ Trung Hoa dùng để chỉ hư cấu, *hsiao-shuo*[(6)] (tiểu thuyết) nguyên nghĩa là "câu chuyện nhỏ" (tiểu= nhỏ, thuyết = câu chuyện). Hiểu như

---

(4) Chữ *fiction* được tác giả nhắc đi nhắc lại vô số lần trong cuốn sách, khi thì để chỉ truyện hư cấu, khi thì để chỉ cách viết. Để đơn giản hóa và để chỉ chung cả hai ý niệm, tôi dùng "*hư cấu*" thay vì "*truyện hư cấu*".

(5) Pin Yin: hệ thống La-tinh hóa tiếng Quan Thoại tiêu chuẩn, gọi chung là "Hán ngữ phanh âm phương án" do nhà nước Cộng Hòa Nhân Dân Trung Hoa (Trung Cộng) soạn, được chính thức sử dụng vào năm 1959.

(6) *hsiao-shuo,* âm Hán Việt cũng là "tiểu thuyết" như *xiaoshuo*, nhưng phát âm theo hệ thống Wade-Giles, hay Wade, là một hệ thống La-tinh hóa tiếng Hán vào giữa thế kỷ 19.

thế thì về căn bản, *xiaoshuo* khác hẳn với tiếng Anh. Chữ *fiction* xuất phát từ tiếng La-tinh *fingere*, có nghĩa là *form* (tạo ra), *fashion* (nặn ra) hay *invent* (bịa ra). Như thế trong lúc *xiaoshuo* là để chỉ những chuyện gẫu, chuyện phiếm, chuyện tầm phào (gossips), những lời đồn đãi (rumors) thì chữ *fiction* tiếng Anh chỉ những gì được sáng tạo bởi nhà văn. *Xiaoshuo* ghi lại một số điều vụn vặt được xem như đã xảy ra, còn hư cấu gợi ra một điều gì do nhà văn tưởng tượng rồi viết ra. Khi gọi là hư cấu, tác giả muốn nói tác phẩm chẳng phản ảnh cái gì có thực ở bên ngoài. Còn khi gọi là *xiaoshuo*, ta hiểu ngay đó là tường thuật một chuyện tầm phào. (trang 19, 20)[(7)]

Cách hiểu đơn giản đó đưa đến một sự ngộ nhận là có hai loại *xiaoshuo* khác nhau, *xiaoshuo* của thời kỳ đầu của nền văn học Trung Hoa và *xiaoshuo* sau này, tức là sau khi xuất hiện "Hồng lâu mộng" vào thế kỷ 18, và nhất là sau cuộc "tiểu thuyết cách mệnh" vào đầu thế kỷ thứ 20. *Xiaoshuo* đầu chỉ những câu chuyện nhỏ, *xiaoshuo* sau mới chính là hư cấu theo cách hiểu hiện nay. Không chấp nhận cách hiểu sai lệch đó, MDG ngược dòng lịch sử để tìm về ý nghĩa của *xiaoshuo*. Theo ông, tài liệu sớm nhất đề cập đến ý niệm về *xiaoshuo* được tìm thấy trong sách của Trang Tử. Tuân Tử, trong phần nói về "chính danh", cũng có nhắc đến một ý niệm khác, tương tự như khái niệm của Trang Tử. Nhưng trong cách dùng của họ, *xiaoshuo* chỉ quy cho những đề tài hay ý tưởng tầm thường về siêu hình, luân lý. Người đầu tiên sử dụng chữ *xiaoshuo* để chỉ cái mà ngày nay ta hiểu là tiểu thuyết là Ban Cố (*Ban Gu*/32-92).

Xiaoshuo là gì? Ban Cố giải thích như sau trong "Hán thư nghệ văn chí":

---

(7) Từ đoạn này trở về sau, những con số nằm trong ngoặc đơn là để chỉ số trang trong *Chinese Theories of Fiction: A Non-Western Narrative System*.

小說家者流, 蓋出于稗官街談巷語道聽送說之所造也

"*Tiểu thuyết gia giả lưu/ cái xuất vu bại quan/ nhai đàm hạng ngữ/ đạo thính tống thuyết giả chi sở tạo giả*".

Do sự lầm lẫn về cú pháp, câu này của Ban Cố đã bị diễn giải sai, do đó đưa đến cách hiểu giới hạn như cái nhìn của Victor H. Mair ở trên. MDG diễn giải lại như sau: "Trường phái tiểu thuyết xuất phát từ những viên quan nhỏ trong triều. Chúng là những chuyện tạo ra do những kẻ ưa trò chuyện trên đường, trong ngõ hẻm lúc nhàn rỗi và do những kẻ hóng chuyện tầm phào và các lời đồn đãi ngoài đường."

Trong câu này có chữ "tạo" (造), ý nghĩa chẳng khác gì chữ "invent" (sáng tạo) trong tiếng Anh. Như thế, những người trên đường phố là những kẻ đầu tiên kể chuyện, sau đó những viên quan nhỏ nghe ngóng rồi ghi lại. Họ ghi lại để làm gì? Ban Cố cho biết các vua muốn biết phong tục tập quán của dân gian, nên sai thành lập những bộ phận chuyên đi thu nhặt chuyện dân gian để tường trình lại cho vua. Có điều, họ không phải chỉ nghe sao ghi vậy mà còn chế biến chúng. Để mô tả cách chế biến của họ, trong một đoạn khác, Ban Cố dùng chữ "chuyết" (hay chuế) (綴), có nghĩa là khâu (stitch together). Như thế từ những chi tiết sống thâu lượm được, các viên quan "khâu" lại thành những câu chuyện hay ho, tức là *xiaoshuo*. Nhưng không phải viên quan nào cũng viết được *xiaoshuo*. Ban Cố cho biết: "*Xiaoshuo* do những người có một tinh thần "phóng giả vi chi" (phóng khoáng) soạn." (tr. 27) Trong "Hán thư nghệ văn chí", Ban Cố xếp những người viết *xiaoshuo* ở phần "Chu tử" (朱紫 = hạng người quý tộc hay có địa vị), đặt họ nằm cuối trong 10 trường phái bao gồm Khổng giáo, Đạo giáo, Mặc giáo, Pháp gia, Nông gia… Ban Cố liệt kê tất cả chừng 1380 tác phẩm cho thấy thời đó, có rất nhiều *xiaoshuo* đã được viết ra, nhưng tiếc thay, qua thời gian, đã bị thất lạc (tr. 26).

MDG cho rằng, nếu nắm bắt được những lý do nội tại đưa đến sự phát triển của *xiaoshuo* và giá trị nội tại của tác phẩm hư cấu, người ta sẽ thấy rằng ý niệm sau này của *xiaoshuo* không những đã tiến triển từ cái tên đầu tiên mà còn kéo theo hàm ý nội tại riêng của nó, bất chấp những thay đổi của lịch sử, ý thức hệ và quan niệm thẩm mỹ. (tr. 25) Bản chất nội tại của *xiaoshuo*, dù đó là chuyện nhỏ hay chuyện lớn, là bịa đặt, tức là hư cấu. Và tính cách này khiến cho nó khác hẳn các loại khác như sử ký, thơ hay văn xuôi. Các chuyện bịa đặt như thế hình thành từ những chi tiết lặt vặt trong đời sống gia đình, xã hội hằng ngày, quan hệ giữa cha con, chồng vợ, bạn bè, ăn uống… Đặc tính của nó là đơn giản, dễ hiểu, dễ truyền đạt. Do đó mà được gọi là "tiểu thuyết". Ngoài ra, MDG còn tìm ra một cách diễn tả khác của *xiaoshuo*, làm nổi rõ hơn điểm cốt lõi này, đó là *shuohua* (說話), "thuyết thoại" (MDG dịch sang tiếng Anh là "speaking words" hay "storytelling"), nghĩa là kể chuyện. "Thuyết thoại", một nghệ thuật kể chuyện bắt đầu từ đời Đường kéo dài cho tới đời nhà Minh, có thể xem như thể loại trung gian nối kết *xiaoshuo* ngày xưa với *xiaoshuo* hiện đại (tr. 35).

Hư cấu tính

Trong khi thảo luận về các hình thức văn chương, hư cấu dùng để chỉ truyện ngắn, truyện vừa và truyện dài. Điểm chung giữa ba loại không phải ở chỗ chúng đều viết dưới hình thức văn xuôi, mà ở chỗ cả ba đều diễn tả những biến cố theo một cách có thể "không đúng với các dữ kiện có thực, nhưng đúng với đời sống" (not be true to facts but true to life). Hư cấu, xét như một thể loại văn chương, là loại văn xuôi tự sự, tường thuật những hành động và biến cố không nhất thiết đã xảy ra trong thực tế trước đó, nhưng lại vẫn phù hợp với quy luật trong cuộc sống, vì nó được sáng tạo ra một cách có chủ ý không nhằm truyền đạt thông tin mà chỉ để giải trí và đánh giá về mặt thẩm mỹ. (tr. 46) Yếu tố chính của hư cấu, chính là "hư cấu tính" (fictionality). MDG cho hư cấu tính là cốt lõi về mặt ý niệm của *xiaoshuo*. Trong khảo sát văn chương nói chung, hư cấu tính được xem như là biểu hiện của cái không-hiện-hữu nhưng có thể hiện hữu qua trung gian của ngôn ngữ.

Tiếng Hán không có chữ tương đương với hư cấu cho đến khi xuất hiện ý niệm hiện đại về "hư cấu tính" (虛構性) sau này. Tuy thế, theo MDG, có những nhóm chữ phổ thông Trung Hoa mô tả ý nghĩa tương đương. Chẳng hạn như "vô trung sinh hữu" (無中生有/cái có phát sinh từ cái không), "bằng không tạo hoang" (憑空造謊/dựa vào cái không để đặt chuyện), "bằng không niết tạo" (憑空捏造/dựa vào cái không để nặn ra chuyện), hay "kính hoa thủy nguyệt" (鏡花水月/hoa phản chiếu trong gương, trăng nằm dưới nước). Trong lúc lịch sử được viết theo truyền thống "thuật nhi bất tác" (述而不作/tường thuật mà không sáng tác), thì hư cấu là chuyện bịa đặt.

Tuy thế, ngay cả trong lịch sử chính thức, hư cấu vẫn không hề vắng mặt vì các sử gia, trong khi dựa vào sự kiện, vẫn chế tác, thêm thắt trong một giới hạn cho phép. Đọc truyện Tàu, dù có rành về sử hay không, ít ai không nhận ra rằng chúng trộn lẫn giữa chuyện có thực và chuyện thêm thắt. Lỗ Tấn (*Lu Xun*) quả quyết rằng truyện "Tam quốc chí" chứa đựng 70 phần lịch sử và 30 phần hư cấu. Như thế, theo MDG, những truyện lịch sử - mà ông còn gọi là "hư cấu lịch sử" (historical fiction) - đóng góp một phần quan trọng trong sự phát triển văn chương Trung Hoa. "Nhờ lịch sử, những bài viết *xiaoshuo* được cấp cho quyền hiện hữu," theo MDG. (tr. 47) Đồng thời, *xiaoshuo* phải chiến đấu với lịch sử để phát triển, để đạt được hư cấu tính toàn vẹn (full-fledged fictionality) của nó.

MDG gọi thứ hư cấu tính toàn vẹn này là "hư cấu thuần túy" (pure fiction). Hư cấu thuần túy là "một tác phẩm hư cấu không dựa trên bất cứ một thuật sự hay câu chuyện nào có trước để khởi đầu và sức mạnh thuật sự của nó chỉ dựa trên chính hư cấu tính của chính nó." (tr. 51) Bất chấp ưu thế của lịch sử trong sự phát triển của *xiaoshuo*, có một chuyển động rõ ràng của *xiaoshuo* đi từ hư cấu lịch sử đến hư cấu thuần túy. Ông khẳng định nỗ lực tiến đến hư cấu thuần túy là bước phát triển có tính chất quyết định nhất trong lịch sử *xiaoshuo* Trung Hoa. (tr. 84) "Kim Bình Mai", "Hồng lâu mộng" và các tác phẩm hư cấu của Lỗ Tấn là ba thành tựu vĩ đại đưa *xiaoshuo* truyền thống đến hư cấu hiện đại (tr. 87).

MDG bác bỏ luận điểm cho rằng Trung Hoa không có truyện hư cấu cho đến khi Phật giáo được truyền vào. Luận điểm này do Văn Nhất Đa (*Wen Yiduo*) đưa ra và được Victor H. Mair dùng lại qua một bài tiểu luận nhan đề là "The Narrative Revolution in Chinese Literature Ontological Presuppositions" (Cách mạng tự sự trong những giả định bản thể văn chương Trung Hoa/1983). Mair quả quyết sự truyền bá Phật giáo và tư tưởng Ấn Độ đóng vai trò quan trọng trong sự chuyển biến nền văn hóa Trung Hoa. Riêng về phương diện văn chương, truyện hư cấu Trung Hoa không thể xuất hiện nếu không có sự kích thích do những vay mượn về triết lý và đề tài từ tư tưởng Ấn Độ. Mair khẳng định, "Không có cái gì trước đời Đường xứng đáng gọi là truyện hư cấu." (tr. 44) Quan điểm của Mair, theo MDG, rất gần với cách nhìn của những học giả Trung Hoa ngày xưa, chẳng hạn như Lưu Tri Kỷ (661-721) khi ông này cho rằng những loại "truyện ký tiểu thuyết" trước thời Đường như là kết quả của một lầm lẫn đáng tiếc được thực hiện bởi những kẻ mà ông gọi là "vọng giả" (妄者/người vô trách nhiệm), "tế giả" (蔽者/người ngu dốt), "mậu giả" (謬者/người có quan điểm sai) và "ngu giả" (愚者/người đần độn).(8) Thực ra, theo ông, đó là những truyện hư cấu đúng nghĩa.

Khác với Ấn Độ có một truyền thống sử thi và thiếu sử ký thì ngược lại, Trung Hoa có truyền thống sử ký. Năng lực sáng tạo của Trung Hoa tập trung vào việc viết sử, đưa đến hậu quả là các tác phẩm hư cấu phải bám vào sử ký để tồn tại. Nhiều chuyện kể về lịch sử, thực ra, là những tác phẩm hư cấu được ngụy trang, chẳng hạn như "Mục Thiên Tử truyện" (*Mu Tianzi Zhuan*/穆天子傳) xuất hiện vào thế kỷ thứ 4 trước công nguyên. Hơn 1000 năm sau khi được phát hiện vào năm 279 (sau công nguyên), nó vẫn còn được xem như một tác phẩm lịch sử. Chỉ đến đời nhà Thanh, nó mới được Kỷ Quân (*Ji Yun*/1724-1805) xếp vào thể loại *xiaoshuo*.

Nói chung, từ lúc khởi đầu cho đến trước đời nhà Đường (618-917), *xiaoshuo* xuất phát từ ba nguồn: những câu chuyện thần thoại; các chuyện tầm phào do các viên tiểu quan sưu tập; và thuật chép sử. Có bốn loại được xem là hư cấu căn cứ trên các đặc tính của chúng:

- một số bài viết lịch sử
- các dụ ngôn triết lý

---

(8) Nghĩa tiếng Việt ở các nhóm chữ này tôi dịch lại từ tiếng Anh của Ming Dong Gu.

- huyền thoại, chuyện truyền kỳ
- chuyện kỳ lạ về người và vật

Những chuyện kỳ lạ về người và vật xuất hiện vào thời Lục Triều[9] được gọi là "chí quái" (*zhiguai* = 志怪) và "chí nhân" (*zhiren* = 志人), bị các nhà sử học loại ra, xem như là đồ thừa thãi, vì cho rằng chúng có tính chất hư cấu, không ăn khớp với sử học chính thức. Theo MDG, một số trong đó mang đặc tính hư cấu tương đương với các truyện ngắn hiện đại. Chẳng hạn như truyện "Mại phấn nhi" (賣粉兒 = Cô gái bán phấn) trong "Sưu Thần chí" (Soushen Ji = 搜神記). Đây là một câu chuyện khá thú vị, kể chuyện một chàng trai con nhà giàu yêu cô gái buôn phấn son, ngày nào cũng ra chợ mua phấn để được gặp nàng. Cảm động, cô gái đồng ý bí mật gặp chàng trai. Đêm đó, khi cô gái đến phòng ngủ nhà chàng trai theo lời hẹn ước thì chàng ta cảm động quá đến nỗi nằm lăn ra chết. Sợ quá, nhưng không biết làm sao, cô buôn phấn bỏ trốn về nhà. Hôm sau, khi chuẩn bị làm đám thì gia đình phát hiện hàng trăm gói phấn trong phòng chàng. Người mẹ mang phấn ra chợ, đem so với phấn của nàng thì thấy giống hệt nhau nên kiện nàng ra quan vì tội giết người. Nàng thành thật kể lại chuyện nhưng không ai tin. Trước khi bị đem ra xử, quan đồng ý cho cô gái được đến nhà chàng trai cầu nguyện trước xác chàng. Cầu nguyện xong, bỗng nhiên, chàng trai sống lại. Rồi hai người nên duyên chồng vợ và có con cái đầy đàn. Rõ ràng, khác hẳn với "Mục Thiên Tử truyện" đề cập ở trên, "Mại phấn nhi" là một truyện hư cấu đúng nghĩa, không pha trộn chi tiết lịch sử nào. Ngoại trừ việc sống lại của chàng thanh niên, các chi tiết khác đều sống động và gần gũi, được viết với một kỹ thuật rất sắc sảo, theo MDG (tr. 40).

(9) Năm triều đại Đông Tấn, Tống, Tề, Lương, Trần cộng với của Đông Ngô (thời Tam Quốc) -- vì cũng đóng đô ở Mạt Lăng, sau là Kiến Khang, Nam Kinh -- nên được đa số học giả Trung Hoa và Tây phương gộp chung là thời kỳ "Lục Triều" (Six Dynasties).

Một truyện khác khá thú vị là truyện "Dương Tiện thư sinh" (暘羨書生). Truyện kể về một anh chàng tên là Xu Yan. Trên đường xách lồng ngỗng đi bán, chàng ta gặp một ông đồ nho. Than bị đau chân, ông đồ xin Xu cho ông được nhốt chung lồng với hai con ngỗng để Xu mang đi. Xu tưởng là chuyện đùa, nhưng ông đồ cứ chun vào lồng ở chung với ngỗng. Ngỗng ta không phiền mà Xu cũng chẳng thấy lồng nặng thêm. Khi Xu ngồi nghỉ, ông đồ chun ra khỏi lồng và đề nghị làm trò vui cho Xu. Từ trong miệng, ông nhổ ra một chiếc hộp bằng đồng đựng nhiều đồ ăn và rượu. Ăn uống xong, ông đồ phun ra một phụ nữ để cùng đi cho có bạn. Khi ông đồ say ngủ, mụ này phun ra một chàng trai nói là nhân tình của mụ. Thấy ông đồ sắp thức giấc, mụ phun ra một cái lều. Ông đồ đòi ngủ với mụ trong lều. Khi cả hai đều đã ngủ, chàng trai tiết lộ với Xu rằng chàng ta có một nhân tình bí mật và chàng nhổ ra một cô gái trẻ. Nàng ca hát cho hai người đàn ông nghe trong khi họ ăn uống nhậu nhẹt. Khi nghe tiếng ông đồ trở mình trong lều, chàng ta bèn nuốt cô gái vào trong miệng. Sau đó, người phụ nữ bước ra và nuốt chàng trai. Khi ông đồ thức dậy, ông lên tiếng chào tạm biệt Xu và nuốt hết người phụ nữ này cùng tất cả các thứ khác, chỉ chừa lại chiếc dĩa đồng cho Xu làm kỷ niệm.

Đây là một truyện khá lạ. MDG cho rằng, truyện không chỉ đề cập đến mơ mộng viển vông và những ước muốn ẩn giấu, mà còn là ẩn dụ về nghệ thuật kể chuyện. Việc nhổ ra và nuốt vào người và vật ý ám chỉ sự chế tạo các yếu tố hư cấu xuyên qua việc sử dụng ngôn ngữ. Qua truyện này, MDG nhận xét: người viết *xiaoshuo* dường như đã hiểu biết về khả năng tự-quy chiếu (self-referentiality) của ngôn ngữ, vốn là một khái niệm hậu hiện đại (tr. 41).

Những truyện như thế cho thấy, nói chung, *xiaoshuo* đã hiện diện từ trước đời nhà Đường. Nhưng vì bị hạn chế bởi sự chi phối của cách viết sử mà ông gọi là sự "chuyên chế của lịch sử" (tyranny of history) (tr. 38), nên phải đợi đến đời nhà Đường thì *xiaoshuo* mới thực sự tạo được một chỗ đứng vững chắc cho sự phát triển về sau, hướng đến hư cấu thuần túy. Đời Đường là giai đoạn thuận lợi cho giới viết lách. Trí thức thời đó được giải phóng ra khỏi những quy định nghiêm ngặt Khổng giáo, ít bị câu thúc về mặt luân lý như cha ông. Họ hưởng thụ đời sống và bằng tưởng tượng, họ dành thì giờ viết ra những chuyện này chuyện nọ, thay thế cho thơ và văn đang lưu hành, rồi khi gặp nhau, kể cho nhau nghe. Viết không để chỉ dạy dỗ như lời răn bảo của Khổng Tử mà còn là phương tiện để giải trí. Các điều kiện thuận lợi này làm tăng tốc sự chuyển biến *xiaoshuo*, từ những chuyện kỳ quái thời Lục Triều đến truyện "truyền kỳ" (*chuanqi*/傳奇) là hình thức truyện rất phổ biến vào thời đó.

Về mặt nội dung, từ đời nhà Đường, nhà văn bắt đầu diễn tả thế giới bên trong của nhân vật, đưa ra những đề tài về quan hệ nam nữ trong gia đình và ngoài xã hội. Đó là nguyên nhân chính khiến cho lần đầu tiên, có sự bùng nổ về dục tính, đưa đến nhiều *xiaoshuo* tình dục như "Lý Oa truyện" (Truyện nàng Lý Oa), "Hoắc Tiểu Ngọc truyện" (Truyện Hoắc Tiểu Ngọc) hay "Du tiên quật" (Đi chơi động tiên). "Du tiên quật" là một truyện dài với lối viết văn vẻ và lôi cuốn của Trương Văn Thành, kể chuyện một chàng trai lạc vào động tiên và được diễm phúc ăn nằm với các tiên nữ. Nhiều chuyện tình dục khác viết rất bạo, mô tả chi li những động tác ái ân y như chuyện "con heo" đời nay. Có chuyện còn được viết bạo hơn, chứa đầy tính cách bệnh hoạn, làm chấn động giới nho gia đương thời. Chẳng hạn "Hà Giản truyện"(河澗傳) của Liễu Tông Nguyên (柳宗元/773-819) mô tả một thiếu phụ từ chỗ đức hạnh biến thành cuồng dâm.

Dù công nhận sự phát triển của *xiaoshuo* đời Đường, MDG không đồng ý với quan điểm của Lỗ Tấn và một số các học giả khác, cho rằng các truyện thời Lục Triều thiếu ý thức sáng tạo của loại truyện truyền kỳ. Theo MDG, chuyện truyền kỳ chỉ hơn các truyện thời Lục Triều ở độ dài và sự sắc sảo. Kỳ dư, tất cả những yếu tố tạo thành tác phẩm hư cấu ở đời Đường đều có thể tìm thấy trong những *xiaoshuo* sáng tác trước đó. Tóm lại, không có cuộc cách mạng tự sự (narrative revolution) nào ở đời Đường. Truyện truyền kỳ là thành quả tất nhiên của một quá trình tiến hóa bằng cách làm giàu và cải tiến truyền thống tự sự có từ thời Lục Triều. (tr. 73) Trong lịch sử văn học Trung Hoa, cuộc cách mạng thực sự được mệnh danh là "cách mệnh tiểu thuyết" chỉ diễn ra vào đầu thế kỷ 20 do Lương Khải Siêu (*Liang Qichao*/梁啓超) và một số học giả đề xướng và được Lỗ Tấn và nhiều nhà văn hiện đại khác thực hành (tr. 75).

Nọa tính lịch sử

Quan sát kỹ sự phát triển của *xiaoshuo* từ xưa đến nay, MDG nhận thấy có một sự bám víu sáng tạo vào lịch sử. Lịch sử như một cây gậy để cho *xiaoshuo* dựa vào và khi dùng quá lâu, cây gậy đó biến thành một thứ chân giả mà người ta không thể nào bỏ ra được. Đến nỗi nó trở thành một cái nợ. Có thể nói *xiaoshuo* Trung Hoa nợ sự phát triển của mình ở sử tính. Hơn thế nữa, trong khi chấp nhận cho *xiaoshuo* tồn tại, lịch sử lại bắt giữ *xiaoshuo*, cầm nó làm con tin, như là nô lệ. MDG gọi hiện tượng lạ thường đó là "nọa tính lịch sử" (historical inertia) hay "nọa tính tự sự" (narrative inertia). Nọa tính đó khống chế sự sáng tạo và đầu óc tưởng tượng của người viết *xiaoshuo* mãi cho đến giờ vẫn chưa khắc phục được. Bám víu vào lịch sử làm cho không gian hư cấu bị giới hạn lại, chủ đề và hình thức sáng tác không thoát ra khỏi khuôn khổ. Do đó, nọa tính không còn mang tính lịch sử nữa mà trở thành "nọa tính sáng tạo" (creative inertia). (tr. 65) Tại sao lại có nọa tính này? Đó là sự tôn trọng ý nghĩa lịch sử, tinh thần "thuật nhi bất tác", sự nhấn mạnh quá đáng trên nghệ thuật mô phỏng, tình cảm khoái trá về những gì được lặp lại của người Trung Hoa. Kim Thánh Thán có lẽ là người đầu tiên nhìn ra nhược điểm đó của *xiaoshuo*. Theo ông, khi dựa vào lịch sử, tác giả ít vận dụng óc tưởng tượng, ít sáng tạo, kéo lê ngòi bút theo nhân vật và biến cố đã xảy ra, chỉ thay đổi đôi chút. Rốt cuộc, tác giả hành động như một người phụ tá, chỉ biết truyền đi những thông điệp có sẵn.

Tiểu thuyết lịch sử đạt đến đỉnh cao vào cuối đời Nguyên đến đời Minh rồi Thanh với sự ra đời của "tiểu thuyết chương hồi" (*zhanghui xiaoshuo*/章回小說/chaptered novels) mà điển hình là những bộ truyện lừng danh như "Tam Quốc diễn nghĩa" (*Sanguo Yanyi*), "Thủy hử truyện" (*Shuihui Zhuan*). Dấu vết lịch sử vẫn không mất đất đứng ngay cả trong những tác phẩm hư cấu đúng nghĩa như "Kim Bình Mai", "Hồng lâu mộng", "Nho lâm ngoại sử" (*Rulin Waishi*) và tiếp tục chế ngự cho đến thời hiện đại, trong các tác phẩm của Lỗ Tấn và cả trong nền văn chương thời cộng sản. Sau cuộc Cách Mạng Văn Hóa (1966-1976), nhiều tiểu thuyết lịch sử xuất hiện trở lại ở Trung Cộng.

Ảnh hưởng của lịch sử còn chi phối cả trên lãnh vực phê bình văn học. Hiện tượng này được gọi là thuật viết sử hư cấu (fictional historiography), theo đó, người ta dùng các sự kiện lịch sử để phân tích văn chương. Có nhà nghiên cứu còn săm soi đi tìm lai lịch của nhân vật.

Chẳng hạn Trần Dần Khác (*Chen Yinke*), một sử gia hiện đại nổi tiếng, phát hiện ra nhân vật Oanh Oanh trong "Oanh Oanh truyện" (鶯鶯傳), một *xiaoshuo* thời Lục Triều, không phải là một cô gái xuất thân từ gia đình quý phái nhà lành (như truyện mô tả) mà là một ả đào. Một học giả khác, theo chân họ Trần, quả quyết thêm rằng đó là một gái làng chơi ngoại quốc (tr. 64).

"Nọa tính lịch sử" hàm chứa một nghịch lý: một mặt, *xiaoshuo* phát triển nhờ bám vào lịch sử, nhưng mặt khác, nó phải chiến đấu chống lại ân nhân của mình để đạt đến cùng đích là hư cấu thuần túy. Đó là cuộc tranh đấu giữa nọa tính lịch sử và năng động sáng tạo. MDG quả quyết: nọa tính lịch sử được phản ảnh trong lý thuyết về hư cấu Trung Hoa (tr. 63).

Tính thơ trong *xiaoshuo*

MDG dành một phần khá dài để bàn về bản chất thi ca trong hư cấu Trung Hoa.

Trong truyền thống văn chương Trung Hoa, thơ chiếm địa vị sang cả trong lúc văn xuôi, nói chung, chỉ đóng một vai trò khiêm nhường như một cô hầu. Trong phần bàn về *xiaoshuo*, Ban Cố gợi ý rằng *xiaoshuo* và thơ đều cùng từ Kinh Thi (詩經/Book of Songs) mà ra. Cả hai đều là sản phẩm của sự bộc phát tình cảm của con người được các viên tiểu quan triều đình sưu tập. Nhưng Khổng Tử và môn đệ chỉ ca tụng thơ và rẻ rúng *xiaoshuo*, đẩy nó vào hàng thứ yếu, xem nó như là một hình thức văn chương không nghiêm túc.[10] Mãi cho đến cuối thứ kỷ thứ 19, văn xuôi vẫn còn bị xem là đứa con ghẻ. (tr. 102) Có lẽ vì thế, khi nghiên cứu văn

(10) Điều này, theo MDG, không khác gì mấy với phương Tây.

chương Trung Hoa, người ta thường tách bạch thơ ra khỏi văn và bỏ quên một điều quan trọng: tương quan giữa văn và thơ trong sự tiến triển của *xiaoshuo,* từ những chuyện đường phố đơn giản đến hình thức của hư cấu hiện đại.

Tiến trình phát triển có ý nghĩa nhất và có tác động mạnh mẽ nhất trong văn chương Trung Hoa được MDG gọi là tiến trình thẩm mỹ hóa (aestheticization). Tiến trình này liên quan đến nhiều ngành khác nhau trong nghệ thuật Trung Hoa. Riêng về *xiaoshuo*, MDG nhấn mạnh đến ảnh hưởng lớn lao của thơ trữ tình trong tiến trình thẩm mỹ của nó. Khi nghiên cứu sự phát triển của hư cấu Trung Hoa, các học giả chỉ lưu tâm đến quan điểm "từ-sử-đến-hư-cấu" (history-to-fiction), cho rằng *xiaoshuo* chỉ phát triển từ sử ký. Nhiều học giả cho rằng, sử học có một ảnh hưởng hữu ích trên sự phát triển của *xiaoshuo* trong lúc ưu thế của thơ làm cho *xiaoshuo* trở nên còi cọc. MDG không phủ nhận vai trò của lịch sử, nhưng cho rằng chính sự quá lệ thuộc vào lịch sử tạo thành "nọa tính lịch sử", làm ngăn trở sự phát triển. Trong lúc đó, thơ trữ tình bị trách là làm chậm sự phát triển của *xioashuo*, thì thực ra, nó lại có một ảnh hưởng tích cực không ngờ. MDG quả quyết: trong khi tương quan thân hữu và hợp tác của *xiaoshuo* với lịch sử là không hoàn toàn tích cực thì tương quan không ổn định và thường căng thẳng với thi ca trữ tình không hoàn toàn tiêu cực. Tại sao? Tại vì thơ buộc *xiaoshuo* phải tranh chấp với áp lực của nó để tự mài sắc cảm quan thẩm mỹ của mình và cuối cùng, giúp *xiaoshuo* phát triển thành một nghệ thuật ngôn từ.

MDG cho rằng một phần có ý nghĩa của quá trình thẩm mỹ hóa *xiaoshuo* là một chuyển động được hướng dẫn bởi những xung động vô thức thúc đẩy *xiaoshuo* vươn lên và tranh chấp với thơ. MDG mượn ý niệm về phân tâm học của Freud về ý thức và vô thức để hình dung tiến trình thẩm mỹ hóa *xiaoshuo* như sau:

- ý thức hư cấu (fictional conscious): xu hướng thẩm mỹ hướng về một thể loại văn chương riêng biệt, độc lập với thơ và lịch sử.
- vô thức hay tiềm thức trữ tình (lyric unconscious or preconscious): khát vọng tranh chấp và vươn lên ngang với thơ trữ tình.
- vô thức lịch sử (historical unconscious): sức mạnh quyết định thường xuyên ảnh hưởng lên các điều kiện thẩm mỹ của hư cấu.

Có thể nói hư cấu Trung Hoa được khai sinh do sự tương tác giữa ba sức mạnh sáng tạo đó. Lịch sử đưa ra những quy định có tính giáo điều để *xiaoshuo* tuân hành trong lúc thi ca trữ tình là mẫu mực lý tưởng để *xiaoshuo* tìm cách đồng hóa (tr. 99).

Không có xung động thơ, *xiaoshuo* không thể phát triển thành một nghệ thuật ngôn từ. Điều đó tạo nên sự thay đổi mà MDG gọi là tiến trình thi hóa (poeticization), hay nói một cách khác, là chuyển động thẩm mỹ hóa *xiaoshuo* dựa theo thơ trữ tình. (tr. 98) Thi hóa đưa đến "hư cấu thơ" (poetic fiction). "Hư cấu thơ" là nhóm chữ MDG sáng tạo ra để chỉ loại văn xuôi hư cấu với đặc tính của thơ trữ tình. Đó là một cơ cấu nằm sâu bên trong *xiaoshuo*. "Hư cấu thơ" có thể tìm thấy trong một số *xiaoshuo* thời Lục Triều và ở đời nhà Đường. Nhưng nỗ lực cụ thể trong việc sáng tạo "hư cấu thơ" bắt đầu ở "Kim Bình Mai", đạt đến đỉnh cao ở "Hồng lâu mộng" mà ông gọi là một loại "truyện thơ" (poetic novel), rồi được tiếp nối bởi các tác phẩm của Lỗ Tấn và tiếp tục đến ngày nay. MDG quả quyết, nếu không có tiến trình thi hóa, sự chuyên chế của lịch sử sẽ không thể nào vượt qua và hư cấu thuần túy Trung Hoa sẽ không thể nào chín muồi vào thế kỷ thứ 16 (tr. 103).

Trong điều kiện đó, các tác phẩm hư cấu Trung Hoa phát triển một kỹ thuật độc đáo mà MDG gọi là "*poetic sandwiches*" (bánh kẹp thơ). MDG dùng thuật ngữ này để diễn tả sự kiện: truyện Tàu nào cũng có bài thơ mở đầu, bài thơ kết thúc cùng với một hay nhiều bài thơ ở giữa truyện. Không những thế, thơ còn được dùng ở đầu mỗi chương thay thế cho tựa đề. Trong những tác phẩm với phẩm chất nghệ thuật cao, tác giả không còn trích thơ của người khác mà sử dụng chính thơ của mình và biến chúng thành một phần của tác phẩm. Những câu thơ như thế khi thì dùng để tả người và sự kiện, khi thì chứa đựng ý kiến của tác giả, khi thì tóm tắt chương trước và có khi là một lời bình phẩm luân lý. Chúng trông có vẻ như không quan trọng mấy đối với câu chuyện và thường được xem như là cách tác giả muốn đối sánh với nhà thơ, nhưng nhìn ở một góc cạnh khác, rõ ràng là chúng biểu lộ sự hiện diện của tiềm năng thơ trong việc sáng tác truyện hư cấu (tr. 107).

Cốt lõi của nghệ thuật hư cấu, theo MDG, là "một cấu trúc hình thức sản xuất ra được những ý nghĩa phụ trội nằm ngoài những ý nghĩa đã có sẵn." (tr. 122) Ý nghĩa phụ trội mà MDG đề cập ở đây, chính là "giá trị ý nghĩa thặng dư" (surplus signifying value), theo đó, một câu chuyện chỉ có thể trở thành nghệ thuật hư cấu nếu nó chứa đựng một cái gì vượt ra ngoài bản thân nó. Điều đó, theo MDG, cho thấy mối liên quan mật thiết giữa *xiaoshuo* và thơ truyền thống Trung Hoa. Trong thơ truyền thống, giá trị thặng dư trong một diễn ngôn gọi là "gợi ý thẩm mỹ" (aesthetic suggestiveness) được diễn tả qua một số khái niệm phổ biến như: *ý tại ngôn ngoại* (意在言外), *huyền ngoại chi âm* (絃外之音), *tượng ngoại chi tượng* (像外之像), *hàm súc* (含蓄).

Bước ngoặt thẩm mỹ

Khác với hư cấu châu Âu, vốn nảy sinh từ đòi hỏi giải trí của giới thương gia và làm thỏa mãn sở thích công chúng, *xiaoshuo*, trong nghệ thuật ngôn từ hoàn chỉnh của nó, vừa do ảnh hưởng của giới trí thức vừa là một xu hướng tự-ý-thức tranh chấp với thi ca và văn xuôi cổ điển. Có thể nói, *xiaoshuo* đã phải trải qua một quá trình chuyển biến lâu dài mới đạt đến trình độ hiện nay. Quá trình đó diễn ra từ từ qua những bước ngoặt được MDG lý giải sau đây:

▪ Hư cấu tính: bắt đầu từ thời xa xưa cho đến giai đoạn Lục Triều với "chí quái", "chí nhân". Ta có thể tìm thấy trong các truyện này những yếu tố của hư cấu hiện đại, nhưng không có một hình thức đơn lẻ nào chứa đựng đủ các yếu tố đó.

▪ Xu hướng hiện thực và nội giới (inwardness): Bước ngoặt này đã tiềm ẩn từ thời Lục Triều và đạt được những nét căn bản vào thời nhà Đường qua các truyện "truyền kỳ" mà thường tác giả xác định là họ kể chuyện có thực (thực ra là tạo hiệu quả như thực/reality effect) cùng thăm dò nội tâm nhân vật.

▪ Tính đa diện và độ dài: diễn ra từ đời nhà Tống đến đời nhà Nguyên và kéo dài đến đời nhà Minh với loại truyện ngắn gọi là "thoại bản" (*huaben*/話本) chuyển sang loại "nghĩ thoại bản" (*ni-*

huaben/擬 話本) hay "chương hồi tiểu thuyết" vào cuối đời nhà Minh và đời nhà Thanh. Với bước ngoặt này, *xiaoshuo* có tính cách mở (open fiction). Nó không còn chỉ tập trung vào một nhãn quan sáng tạo duy nhất mà nhắm đến tính đa diện, đưa đến nhiều cách lý giải khác nhau xuyên qua ý định của tác giả, sự sắp xếp cốt truyện, và tính mô phỏng.

▪ Chuyển đổi cách viết: Sự chuyển đổi cách viết từ truyện hư cấu lịch sử sang hư cấu thuần túy có thể giảng nghĩa về mặt ý niệm do sự thay đổi từ ý niệm về biểu tượng (concept of symbol) đến ý niệm về ký hiệu (concept of sign). Cách viết biểu tượng kể lại những biến cố đã xảy ra nhằm làm nổi bật một số ý tưởng hay biểu tượng phổ quát như: trung thành, can đảm, đạo đức, anh hùng… trong "Tam quốc chí" chẳng hạn. Trong lúc đó, cách viết ký hiệu không quy cho một hiện thực riêng biệt nào, mà gợi nên một tập hợp những hình ảnh và ý tưởng liên kết nhau, qua đó, ý nghĩa là kết quả của sự tương tác giữa ký hiệu này với ký hiệu khác, do đó, những cơ cấu mới luôn được phát sinh và chuyển đổi (tr. 93).

▪ Sự thay đổi trong ý niệm dẫn đến "bước ngoặt ngữ học" (linguistic turn) hướng về nghệ thuật ngôn từ, tức là hư cấu thuần túy. Nói cách khác, bước ngoặt ngữ học đề cập đến vai trò của ngôn ngữ trong việc sáng tác. Trước đó, ngôn ngữ chỉ được xem như một phương tiện chuyên chở khung cảnh, cốt chuyện, nhân vật và biến cố. Với bước ngoặt ngữ học, ngôn ngữ không còn là phương tiện của hư cấu mà là một hình thức nghệ thuật

> dựa trên chính nó. Nói như thế không có nghĩa là nó bỏ rơi những chức năng đã có từ trước, trái lại, làm giàu và mở rộng những chức năng đó. Kết quả là truyện trở thành một tồn tại độc lập, tách khỏi những hình thức viết khác như triết hay lịch sử, để từ đó, mở ra một không gian miêu tả mới và hình thức chú giải mới (tr. 92).

MDG so sánh truyện hư cấu thuần túy này với môn thư pháp (calligraphy). Trong thư pháp, ngôn ngữ được dùng không như một yếu tố tạo nghĩa mà như một chất liệu vật chất, đối tượng của cái nhìn mỹ học. Thường thì nội dung của cái viết là chuyển nghĩa, nhưng ở đây thư pháp gia (calligrapher) không xem chuyển nghĩa là mục đích chính, mà là truyền cái thần của chữ qua hình dáng, cơ cấu, nét bút.

Bước ngoặt ngữ học dựa trên ngôn từ như một hệ thống ký hiệu học cấp hai (second order semiotic system), tức là trên bình diện hàm ngụ (connotation), bình diện của những ý nghĩa ẩn dụ, không thể tìm thấy trên bình diện biểu hiện (denotation). Trên bình diện biểu hiện, bản văn là một câu chuyện hay, nhưng hệ thống cấp hai ở dưới có thể che giấu nhiều ý nghĩa khác. Theo hủy-cấu-trúc luận (deconstruction), ngôn ngữ là cái gì luôn luôn trượt, vô định và chứa đựng trong nó tiềm năng có ý nghĩa (đôi khi), ngược lại với cái mà nó muốn nói. Với bước ngoặt ngữ học, truyện hư cấu Trung Hoa chia sẻ quan điểm này đồng thời còn nhấn mạnh ở chỗ chính ngôn ngữ tạo nên câu chuyện.

MDG cho rằng trong lịch sử *xiaoshuo* Trung Hoa, một trong những truyện tạo được bước ngoặt ngữ học, là "Thư si"[(11)] (書 癡 = người mê sách) của Bồ Tùng Linh (*Pu*

(11) Xem chuyện "Thư Si" ở phần Phụ Lục

Songling/1640-1715) trong "Liêu Trai chí dị" (*Liaozhai Zhiyi*/聊齋志異). Dựa theo nghĩa đen của một bài thơ của vua Chân Tông nhà Tống (998-1022) và được viết theo lối "hiện thực huyền ảo", tác giả tạo nên một câu chuyện tình với đủ mọi khía cạnh: hiến dâng, chia cách, trừng phạt, đền tội. Đó là một câu chuyện nằm ngoài ý nghĩa thông thường của nó, vừa cả về hình thức vừa về nội dung. MDG cho rằng Bồ Tùng Linh bắt chước lối viết thư pháp trong khi sáng tác. Tác giả không quan tâm đến chuyện chuyển nội dung bài thơ thành một *xiaoshuo*, nhưng chuyển nó thành một nghệ thuật kể chuyện. Ông sử dụng từ ngữ y như nhà điêu khắc sử dụng đất sét để làm thành tác phẩm nghệ thuật là tượng. (tr. 95) Qua cách vận dụng ngôn ngữ, Bồ Tùng Linh tạo ra nhiều cách miêu tả khác nhau: hiện thực, huyền ảo, tính trớ trêu (irony), siêu hình. Người đọc "Thư si" tưởng rằng câu chuyện có mục đích khuyến khích người ta học hành chăm chỉ, nhưng thực ra, không phải thế: người con gái hiện ra từ trong sách, hóa ra, khuyên anh ta đừng trở thành con mọt sách.

Trong lời tựa của "Liêu Trai chí dị", Bồ Tùng Linh thú nhận ông nối tiếp cách viết của loại truyện "chí quái" thời Lục Triều. Thực ra, về mặt kỹ thuật, Bồ Tùng Linh tiến rất xa về mặt này. Với kỹ thuật viết như thế, MDG cho rằng "Liêu Trai chí dị" được xem như không những mang tính hiện đại mà còn có phong cách hậu hiện đại với những tính chất như: tính trớ trêu, sự nhại văn, tính chất liên văn bản, ý nghĩa cấp hai, hiện thực huyền ảo. Chẳng trách nhà văn Kafka rất ngưỡng mộ Bồ Tùng Linh khi đọc qua bản dịch một số truyện trong "Liêu Trai chí dị" mà ông đánh giá là "sắc sảo" (tr. 96).

Kim Bình Mai và Hồng lâu mộng

Sau khi đã thảo luận rốt ráo về lý thuyết, MDG dành hai chương 5 và 6 khá dài, thảo luận tỉ mỉ về hai tác phẩm mà ông cho là tiêu biểu cho văn chương cổ điển Trung Hoa, có thể sánh với văn chương hiện đại:

- Nghệ thuật "Kim Bình Mai": Thi pháp hư cấu thuần túy (The Art of the *Jin Ping Mei*: Poetics of Pure Fiction)
- Nghệ thuật "Hồng lâu mộng": Hư cấu thơ và hư cấu mở (The Art of the *Hongloumeng*: Poetic Fiction and Open Fiction)

"Kim Bình Mai" (đầu thế kỷ 17) là tác phẩm đầu tiên trong lịch sử văn chương Trung Hoa, được sáng tác bởi một tác giả duy nhất vừa về chủ đề, vừa về kỹ thuật lẫn bố cục. Các truyện trước đó, dù có thể mang tên một người viết, nhưng thực sự là do sự thu nhặt lại các câu chuyện của nhiều người. Mặt khác, các truyện trước thường mô tả cái bên ngoài (external focus), còn "Kim Bình Mai" thăm dò nội tâm của nhân vật. Đến "Hồng lâu mộng" (giữa thế kỷ 18) thì *xiaoshuo* đạt đến đỉnh cao, đưa nó trở thành một siêu hư cấu (metafiction). Bằng cách biến toàn thể tiến trình tự sự thành ra một nghệ thuật ngôn từ, "Hồng lâu mộng" mở ra một bước phát triển hoàn toàn mới của văn chương Trung Hoa.

- **"Kim Bình Mai"** (*Jin Ping Mei*/**金瓶梅**) của một người có bút hiệu là Lan Lăng Tiếu Tiếu Sinh (*Lanling Xiao Xiao Sheng*), theo các học giả nghiên cứu về tiểu thuyết Trung Hoa truyền thống, là cột mốc quan trọng nhất trong sự chuyển đổi *xiaoshuo* Trung Hoa từ sử tính sang hư cấu tính. MDG cho rằng, dù có cùng mối quan tâm và cùng lối viết chương hồi với ba kiệt tác đời nhà Minh "Tam quốc diễn nghĩa", "Thủy hử truyện" và "Tây du ký", "Kim Bình Mai" là bước ngoặt căn bản tách khỏi truyền thống *xiaoshuo* vừa về lãnh vực chủ đề, xung động sáng tạo, cảm quan nghệ thuật và kỹ thuật viết. (tr. 125) Nó biểu hiện một hình thức mới về diễn đạt, có thể so sánh với ý niệm hiện đại về truyện hư cấu, vì nó được sáng tác với ý thức đầy đủ về hư cấu thuần túy. Những vay mượn ở các truyện trước, nếu có, chỉ là chất liệu. Vì không để ý đến điểm này, nên nhiều nhà nghiên cứu văn học loay hoay không tìm ra một lý giải hợp lý, đưa đến những hiểu lầm gây nên nhiều tranh cãi về cách viết, chủ đề, ngôn ngữ và nhất là ý định của tác giả. Mặt khác, trong lúc chủ đề ở các truyện khác rất dễ tóm tắt vì chỉ có một, chủ đề của "Kim Bình Mai" chống lại việc thu tóm tất cả vào một chủ đề duy nhất. Nó tạo ra nhiều cách lý giải khác nhau: ý nghĩa chính trị, luân lý dạy đời, xúc động bị dồn ép, trả thù gia đình, hiện thực xã hội, chống truyền thống, sự xuất hiện của giai cấp tư sản, sự thức tỉnh ý thức cá nhân, vân vân.

Đặc biệt, nhiều người cho rằng "Kim Bình Mai" đạt đến đỉnh cao trong nền văn chương dục tính Trung Hoa. Sự nổ bùng về dục tính trong văn chương vào thời nhà Minh và sự xuất hiện của "Kim Bình Mai" chứng minh lập luận cho rằng sự tò mò về dục tính là động lực cho việc đọc và sáng tạo *xiaoshuo*. Đời sống gia đình và quan hệ tình dục, đặc biệt là sự gian dâm (adultery), là một trong những đề tài ưa thích thời đó. Theo MDG, "không phải tình cờ mà tác giả "Kim Bình Mai" đã chọn một đoạn từ "Thủy hử" nói về đời sống gia đình và sự gian dâm như là nền tảng cho sự phát triển câu chuyện và biểu hiện đầy đủ của một truyện dài" (tr. 134).

MDG dẫn lại ý kiến của David Roy cho rằng ngoại trừ "Tale of Genji" (*Genji Monogatari* = Nguyên thị vật ngữ/1010),(12) một tác phẩm cổ điển Nhật, và "Don Quixote" (1615),(13) không có tác phẩm hư cấu nào trước đây có sự điêu luyện trong văn chương thế giới tương đương với "Kim Bình Mai". "Kim Bình Mai" hình thành từ một ý niệm dựng truyện mới, khiến nó trở thành một thứ *xiaoshuo* hoàn toàn khác trước. Kim Thánh Thán (*Jin Shengtan*/1610-1661) nhận xét: trong lúc các sách sử ký dựa vào nguyên tắc "dụng văn vận sử" (用文運史) thì "Kim Bình Mai" dựa vào ý niệm "nhân văn sinh sự" (因文生事), nghĩa là câu chuyện được tạo thành từ ngôn ngữ. Mặt khác, cốt truyện chính phát triển từ một hệ thống những tên người, theo đó, tên của các nhân vật là những ẩn dụ, ám chỉ cuộc đời và thân phận của họ: "nhân danh sinh sự"(因名生事/chuyện được dựng từ tên người).

MDG đặc biệt ca ngợi tài năng của Trương Trúc Pha (*Zhang Zhupo*/1670-1698) trong việc bình giải "Kim Bình Mai". Lập luận của Trương Trúc Pha sắc nét đến nỗi MDG cho rằng, so sánh với sự chặt chẽ có tính hệ thống và lý thuyết trong cách luận bàn của ông ta, các nghiên cứu hiện

(12) "Tale of Genji" do bà Murasaki Shikibu sáng tác vào thế kỷ 11, dưới triều đại Bình An (Heian), được
xem là tác phẩm tiểu thuyết đầu tiên của thế giới.

(13) "Don Quixote", của Miguel de Cervantes (1547-1616), được xem là một trong những tiểu thuyết đầu tiên ở phương Tây.

đại về lý thuyết tự sự liên quan đến truyện hư cấu trông khá mờ nhạt. (tr. 131) Andrew Plaks, trong lời tựa của “The Four Master Works of the Ming Novels” (Bốn kiệt tác triều Minh), cho rằng mặc dù còn thiếu sót, những lời phê bình của Trương Trúc Pha có thể so sánh với các công trình nghiên cứu của các học giả hiện đại. Plaks xem đó là một công trình nghiên cứu toàn diện và có hệ thống về truyện hư cấu trước thời hiện đại. Theo Trương Trúc Pha, “Kim Bình Mai” là một tác phẩm “nhất bộ thiên châm vạn tuyến”, nghĩa là một tiến trình thêu dệt công phu bằng hàng ngàn mũi kim và chục ngàn sợi chỉ. Y như cách “nhện giăng tơ” (spider’s weaving). Lời bình phẩm này, theo MDG, không khác xa lắm với nhận xét của Roland Barthes, theo đó, văn bản trong khi đang được sáng tác, tựa như một tấm đăng ten được tạo ra dưới mắt chúng ta bằng những ngón tay của người thợ. Và tiến trình này có giá trị cho toàn văn bản. Có nghĩa là tác phẩm văn chương được nhìn, không phải như một công việc nhào trộn (wrought work), mà là một văn bản được thêu dệt (woven text) (tr. 147).

Chính vì tác phẩm được nhìn như một tấm vải dệt, nên “Kim Bình Mai” trở nên đa dạng, đa nghĩa, tạo điều kiện cho nhiều cách đọc khác nhau. Nếu muốn xem đó là một tác phẩm theo khuôn thước Nho giáo thì nó sẽ hiện ra trong tinh thần Nho gia; nếu muốn nhìn nó như một tác phẩm Đạo giáo, nó sẽ hiện ra trong tinh thần Đạo giáo; nếu muốn xem nó như một dâm thư thì nó sẽ hiện ra như dâm thư. Và về mặt nghệ thuật, nếu xem nó là một tác phẩm lớn thì nó sẽ là tác phẩm lớn; nếu xem nó tầm thường thì nó sẽ là tác phẩm tầm thường. Tóm lại, truyện được cấu tạo khéo đến nỗi người ta có thể lý giải bằng nhiều cách khác nhau. Bởi thế, “Kim Bình Mai” đã góp phần đổi mới vào lý thuyết Trung Hoa về hư cấu, mà nếu không có nó, những nhà văn về sau có thể đã phải mò mẫm trong bóng tối,” theo MDG (tr. 152).

▪ **"Hồng lâu mộng"** (*Hongloumeng*/紅樓夢) của Tào Tuyết Cần (*Cao Xueqin*/1715 - 1763) là điển hình cho một truyện hư cấu thuần túy, hư cấu toàn diện, siêu hư cấu (metafiction) và trên hết, là một hư cấu mở (open fiction). "Hồng lâu mộng" đã phá vỡ tất cả những ý tưởng truyền thống về cách viết trước đó, khiến tác phẩm đi đến gần với hai kiệt tác thế kỷ 20 của James Joyce: "Ulysses" và "Finnegans". Dù tác giả không viết một tiểu luận nào bàn về cách viết, truyện chứa đựng một cái nhìn thấu suốt về bản chất của văn chương, có thể được sử dụng như là một lý thuyết về hư cấu. (tr. 153) Tác giả có một ý thức đầy đủ về sự liên quan giữa việc sáng tác và lý thuyết về sáng tác. Ông đã làm việc gian khổ trong cả mười năm, viết đi viết lại năm lần. MDG nhận định: "Hồng lâu mộng" được sáng tác dựa trên ba phong cách thể hiện: mô phỏng (mimesis), ký hiệu học (semiosis) và tái hiện (simulation).

Theo MDG, việc nhân vật chính Giả Bảo Ngọc viếng thăm khu vườn ảo trong giấc mơ và sau đó, sự xuất hiện của khu vườn kỳ lạ "Đại quan viên" là chủ đề chính của tác phẩm. Chủ đề đó là hiện tượng nghịch lý chân/giả: thế giới ảo hiện ra trong giấc mơ của Giả Bảo Ngọc (chương 5) và "Đại quan viên" (chương 17 & 18), khu vườn có thật trong truyện là hai thế giới tương phản nhau. Tính nhị nguyên như thế không phải là điều mới lạ trong truyền thống văn chương và triết lý Trung Hoa. Nhưng nó biểu hiện trong "Hồng lâu mộng" một cách khác, theo MDG. Cái khác đó là: cái "thực" mô phỏng cái "giả". "Đại quan viên" "thực" là một mô phỏng của giấc mơ "giả". Theo lý thuyết về mô phỏng thì sự mô phỏng diễn ra khi có một "vật mẫu" (model) và “bản sao” (copy) của nó; bản sao là sao từ vật mẫu. “Hồng lâu mộng” làm điều ngược lại: Đại quan viên là cái có thực lại là bản sao của cái không thực là giấc mơ. Cái giả trở thành vật mẫu và cái thực lại trở thành bản sao.

Một cái nhìn như thế đưa quan điểm của Tào Tuyết Cần về thế giới gần với một ý niệm hiện đại về “simulation” (tái hiện) của Jean Baudrillard, theo đó, tái hiện là mô phỏng cái đã được mô phỏng, do đó, bị cắt đứt hoàn toàn với vật mẫu đầu tiên được xem như là “hiện thực” và tạo ra một cái mà Baudrillard gọi là “ngoại thực” (tạm dịch từ chữ “hyperreal”). Như thế, Tào Tuyết Cần không chỉ tạo ra một truyện hư cấu thuần túy, mà mục đích sáng tạo của ông còn tương tự như chức năng “tái hiện” của Baudrillard. “Tái hiện” khác hư cấu bình thường ở chỗ nó “không chỉ trình bày một vắng mặt như đang hiện diện, một tưởng tượng như đang có thực, mà còn là làm xói mòn bất cứ mâu thuẫn nào với cái có thực, hấp thu cái thực vào bên trong chính nó.” (tr. 157) Vì “tái hiện”, theo Baudrillard, đe dọa xóa đi sự khác biệt giữa đúng và sai, thực và tưởng tượng.

Cái nhìn của Tào Tuyết Cần xuất phát từ nhận thức luận siêu hình về thế giới: thực/giả, tưởng tượng/hiện thực. Theo MDG, cái nhìn đó thấm nhuần ý tưởng của Đạo giáo, một cái nhìn được xem như “hủy cấu trúc” theo thuật ngữ hiện đại. (tr. 159) Tương tự như ý niệm “Hồ điệp hóa Trang sinh” của Trang Tử, tính cách mập mờ của nhân vật chính Giả Bảo Ngọc vừa thực vừa giả, vừa thế này vừa thế khác chịu ảnh hưởng của Trang Tử về tính tương đối của ngôn ngữ: những gì nói ra không nhất thiết chỉ có một nghĩa duy nhất nào đó. MDG ngưỡng mộ sâu xa cái nhìn của tác giả vào bản chất vô định của ngôn ngữ. Ông đồng ý với nhận định của Vương Hy Liêm (đầu thế kỷ 19): “Những từ ngữ then chốt trong “Hồng lâu mộng” là “chân” và “giả”. Độc giả có thể biết rằng "chân là giả, giả là chân, có giả trong chân, có chân trong giả, chân là không chân, giả là không giả" (tr. 161).

Thông điệp của tác giả, theo MDG, là ông muốn sáng tác một truyện có tính cách "mở" (open fiction), hiểu theo nghĩa của Roland Barthes: "Viết là sự phá hủy mọi tiếng nói, mọi nguồn gốc, là nơi mà chủ thể luôn luôn bị trượt đi, nơi mà mọi căn cước bị đánh mất để chỉ còn có cái viết." MDG tin rằng Tào Tuyết Cần có lẽ là nhà văn Trung Hoa đầu tiên ý thức đầy đủ về "tiềm năng phá hủy của ngôn ngữ và khả thể vô tận của diễn ngôn" (tr. 161).

MDG còn tìm thấy một điểm quan trọng khác trong "Hồng lâu mộng" là vai trò của giấc mơ. Tác giả đã khảo sát kỹ cơ cấu giấc mơ khi đưa vào truyện. "Nếu Freud có may mắn được đọc "Hồng lâu mộng" thì có lẽ ông ta đã xếp Tào Tuyết Cần vào trong hàng ngũ những nhà văn đã khám phá ra vô thức." (tr. 171) Cái nhìn sáng tạo và kỹ thuật miêu tả mở có thể xuất phát từ sự hiểu biết sâu xa của tác giả về giấc mơ. MDG gọi "Hồng lấu mộng" là một "siêu giấc mơ" (superdream). (tr. 175) Tào Tuyết Cần ý thức rõ ràng rằng, "giấc mơ là một hình thức của viết và viết là một hình thức của giấc mơ; cả mơ và viết là những ấn tượng và xúc động được sản xuất bởi ngôn ngữ và ký hiệu" (tr. 177).

Cuối cùng, MDG cho rằng "Hồng lâu mộng" mang một số đặc điểm, nhắc chúng ta về "tính hoang đường" (fabulation), tính "siêu hư cấu" của truyện Hoa Kỳ, xu hướng "tân tiểu thuyết" Pháp và bút pháp "hiện thực huyền ảo" của châu Mỹ La Tinh (tr. 179).

Lý thuyết hư cấu

Chương cuối cùng, chương 7, MDG dành để thảo luận về lý thuyết hư cấu theo truyền thống Trung Hoa (Theory Fiction: A Chinese System). Một lý thuyết như thế dựa vào bảy ý niệm chính:

1. Khởi nguyên: *phát phẫn trứ thư* (發憤著書), yếu tố tâm lý và trữ tình là nguồn gốc phát sinh hư cấu.

2. Bản thể luận: *vô trung sinh hữu* (無中生有); nói lên bản chất nghịch lý của hư cấu là mô phỏng hiện thực nhưng không sao chép hiện thực; tương tự đời sống, nhưng không là đời sống.

3. Nhận thức luận: *dĩ giả vi chân* (以假爲真): làm người ta tin như thật một chuyện bịa; trong truyện, những chi tiết tưởng tượng được sử dụng như những chi tiết thực.

4. Ý niệm sáng tạo: đa nguyên cộng tồn (多元共存): hư cấu có tính đa đề tài, đa hình thức, đa dạng.

5. Cách viết: *huấn cổ hỗ văn* (訓古互文): hư cấu là một nghệ thuật ngôn từ. "Huấn cổ" là một phương pháp chú giải các bản cổ văn. Có hai cách: tìm nghĩa qua hình dạng của chữ (*dĩ hình sách nghĩa*) và tìm nghĩa qua âm thanh của chữ (*dĩ thanh sách nghĩa*). Phương pháp này về sau biến thành một cách viết.

6. Cách biểu hiện: *kiêm thu tịnh súc* (兼收並蓄): trộn lẫn nhiều cách biểu hiện khác nhau như hiện thực, duy nhiên, siêu thực, mô phỏng, tái hiện, nhại văn, tính trớ trêu, vân vân…

7. Lý thuyết đọc: *thuyên thích khai phóng* (詮釋開放): hư cấu là mở, bất toàn, tạo điều kiện cho nhiều cách đọc, nhiều cách lý giải khác nhau.

Trong phần kết luận, MDG đưa ra một số nhận định như sau:

▪ Trong lúc hư cấu Âu châu chỉ xuất hiện vào thế kỷ thứ 12 và truyện ngắn đầu tiên phải đợi đến thế kỷ 14, thì truyện hư cấu bằng văn xuôi đã xuất hiện từ đầu thời kỳ Lục Triều (thế kỷ 3 đến 6) và đạt đến trình độ hoàn chỉnh vào đời nhà Đường (từ thế kỷ 7 đến 10). Không kể truyện "Tale of Genji" (1010) của Nhật, thì truyện dài đầu tiên trên thế giới xuất hiện ở Trung Hoa.

▪ Về mặt thực hành, truyện Trung Hoa có những cách viết không khác gì chủ nghĩa hiện đại và hậu hiện đại. Hơn nữa, một số truyện còn được xem như góp thêm phần vào lý thuyết "xuyên văn hóa" (transcultural).

▪ Trong khi hư cấu châu Âu phát triển theo trình tự từ sử thi đến lãng mạn, hiện thực, duy nhiên, hiện đại và hậu hiện đại thì truyện Trung Hoa lại có sự chồng chéo các thể loại với nhau.

▪ Sự khác nhau giữa hư cấu Âu châu và Trung Hoa xuất phát từ sự khác nhau về văn hóa, nhất là trong lãnh vực siêu hình. Trong lúc thế giới quan Âu châu dựa trên "Siêu hình về sự hiện diện" (Metaphysics of Presence) phân cách chủ thể/đối tượng, thì thế giới quan Trung Hoa dựa trên "Siêu hình về sự vắng mặt" (Metaphysics of Absence) kết hợp chủ thể và đối tượng vào Nhất Thể (truyện tạo ra thế giới riêng của nó nhưng nó cũng được tạo ra bởi tác giả). Tác giả và tác phẩm là riêng biệt nhau, nhưng không giống như khái niệm về Thượng Đế của Tây phương vốn tách biệt và siêu vượt với cái được tạo dựng, nhà văn trong truyền thống Trung Hoa được xem như không tách biệt hẳn với cái mà nó tạo ra. Trong "Hồng lâu mộng" chẳng hạn, tác giả, nhân vật kể chuyện, người biên soạn, độc giả và các nhân vật đan bện vào nhau trong một đại tự sự.

▪ Ý niệm về hư cấu Trung Hoa, về mặt bản thể luận cũng như nhận thức luận, có gốc rễ sâu xa trong ý niệm triết lý đầu tiên của truyền thống Trung Hoa là Đạo. Truyện hư cấu Trung Hoa được xem như một thứ Đạo nhỏ xuất phát từ một Đạo lớn đó theo nguyên tắc "*nhất sinh nhị, nhị sinh tam...*". Một ý niệm như thế đưa đến sự xóa mờ biên giới giữa hư cấu và siêu hình. Là một hình thức của Đạo, hư cấu Trung Hoa có thể góp phần có ý nghĩa vào lý thuyết hư cấu xuyên văn hóa.

MDG kết luận: "Vì hư cấu là một nghệ thuật ngôn từ quan tâm đến ngôn ngữ và tương quan của nó với những hiện thực cảm nhận được, chúng ta không thể tìm ra một ý niệm nào trừu tượng và toàn diện hơn nguyên tắc thống nhất của cái Nhất Thể phổ quát trong sự tái ý niệm của chúng ta về hư cấu. Như thế, trong một tinh thần siêu hình, tôi chấm dứt cuốn sách này bằng cách đề xuất một ý niệm bao quát về hư cấu: truyện hư cấu là một biểu hiện ngữ học của Nhất Thể, là cái Hữu Thể thống nhất thi ca, lịch sử và triết lý vào một mối" (tr. 222).

*

"Chinese Theories of Fiction: A Non-Western Narrative System" không dày lắm (trên 220 trang) nhưng chứa đựng một lượng kiến thức và lý giải dồi dào, đa dạng, không dễ gì tóm tắt lại trong một bài ngắn. Là người chuyên nghiên cứu về văn chương đối chiếu, tác giả đã vận dụng nhiều nguồn tài liệu và nhiều quan điểm đông, tây, kim, cổ khác nhau để soi sáng quá trình phát triển của truyện hư cấu Trung Hoa từ mọi góc nhìn, mọi khía cạnh. Tùy trường hợp, khi thì tác giả dẫn chứng Platon, Aristotle, khi thì dẫn chứng Khổng Tử và những học giả Trung Hoa thời trước, khi thì dẫn chứng những tác giả hiện đại như Victor H. Mair, Baudrillard, Plaks... đồng thời với các quan điểm hay lý thuyết của họ, từ mô phỏng, phân tâm học, cấu trúc học cho đến phản-cấu-trúc, hiện thực huyền ảo, vân vân. Tóm lại, tác giả mổ xẻ vấn đề từ trong ra ngoài, từ trên xuống dưới, đưa ra một cái nhìn mới vào một hiện tượng rất cũ, tưởng như đã được giải quyết từ đời nảo đời nao.

Trong phần mở đầu, MDG viết: "Ý định của tôi là muốn làm một gạch nối giữa những nhà văn Trung Hoa truyền thống và những kinh nghiệm hiện đại không nên bị diễn giải sai, kiểu như "Ồ, cái đó, Trung Hoa đã có, có từ lâu lắm rồi", mà nên hiểu như là một nỗ lực chỉ ra sự liên tục giữa quá khứ và hiện tại và ý nghĩa xuyên văn hóa của hư cấu Trung Hoa trong ngữ cảnh toàn cầu của các công trình nghiên cứu văn chương hư cấu." (tr. 16) Nghe thì rất khiêm tốn và giản dị nhưng không kém tham vọng! Chính vì thế, nhiều luận điểm tác giả đưa ra rất thách đố và gợi nên nhiều suy nghĩ. Martin Huang nhận xét: "Nhiều trong những luận cứ của ông có tính khiêu khích hoặc làm động não, buộc chúng ta phải suy nghĩ lại nhiều vấn đề quan trọng trong sự nghiên cứu văn chương Trung Hoa và đặc biệt truyện hư cấu Trung Hoa và đụng đến những câu hỏi hóc búa" (Trang bìa sau).

Chấm dứt "Chinese Theories of Fiction: A Non-Western Narrative System", việc đầu tiên của tôi là đi tìm vài cuốn truyện Tàu: "Kim Bình Mai", "Hồng lâu mộng", "Liêu Trai chí dị". Quả thật, sau rất nhiều năm quên bẵng, bây giờ đọc lại cộng thêm một mớ luận điểm của Minh Dong Gu vừa dồn vào trong đầu, các tác phẩm hiện ra với một vẻ hoàn toàn khác.

Khác thế nào? Không dễ gì tìm ra ngay câu trả lời.

Nhưng có một điều chắc chắn: lại một lần nữa, một số điều tưởng như không thể nào thay đổi, đóng chặt vào đầu óc mình y như chân lý không thể di dịch, bỗng nhiên đối diện với nhiều câu hỏi mới tinh.

Ít ra đó cũng là kinh nghiệm của riêng tôi sau mỗi lần đọc xong một bài viết hay một cuốn sách (hay).

(10/2007)

Phụ Lục

Phần phụ lục này không nằm trong tập sách của Ming Dong Gu, mà do người đọc sách thêm vào để cho độc giả tiện theo dõi các tài liệu mà Ming Dong Gu nêu ra trong tập sách.

Phụ lục 1:
Các triều đại trong lịch sử Trung Hoa

Tam Hoàng ngũ Đế	三皇五帝	trước 2070 (trước Công nguyên)
Hạ	夏	2070 - 1600
Thương	商	1600 - 1046
Tây Chu	西周	1046 - 771
Đông Chu *Chia làm hai thời kỳ:* Xuân Thu Chiến Quốc[14]	東周 春秋 戰國	770 - 256 722 (770) - 476 475 - 221
Tần	秦	221 - 206
Tây Hán	西漢	206 – 9 (sau Công nguyên)
Tân	新	9 - 25
Đông Hán	東漢	25 - 220
Tam Quốc	三國	220 - 265
Tây Tấn	西晉	265 - 317
Đông Tấn	東晉	317 - 420

(14) Tuy Chu Bình vương dời đô sang phương Đông (Lạc Ấp) năm 770 BC và Đông Chu được coi là khởi đầu từ năm ấy, nhưng Khổng Tử không chép Kinh Xuân Thu từ năm đó. Kinh Xuân Thu được chép từ năm 722 BC (Lỗ Ẩn công năm đầu). Khổng Tử là người nước Lỗ. Theo hình thức, "Kinh Xuân Thu" là cuốn sử biên niên của nước Lỗ. Vì thế, **năm bắt đầu triều Đông Chu (770 BC) không phải là năm bắt đầu thời Xuân Thu (722 BC).** Thời Chiến Quốc được coi là kéo dài đến năm 221 BC (năm Tần Thủy hoàng "gồm thâu lục quốc", lên ngôi Hoàng Đế. Nhưng nhà Chu đã bị diệt từ 256 BC, 35 năm trước đó, trước khi nhà Tần nuốt xong những nước cuối trong nhóm "Thất hùng" (như Yên, Tề...).
Vì thế, khi chúng ta nói "Thời Đông Chu gồm hai giai đoạn Xuân Thu và Chiến Quốc" là nói theo nghĩa tương đối thôi.

Nam Bắc Triều	南北朝	317 (420) - 589[(15)]
Tùy	隋	581 - 618
Đường	唐	618 - 907
Ngũ Đại Thập Quốc	五代十國	907 - 960
Bắc Tống	北宋	960 - 1127
Nam Tống	南宋	1127 - 1279
Liêu	遼	916 - 1125
Kim	金	1115 - 1234
Nguyên	元	1271 - 1368
Minh	明	1368 - 1644
Thanh	清	1644 - 1911

Lưu ý: Văn chương nghệ thuật của 5 triều đại Đông Tấn, Tống, Tề, Lương, Trần cộng với của Đông Ngô (thời Tam Quốc) -- vì cũng định đô ở Mạt Lăng, sau là Kiến Khang, Nam Kinh -- nên được đa số học giả Trung Hoa và Tây phương gộp chung là thời kỳ "Lục Triều" (Six Dynasties).

(15) Có hai quan niệm về thời kỳ này. Một quan niệm cho rằng tình trạng Nam Bắc triều khởi đầu từ năm 317, khi Tư Mã Duệ lên ngôi, xưng là Đông Tấn Nguyên đế ở Kiến Khang (gần Nam Kinh hiện nay), sau khi nửa nước TH phương Bắc đã mất vào tay người Hồ, và vua cuối nhà Tây Tấn là Mẫn đế bị họ giết. Thế lực của nhà Đông Tấn chỉ từ sông Hoài về Nam, trong lưu vực Dương Tử, trong khi ở phương Bắc là tình trạng "Ngũ Hồ loạn Hoa," "Ngũ Hồ thập lục quốc." Nhiều sử gia cho rằng khi nhà Tây Tấn bị diệt, nhà Đông Tấn dời về phương Nam, là bắt đầu giai đoạn Nam Bắc triều (từ năm 317 trở đi). Nhưng cũng có sử gia quan niệm rằng Nam Bắc triều khởi đầu từ năm 420, khi vua cuối của nhà Đông Tấn bị giết để vua đầu của nhà Lưu Tống là Lưu Dụ lên ngôi. Xem: *https://vi.wikipedia.org/wiki/Nam%E2%80%93B%E1%BA%AFc_tri%E1%BB%81u_(Trung_Qu%E1%BB%91c)*

Phụ lục 2:
Các tác phẩm cổ điển nổi tiếng Trung Hoa:

	Tựa đề (Hán Việt, Hán, Pin Yin, Anh)	**Tác giả**	**Thời gian** (thế kỷ)	**Triều đại**
1	Thủy hử truyện 水滸傳 *Shui Hu Zhuan* Water Margin	Thi Nại Am (1296-1372) 施耐庵*Shi Naian* hay La Quán Trung (?)	TK 14	cuối Nguyên đầu Minh
2	Tam quốc diễn nghĩa三國演義*San-guo Yanyi* Romance of the Three Kingdoms	La Quán Trung (?) 羅貫中 *Luo Quan-zhong*	TK 14	cuối Nguyên đầu Minh

3	Tây du ký 西遊記 *Xiyouji* Journey to the West	Ngô Thừa Ân (1500-1583) 吳承恩 *Wu Chengen*	cuối TK 16	nhà Minh
4	Kim Bình Mai 金瓶梅 *Jin Ping Mei* The Plum in the Golden Vase	Vương Thế Trinh (?) 王世貞 Bút hiệu: Lan Lăng Tiếu Tiếu Sinh *Lanling Xiao Xiao Sheng*	đầu TK 17	nhà Minh
5	Đông Châu liệt quốc 東周列國志 *Dong Zhou lie guo zhi* Tales of the kingdoms of the Eastern Zhou	Phùng Mộng Long (1574-1645) 馮夢龍 *Feng Men-glong*	giữa TK 17	cuối Minh

6	Liêu Trai chí dị 聊齋誌異 *Liaozhai Zhiyi* Strange Tales from Chinese Studio	Bồ Tùng Linh (1640-1715) 蒲松齡 *Pu Songling*	cuối TK 17 đầu TK 18	nhà Thanh
7	Nho lâm ngoại sử 儒林外史 *Rulin Waishi* The Scholars	Ngô Kính Tử (1701-1754) 吳敬梓 *Wu Jingzi*	đầu TK 18	nhà Thanh
8	Hồng lâu mộng 紅樓夢 *Hongloumeng* A Dream of Red Mansions	Tào Tuyết Cần (1715-1763) 曹雪芹 *Cao Xueqin*	giữa TK 18	nhà Thanh

Ghi chú: Ngoại trừ tựa đề truyện, nói chung, tên tác giả và thời gian xuất hiện của tác phẩm cho đến giờ vẫn còn là điều tranh cãi giữa các nhà nghiên cứu. Những chi tiết ghi ở trên (lấy từ nhiều nguồn khác nhau và không có gì bảo đảm độ chính xác 100%) chỉ nhằm cung cấp một số thông tin tương đối để người đọc có thể có một khái niệm tổng quát khi đọc bài viết.

Phụ lục 3: Mê sách
Nguyễn Văn Huyền *dịch*

(Truyện ngắn này trích từ "Liêu Trai chí dị" được Ming Dong Gu đánh giá là một trong những tác phẩm đầu tiên tạo nên **bước ngoặt ngữ học** *(aesthetic turn) trong lịch sử tiểu thuyết Trung Hoa, góp phần làm thay đổi hẳn bản chất của nền văn chương hư cấu Trung Hoa).*

Lang Ngọc Trụ quê Bành Thành. Ông bố làm quan đến chức thái thú, rất liêm khiết, được bổng lộc không tính chuyện làm giàu, chỉ tích sách đầy nhà. Đến Ngọc Trụ lại càng mê sách, gia cảnh nghèo khó phải bán hết đồ đạc, nhưng số sách cha để lại vẫn không suy suyển một quyển.

Khi còn sống, người cha đã viết cả thiên Khuyến học (1) *dán lên vách bên phải tòa nhà ở:*

Nhà giàu chẳng cần bán ruộng tốt
Trong sách tự có nghìn chung thóc
Ăn ở chẳng cần nhà cao to
Trong sách tự có lầu kim ốc
Lấy vợ chớ e mai mối xoàng
Trong sách có nàng mặt như ngọc

Hàng ngày Lang thường ngâm đọc, lại còn viết bài ấy vào bức lụa trắng, chỉ sợ mờ rách mất. Anh ta cũng không mơ tưởng đường công danh vì đinh ninh tin rằng trong sách thế nào cũng có vàng có thóc. Suốt ngày suốt đêm, anh ta chỉ mải mê đọc sách, bất kể lúc nóng nung người hay khi rét cắt da. Tuổi ngoài đôi mươi, anh ta chả thiết gì tìm vợ vì hy vọng người đẹp trong sách sẽ tự đến. Bạn bè thân thích đến chơi, anh ta cũng chẳng thiết chuyện trò, chỉ qua quýt hỏi đáp vài câu rồi lại lớn tiếng ngâm đọc, khách ngồi chán rồi đi. Mỗi lần sát hạch, anh ta đều được lấy đứng đầu, nhưng khổ nỗi thi hoài không đỗ.

Một hôm Lang đang ngồi đọc sách, chợt có cơn gió lớn thổi bay sách, anh ta vội đuổi theo, chợt chân bị sụt xuống đất. Hóa ra chỗ đó có hố thóc mục đã tơi như đất mùn, do người xưa cất giấu. Tuy không ăn được thứ ấy, nhưng anh ta càng tin mấy chữ "nghìn chung thóc" là không sai, cho nên lại càng chăm đọc sách. Hôm khác bắc thang trèo lên giá sách cao, trong đám sách vở linh tinh, vớ được cái xe vàng độ hai gang, anh ta mừng quá, cho rằng nghiệm với chữ "kim ốc" (nhà vàng). Đưa xe cho người ta xem thì hóa ra là vàng mạ, không phải vàng thật. Anh ta có ý oán cổ nhân lừa dối mình. Không bao lâu, có người khuyên Lang cúng cái xe ấy vào việc xây dựng tháp Phật. Người bạn đồng khoa với cha Lang, đang làm quan ở đất ấy, vốn là người mộ đạo Phật liền tặng hai con ngựa, ba trăm đồng vàng. Lang mừng quá cho là ứng nghiệm với chữ "xe ngựa, nhà vàng" cho nên lại càng khổ công dùi mài kinh sử.

Tuổi đã ba mươi, người ta khuyên lấy vợ đi. Lang chỉ trả lời: "Đã có câu "Trong sách có nàng mặt như ngọc", ta lo gì không có vợ đẹp." Rồi lại miệt mài đọc sách, hai ba năm nữa vẫn không thấy kiến hiệu gì. Người ta chế giễu quá. Lúc ấy trong dân gian có thành ngữ: "Chức Nữ trên trời đã trốn rồi", người ta dựa vào đó mà đùa Lang rằng: "Cháu Trời [2] đi mất là vì anh đấy". Lang cho là chuyện đùa, bỏ ngoài tai.

Một tối, đọc sách Hán thư đến quyển thứ 8, bỗng thấy hình một mỹ nhân cắt bằng lụa mỏng ép giữa hai trang giấy, Lang kinh ngạc tự nhủ: "Câu "Trong sách có nàng mặt như ngọc" ứng ở đây chăng?". Nhìn kỹ mỹ nhân thì đầu mày cuối mặt y như người sống, sau lưng mờ mờ có chữ "Chức Nữ", anh ta càng lấy làm lạ lắm. Từ đó, Lang thường đặt hình mỹ nhân lên trên sách, trở đi lật lại ngắm nghía đến quên ăn quên ngủ.

Một hôm, Lang đang bần thần ngắm nghía thì mỹ nhân bỗng nhỏm dậy, ngồi trên sách mà hé môi cười mỉm. Lang hãi quá, phục lạy trước bàn. Mỹ nhân đứng dậy đã cao tới hai gang. Lang càng sợ, cứ lạy như tế sao. Mỹ nhân thong dong bước xuống đất, đứng thẳng lên nghiễm nhiên trở thành một trang giai nhân tuyệt thế. Lang vừa vái vừa đánh bạo hỏi:

- Bẩm, Người là vị thần gì?

Mỹ nhân cười đáp:

- Thiếp họ Nhan tên Như Ngọc mà chàng đã biết từ lâu [3]. Hàng ngày được chàng rủ mắt xanh tới, thiếp mà không đến sợ nghìn năm sau sẽ không còn ai tin ở cổ nhân.

Lang mừng quá, để ở cùng phòng chung chăn chung gối bội phần thân ái. Song khổ nỗi chàng ta ngú ngớ quá, không biết cách thể hiện bản lĩnh của trang nam tử như thế nào. Từ đó, mỗi khi đọc sách, thế nào anh ta cũng kéo cô gái ngồi kề. Cô gái bảo thôi đừng học cách như thế nữa, nhưng anh ta nhất định không nghe. Cô rành rọt khuyên bảo:

- Chàng sở dĩ không thành đạt được chính vì đọc sách nhiều quá mê muội đi đấy. Thử xem những ông nghè ông cống, hỏi mấy người đọc được như chàng? Can chàng chẳng nghe, em bỏ đi đấy!

Lang nể lời nghe theo, nhưng chốc lát quên mất, lại cất tiếng sang sảng ngâm đọc, lúc sau nhớ ra ngoái tìm cô gái thì cô đã biến đâu mất. Thần hồn hoảng hốt, chàng ta vội vã quỳ xuống cầu khấn song nàng vẫn biệt tăm. Sực nhớ ra nơi ẩn cũ của người đẹp, chàng ta vội mở lại sách Hán thư, kiếm kỹ đến chỗ cũ thì thấy hình mỹ nhân. Gọi mãi vẫn không động tĩnh, chàng phải phục xuống khóc lóc, van xin, cô gái mới hiện ra và dọa ngay:

- Còn không nghe, nhất định sẽ vĩnh biệt!

Rồi nàng lấy bộ quân cờ, cỗ bài để hàng ngày cùng chơi. Nhưng Lang chẳng để ý gì lắm, hễ nàng vắng lại giở trộm sách. Vẫn sợ nàng biết nên anh ta ngầm cất quyển 8 sách Hán thư vào một chỗ khác, hòng để nàng không còn tìm thấy chốn ẩn cũ.

Hôm khác, đang say đọc thì nàng tới. Chợt thấy bóng, Lang vội gấp sách, song nàng lại đã biến đâu mất. Lang cả sợ, tra soát khắp các sách không thấy đâu cả, đến giữa quyển 8 sách Hán thư lại thấy Nhan Như Ngọc, không sai số tờ. Chàng phải van lạy, thề thốt không đọc nữa, lúc ấy cô gái mới ra, bắt phải cùng đánh cờ. Nàng hẹn trước: "Nếu ba ngày đánh không được, sẽ lại đi". Đến ngày thứ ba, Lang thắng hai ván. Cô gái tỏ lời khen, trao đàn bắt tập, hẹn năm ngày phải chơi được một khúc. Lang chăm chú, tập trung mắt nhìn tay gảy, lâu sau đã quen với tiết tấu, giai điệu. Rồi cô gái rủ cùng uống rượu, đánh bài, Lang vui thích mà bớt dần việc đọc sách lu bù. Cô gái lại thúc giục Lang ra ngoài gặp gỡ bạn bè, giao du ngày càng rộng rãi. Lúc ấy nàng mới bảo:

- Chàng có thể đi thi được rồi đấy.

Một đêm, Lang tỉ tê hỏi nàng:

- Phàm, người ta nam nữ ở với nhau sẽ sinh con đẻ cái. Nay tôi với mình chung đụng đã lâu mà sao không thấy gì cả?

Cô gái nhoẻn cười:

- Chàng cứ mê mải vùi đầu vào sách hoài, em đã bảo khéo kẻo mà vô tích sự. Bởi vậy cho đến nay chàng vẫn chưa hiểu nổi chương "chồng vợ" và hai chữ "gối chăn" cũng phải dày công đấy.

Lang ngẩng mặt hỏi:

- Công phu gì cơ?

Cô gái cười ngặt nghẽo, không nói. Lát sau vắng vẻ, mới tỉ tê bày vẽ cho Lang những ngón bí mật chốn buồng the. Lang thực hành ngay, khoái lắm bảo nàng:

- Tôi không nghĩ rằng cái lạc thú chồng vợ lại không thể truyền bá cho nhau được.

Thế rồi gặp ai anh ta cũng thông thốc kể lại mọi sự "thú lý tình" với người đẹp, không giấu giếm điều chi. Cô gái biết, trách Lang. Lang đáp:

- Kẻ khoét ngạch trèo tường mới không dám ngỏ với ai. Còn cái lạc thú trong đạo thiên luân ai cũng vậy cả, việc gì phải giấu giếm, kiêng kỵ.

Chín tháng sau, nàng đẻ con trai, thuê một người vú trông nom đứa trẻ. Một hôm nàng bảo chồng:

- Em ở với chàng hai năm đã nghiệp dĩ sinh con. Nay có thể chia tay, ở lâu sợ gây tai họa cho chàng, hối không kịp.

- Em không nghĩ đến đứa hài nhi còn oa oa đó chăng?

Cô gái cũng buồn rầu, lâu sau mới ra điều kiện:

- Nếu chàng muốn em ở lại, phải phá tán hết sách trên giá đi!

Lang từ chối:

- Đó là cố hương của em, là tính mệnh của tôi, sao em lại nói thế?

Cô gái không ép nữa, chỉ thở dài bảo:

- Em cũng biết là có số mệnh cả, song không thể không dự báo cho chàng.

Trước đây, thân thích trong họ Lang dòm thấy cô gái đã khả nghi lắm, lại chưa nghe thấy mối lái cưới xin, cho nên họ kéo đến chất vấn. Lang không thể đặt điều nói dối, song cũng úp mở không để lộ chuyện, cho nên họ lại càng ngờ. Lời đồn đại loan truyền đến tai quan huyện họ Sử, xuất thân tiến sĩ người đất Mân. Nghe chuyện lạ về Lang, quan huyện trẻ tuổi đã động lòng thèm khát, muốn được tận mắt nhìn ngắm dung nhan người đẹp, liền ra lệnh bắt giải cả Lang và mỹ nhân lên huyện. Cô gái biết, bỏ trốn biệt tích. Quan huyện càng nổi giận, sai lột hết quần áo Lang rồi cùm lại, hòng cô gái thương người tình mà tự dẫn thân đến.

Song Lang bị đày đọa gần chết vẫn không chịu nói một lời. Tra khảo đến con hầu, nó mới cung ra đôi điều loáng thoáng. Quan huyện phán quyết đúng là yêu quái trá hình, cho nên tự thân đến nhà Lang khám xét. Quan thấy sách chất đầy nhà, nhiều không kiểm xuể liền ra lệnh đốt sách, khói kết lại không tan, âm u mù mịt.

Sau Lang được thả vì chàng xin được thư can thiệp của người học trò cũ của cha đang có quyền thế, cho nên chàng được miễn tội, khôi phục các quyền lợi. Năm ấy chàng đi thi đỗ cử nhân, năm sau đỗ luôn tiến sĩ. Trong lòng chứa chất mối hận thù khắc cốt ghi xương, chàng thiết lập bài vị Nhan Như Ngọc, sớm chiều khấn vái: "Nàng có khôn thiêng xin phù trợ cho ta làm quan ở đất Mân."

Sau quả nhiên Lang được cử đi thanh tra đất Mân. Ở ba tháng chàng tra hỏi các tội ác của Sử, tịch biên nhà cửa. Rồi lại được cử làm tư lý. Lang bức Sử phải nộp người thiếp yêu, thác cớ mua thị tì hầu hạ trong dinh. Vụ án kết thúc, Lang lập tức đưa cả người thiếp đi theo.

Nguyễn Văn Huyền
(Dịch từ nguyên bản "Thư si" của Bồ Tùng Linh)

http://vnthuquan.net/truyen/truyen.asp

?tid=2qtqv3m3237nvnqnmn31n343tq833q3m3237n3n1n

Chú thích (Mê sách):

(1) Đó là bài thơ của Tống Chân Tông, trong đó có câu (nguyên văn):

Phú đa bất dụng mại lương điền
Thư trung tự hữu thiên chung túc
An cư bất khả giá cao đường
Thư trung tự hữu hoàng kim ốc
Thu thê mạc hận vô lương môi
Thư trung tự hữu nhan như ngọc

(2) Nguyên văn: Thiên Tôn, tên một ngôi sao, cũng gọi là Chức Nữ. Theo truyền thuyết, Chức Nữ là cháu trời, trốn xuống trần lấy anh chăn trâu (Ngưu Lang).

(3) Tên từ trong câu thơ của bài Khuyến học: "Thư trung tự hữu nhan như ngọc"

TỰ LỰC VĂN ĐOÀN VÀ CHUYỆN VĂN PHONG

"Trời muốn trở rét...

Nói xong và nghe tiếng mình nói, Trúc nhớ lại rằng câu ấy chàng đã thốt ra nhiều lần, năm nào cũng vậy. Sự rung động êm ái và hiu hắt buồn trước cơn gió lạnh đầu tiên khiến vẻ mặt Trúc trở nên dịu dàng và thoáng trong một giây chàng sống lại hết cả những ngày mới trở rét trong đời" (Đôi bạn).

"Trời lạnh", "trời rét" là sự kiện. "Trời trở rét" nghe đã khác. "Trời muốn trở rét" lại càng khác hơn, trở thành một cái gì riêng của Nhất Linh. "Sự rung động êm ái và hiu hắt buồn" lại càng riêng hơn nữa.

Cũng là trời rét, nhưng Dương Nghiễm Mậu viết khác hẳn:

"*Trời trở rét làm cho nền trời co nhàu lại, mọi người đi đứng một cách nhẹ nhàng như con mèo khôn khéo lựa mình chui vào lần chăn trong đêm mùa lạnh"* (Tuổi nước độc).

Những cái khác và cái riêng đó tạo nên một hiện tượng ngôn ngữ gọi là văn phong.

Mô tả thân xác một con người, ta có nhà sinh lý học, mô tả trăng sao, ta có những nhà thiên văn học, mô tả cây cỏ sông núi, ta có những nhà địa lý học, nói chuyện đạo đức thì có những nhà tu hành, chuyện học hành thì có những nhà giáo dục. Những cách viết đó, ta cần sự kiện, chi tiết, tài liệu và tất nhiên, cần văn phạm, cú pháp, nhưng không cần một cái gì quá riêng gọi là văn phong. Nhưng viết văn thì cần văn phong.

Có lẽ ông Buffon là người đầu tiên bàn về văn phong trong nghệ thuật viết văn. Trong bài diễn văn "Discours sur le style" (Luận bàn về văn phong)[1] đọc trước Hàn Lâm Viện Pháp vào tháng 8/1753, Buffon đưa ra một lời phát biểu đã đi vào lịch sử: Văn (phong) tức là người (Le style, c'est l'homme). Nhận xét này, theo Nhất Linh,[2] do Phạm Quỳnh dịch ra tiếng Việt, trở thành danh ngôn bàn về chuyện viết văn, thực ra khác với nguyên văn. Nguyên văn của nó là: *Ces choses sont hors de l'homme, le style est l'homme même.*[3] (Những sự vật này [tức là lượng kiến

---

(1) Georges-Louis Leclerc, Comte de Buffon (1707 - 1788), *Discours sur le style,* xem:
http://pedagogie.ac-toulouse.fr/philosophie/textes/buffondiscourssurlestyle.htm

(2) Nhất Linh, *Viết và đọc tiểu thuyết*, nxb Đời Nay, Sài Gòn 1972. Bản điện tử do trang mạng Talawas thực hiện. Xem:
http://www.talawas.org/talaDB/showFile.php?res=9297&rb=08

(3) "Les ouvrages bien écrits seront les seuls qui passeront à la postérité: la quantité des connaissances, la singularité des faits, la nouveauté même des découvertes, ne sont pas de sûrs garants de l'immortalité: si les ouvrages qui les contiennent ne roulent que sur de petits objets, s'ils sont écrits sans goût, sans noblesse et sans génie, ils périront, parce que les connaissances, les faits et les découvertes s'enlèvent aisément, se transportent et gagnent même à être mises en oeuvre par des mains plus habiles. Ces choses sont hors de l'homme, le style est l'homme même." Phan Huy Đường dịch: "Chỉ những tác phẩm viết hay mới được lưu truyền hậu thế: lượng kiến thức, những sự kiện độc đáo và ngay cả những phát minh mới lạ đều không đảm bảo chắc chắn sự vĩnh cửu: nếu những tác phẩm lưu chứa chúng chỉ bàn chuyện nhỏ nhen, bị trình bày thiếu nhã nhặn, thanh cao, thiên tài, chúng sẽ tiêu vong, bởi vì kiến thức, sự kiện và phát minh

thức, những sự kiện độc đáo…] thì nằm ngoài con người, nhưng văn phong chính là con người). Nói cách khác, con người không tạo ra sự vật, nhưng tạo ra văn phong. Văn phong, do đó, mang tính cách người. Tính cách người chứ không phải là cá tính nhà văn. Tất nhiên, văn phong có thể phản ảnh một phần nào đó con người riêng tư của nhà văn, nhưng không có nghĩa là phản ảnh tính tình, phẩm cách nhà văn. Viết hung bạo không có nghĩa là nhà văn ấy tính tình hung bạo, viết thanh cao không có nghĩa là tính tình nhà văn ấy thanh cao, viết bạo về tình dục không có nghĩa là nhà văn ấy đa dâm. Biến sự vật bên ngoài, qua trung gian của những con chữ, thành một cái gì để con người thưởng thức chính là văn phong.

Quan niệm của Nhất Linh và Thạch Lam về chuyện viết

Nhất Linh bàn khá kỹ về vấn đề văn phong trong "Viết và đọc tiểu thuyết".[4] Theo ông, "Văn tức là người" là một câu vắn tắt chỉ cốt bày tỏ rằng: mỗi người có một lối văn khác biệt, không ai giống ai. Tâm hồn nhà văn, ý tưởng cùng sở thích riêng của từng nhà văn không ít thì nhiều cũng biểu lộ ra trong lối hành văn, người đọc có thể nhận được nếu tinh ý (…) Nói tóm lại "con người" của nhà văn thế nào cũng biểu lộ ra trong văn, không sao giấu giếm được."

đều có thể bị rút đi, chuyển đi nơi khác và có khi nên được những bàn tay khéo léo hơn sử dụng. Tất cả những thứ ấy ở ngoài con người, [trong khi đó] văn phong [của một con người] là chính nó." Xem: http://vietsciences.free.fr/vietnam/bienkhao-binhluan/vankhonglanguoi.htm

(4) Nhất Linh, *Viết và đọc tiểu thuyết*, trang mạng Talawas.

Tuy thế, Nhất Linh khẳng định: "Trong tiểu thuyết, không cần văn chương." Vì "văn trong tiểu thuyết là thứ ít quan trọng nhất." Theo ông, "đặt văn chương lên một bực quá ư quan trọng trong tiểu thuyết" là một điều sai lầm. Ông cho đó là một thành kiến văn chương, và chính cái thành kiến văn chương đó đã cản trở nước ta không có những truyện hay. Để viết được một cuốn truyện, cái chính là "có những chi tiết, việc xảy ra hay, nhận xét đúng, hiểu biết thâm thúy cuộc đời và sự rung động tế nhị; những cái ấy mới khó, nghìn vạn người mới có một. Viết xong chỉ việc nhờ người sửa lại cho đúng mẹo, đúng chính tả, chấm câu cho mạch lạc; việc này có hàng vạn người làm nổi. Những mánh khóe về viết: đặt câu cho khỏi sai mẹo, chỗ nào nên xuống dòng, nên chấm phẩy, chấm câu, chỉ ít lâu là thâu thái được, không khó gì." "Đức tính" của một tiểu thuyết gia, theo ông, là "một linh hồn phức tạp, dồi dào, dễ rung động, một bộ óc có trí nhận xét, quan sát tinh vi, hơn cả những người có học rộng (bởi vì học rộng đến đâu cũng không làm cho tâm hồn mình dễ cảm xúc hay nhận xét giỏi hơn)."

Để chứng minh cho luận điểm này, Nhất Linh dẫn chứng tài kể chuyện của những ông đồ, ông khóa, theo đó, "Chỉ bằng vài nét nho nhỏ, những người đó đã làm cho các nhân vật như sống dưới mắt ta với cả những việc xảy ra trong đời sống hằng ngày với tất cả cái phức tạp xấu lẫn đẹp của cuộc đời. Lúc họ kể chuyện họ tự nhiên, họ thành thực, họ chính là họ (…) Chính tôi đã được nghe một bà kể lại cho nghe một chuyện vừa xảy ra, bà ta kể một cách linh động và rất dí dỏm đến nỗi tôi thấy tôi cố rán sức viết lại cũng không thể nào hay hơn được. Bà ấy thực đã "viết tiểu thuyết" bằng lời nói, bà đã "viết văn" bằng lời nói."

Nhất Linh lại nói: dẫu văn "không giữ địa vị quan trọng trong tiểu thuyết nhưng tiểu thuyết vẫn có văn." Văn, theo ông, là "xếp đặt chữ, hoặc xếp đặt câu theo một thứ tự nào để chữ và câu diễn được đúng cái ý mình định diễn tả." Ông đề cao cách viết giản dị. Thế nào là giản dị? Giản dị là viết "như lời nói thường, càng giản dị, càng không có văn chương càng hay. Khi nhìn thì nói nhìn, đi thì nói đi, quả tim đập thì nói quả tim đập v.v..." Điều quan trọng là "tìm ra được những chi tiết hay." Nếu không tìm ra được những chi tiết hay thì "có nắn nót đến mấy đi nữa văn vẫn là văn trống rỗng, không đánh lừa được ai." Nói tóm lại, khi mình đã có được cái chính (nhận xét đúng, nhìn đời một cách riêng biệt, tìm được những chi tiết hay, v.v...) thì mình sẽ thành được một văn sĩ có tài, còn văn chương chỉ là thứ phụ thêm vào.

Chính trong quan điểm đó, ông thích Tolstoï vì "lối văn của Tolstoï[5] lúc nào cũng trong sáng giản dị như lời nói thường mà vẫn sâu sắc vô cùng." Và ông không mấy thích Dostoïevski, vì "lối văn của Dostoïevski nặng nề khó hiểu, loanh quanh." Ông nhận thấy "sự băn khoăn của Tolstoï (nhất là khi ông trở về già) khác hẳn sự quằn quại bệnh hoạn của Dostoïevski."

Trong một cái nhìn như thế, Nhất Linh không thích những nhà văn "cách tân" sau này. Ông gọi họ là "những nhà văn lập dị", chỉ chú trọng quá về mặt hình thức. Ông quả quyết: "Hình thức của họ chỉ là một thứ hình thức kỳ quặc để cốt độc giả chú ý và tưởng họ thâm thúy. Nhưng độc giả họ tinh khôn lắm, không dễ bị ai đánh lừa và lối văn lập dị hiện nay chẳng bao lâu cũng sẽ biến mất." Ông khen họ là có đầu óc tìm tòi cái mới lạ, nhưng theo ông, văn phong chỉ là cái vỏ bề ngoài. Mà "cái vỏ ngoài thì dù đẽo gọt chạm trổ khéo đến đâu, làm cho nó lạ mắt đến

---

(5) Nhất Linh viết tên nhà văn Nga theo tiếng Pháp, Léon Tolstoï; tiếng Anh viết khác, Leo Tolstoy; cũng thế, Fédor Dostoïevski viết theo tiếng Pháp; tiếng Anh là Fyodor Dostoevsky (hoặc Dostoyevsky).

đâu, cái vỏ bao giờ cũng chỉ là cái vỏ." Nhất Linh kết luận: "Tuyệt đích, đối với tôi là viết giản dị mà không lạt lẽo, rất bình thường mà vẫn sâu sắc, giọng văn hơi điểm một chút khôi hài rất nhẹ, kín đáo."

"Viết và đọc tiểu thuyết", được viết từ 1952-1960, không phải là một lý thuyết văn học, hiểu như một quan điểm được soạn thảo nhằm xây dựng và hướng dẫn một khuynh hướng văn học, mà chỉ là một tổng kết kinh nghiệm về việc viết (và đọc) tiểu thuyết của chính ông, đồng thời "giúp đỡ một phần nào vào sự cố gắng của hàng nghìn hàng vạn các anh chị em có chí muốn tiến trên đường văn nghệ," nhất là những người "mới bước chân vào làng văn."

Trước đó khá lâu, Thạch Lam, trong "Theo giòng, vài ý nghĩ về văn chương",[(6)] đã từng bàn về việc viết và đọc tiểu thuyết. Cũng như Nhất Linh, Thạch Lam cho rằng "văn tức là người." Ông viết: "Theo ý tôi, một tác phẩm nào của nhà văn cũng có một chút ít nhà văn trong ấy; muốn dùng danh từ gì mặc lòng, tả chân, khách quan, hay chủ quan, cái bản ngã của tác giả cũng lộ ra trong những câu văn tác giả viết." Thạch Lam nhấn mạnh đến vai trò của tâm hồn. Theo ông, "tài năng không phải ở cách xếp đặt các câu văn, xếp đặt cốt truyện cho có mạch lạc; cái thực tài của nhà văn nguồn gốc ở chính tâm hồn nhà văn; một nghệ sĩ phải có một tâm hồn phong phú những tình cảm dồi dào. Nếu không, nghệ sĩ đó chỉ là thợ văn khéo mà thôi."[(7)]

Cũng như Nhất Linh, Thạch Lam chuộng sự thành thật, xem thành thật là tiêu chuẩn để trở thành nhà văn. Một nhà văn "không thành thực, không bao giờ trở nên một nhà văn có giá trị. Không phải cứ thành thực là trở nên một

---

(6) Thạch Lam, *Theo giòng, vài ý nghĩ về văn chương*, nxb Đời Nay (1941). Xem ở trang mạng "Sách xưa":
http://sachxua.thuvienso.info/threads/theo-dong-vai-y-nghi-ve-van-chuong-thach-lam-92-trang.503/#.UcdanfnIWOg

(7) Thạch Lam, tr. 26, 27

nghệ sĩ. Nhưng một nghệ sĩ không thành thực chỉ là một người thợ khéo tay mà thôi."[8] Tại sao phải thành thực? Vì "sự thật bao giờ cũng giản dị và sâu sắc."[9] Trong tiểu thuyết, xây dựng một nhân vật hoàn toàn quá, thánh thiện quá, đó chỉ là loại phường tuồng. "Một nhân vật hoàn toàn là một nhân vật không thực" và ông gọi cái "hoàn toàn" đó là một thứ "hoàn toàn" lạnh lẽo.[10]

Tuy nhiên khi bàn về cách viết, Thạch Lam khác với Nhất Linh. Trong lúc Nhất Linh quả quyết rằng "văn trong tiểu thuyết là thứ ít quan trọng nhất" và do đó, "đặt văn chương lên một bực quá ư quan trọng trong tiểu thuyết" là một điều sai lầm thì với Thạch Lam, "bên ta, có bao nhiêu người viết văn, tưởng mình là văn sĩ, là thi sĩ một cách quá dễ dàng. Họ làm thơ để có một bài thơ, viết truyện để có một quyển truyện. Họ không muốn một tí cố công nào, họ viết thế nào xong thôi, thế nào cũng được. Làm thợ, đi buôn còn phải khó nhọc, còn phải học nghề; tại làm sao viết văn lại không muốn học, không muốn cố?" Những người này, theo ông, "cái gì cũng viết, chỗ nào cũng đăng, làm cho ta chán nản." Ông tán đồng ý kiến của André Gide khi nhà văn Pháp nổi tiếng này cho rằng, "Nếu họ viết ít đi, ta sẽ thấy thích viết hơn" vì, theo Gide, trong chuyện viết, "Có hai mươi cách diễn đạt ý tưởng, nhưng chỉ có một cách là đúng." Thạch Lam, trong khi chê bai loại nghệ sĩ mà ông gọi là "thợ văn khéo" nhưng thiếu tâm hồn, lại nhấn mạnh về vai trò quan trọng của việc viết văn: "Trước khi đến được cách đúng ấy còn phải bao nhiêu ngày giờ, bao nhiêu khó nhọc, bao nhiêu công tìm. Mà cũng có khi chỉ cần đến chỗ đúng mà thôi. Những nhà văn giá trị ít khi mình lại tự bằng lòng mình. Mỗi câu văn viết ra thường là một dịp cho họ ân hận, băn khoăn."[11]

Về cách viết văn, tôi đồng ý với Thạch Lam.

---

(8) Thạch Lam, tr. 10

(9) Thạch Lam, tr. 32

(10) Thạch Lam, tr. 41

(11) Thạch Lam, tr. 8,9

Văn phong: cuộc phiêu lưu của chữ

Văn phong, nói chung, là cách viết. Tất nhiên là viết thì phải có câu, có kéo, phải nắm vững từ ngữ, ngữ âm và các quy tắc tu từ, biết cách mô tả các chi tiết, vân vân, tức là biết cách dùng câu, chữ cho phù hợp với sự kiện, hoàn cảnh và nhân vật. Nhưng viết như thế nào không phải là điều đơn giản. Tôi hoàn toàn tán đồng ý kiến của Nhất Linh khi ông cho rằng "đức tính" của một tiểu thuyết gia là "một linh hồn phức tạp, dồi dào, dễ rung động, một bộ óc có trí nhận xét, quan sát tinh vi" nhưng hoàn toàn không tán đồng lối nói khẳng định của ông, "Trong tiểu thuyết, không cần văn chương." Nhận xét này có gì mâu thuẫn với những nhận xét khác, cũng của Nhất Linh, theo đó, viết hay là "tả đúng sự thực", "diễn tả được một cách linh động" các trạng thái phức tạp của cuộc đời, đi thật sâu vào sự sống với tất cả những chuyển biến mong manh, tế nhị của tâm hồn." "Tả đúng", "diễn tả được một cách linh động" chính là văn phong hay theo cách dùng chữ của ông, "văn chương". Với văn phong, ta mới có thể biến những cái - theo cách nói của Nhất Linh - "giản dị mà không lạt lẽo, rất bình thường mà vẫn sâu sắc", "mông lung bí ẩn của tâm hồn" thành hiện thực. Nếu như thế, theo tôi, viết không đơn giản chỉ ghi lại trung thực những gì xảy ra rồi "nhờ người sửa lại cho đúng mẹo, đúng chính tả, chấm câu cho mạch lạc" là xong.

Nhất Linh đưa ra những người có tài kể chuyện như là bằng chứng cho luận điểm của ông. Thực ra, kể chuyện (hay) hoàn toàn khác với viết (hay). Kể chuyện cũng như diễn kịch: có tiếng nói, có âm thanh, có thái độ, cử chỉ cụ thể, có bày tỏ cảm xúc; những yếu tố này góp phần làm cho lời kể - những con chữ nói ra - trở nên sống động. Tuy nhiên, khi viết lên giấy, tức là sử dụng những ký hiệu vô hồn, thì mọi điều khác hẳn. Viết làm sao cho những ký hiệu này có âm thanh, có màu sắc, gây nên cảm xúc, vân vân, đòi hỏi phải vận dụng chữ một cách nào đó, vừa phản ảnh những trạng thái phức tạp của tâm hồn vừa truyền đạt chúng đến người đọc. Văn phong quan trọng ở chỗ đó. Không tạo nên được một văn phong cần thiết thì không thể có văn chương, dù tâm hồn của anh có phong phú, sâu sắc đến đâu chăng nữa!

Hãy đọc một đoạn văn rất bình thường của Nhất Linh:

Bóng chiều sẫm dần dần; không khí mỗi lúc một trong hơn lên, trong như không có nữa, mong manh như sắp tan đi để biến thành bóng tối. Một mùi thơm nhẹ thoảng đưa, hương thơm của tóc Loan hay hương thơm của buổi chiều? Mắt Loan lặng nhìn Dũng, nàng nói:

- Em nghe thấy tiếng sáo diều ở đâu...

Dũng đặt tay vào rá đậu ván tìm mấy chiếc lá lẫn trong quả đậu.

- Tôi thích trước cửa buồng có một giàn đậu ván vì hoa đậu ván đẹp.

Loan đáp:

- Hoa đậu ván màu tim tím...

Nàng nói câu ấy, tiếng khẽ quá như sợ hãi điều gì. Một bàn tay Loan rời cạnh rá, đặt gần tay Dũng. Mấy ngón tay thong thả cời những quả đậu lên lại bỏ xuống. Dũng nghĩ nếu lúc này đặt tay mình lên tay Loan và nắm lấy, Loan sẽ yên lặng: Loan, cũng như chàng, chắc sẽ phải cho thế là một sự tự nhiên. Một giây phút đợi chờ.

Đoạn văn này tả sự kiện "tình trong như đã" của hai nhân vật Loan và Dũng trong tiểu thuyết "Đôi bạn". Câu kéo rất đơn giản, không có gì cầu kỳ, tưởng như cầm bút lên là viết được. Nhưng không phải thế! Đọc một đoạn văn như thế, người ta thường có cảm giác rằng có một Loan đàn bà và một Dũng đàn ông đang đứng gần nhau, rằng có mùi thơm, rằng có tiếng sáo diều, rằng có hoa đậu ván màu tim tím và nhất là tưởng rằng có bàn tay của Loan đặt gần tay Dũng và Dũng muốn đặt tay anh ta lên tay Loan, vân vân và vân vân. Thực ra, tất cả chỉ là cách sắp chữ: từ "mong manh như sắp tan", "lặng nhìn", "hoa đậu ván màu tim tím..." cho đến "tiếng khẽ quá như sợ hãi điều gì", "thong thả cời những quả đậu lên rồi bỏ xuống", "Loan sẽ yên lặng", "một giây phút đợi chờ". Nhà văn đã dùng văn phong của riêng mình để tạo cho ta cái cảm giác (rất thật) rằng có những sự kiện như thế. Nhà văn đã dùng cái "giả" để tạo ra cái "thật". Chính Nhất Linh, khi đề cập đến kỹ thuật viết trong các tác phẩm "luận đề" của mình, cũng thú nhận: "*Độ ấy tôi chỉ coi nhân vật như những quân cờ để đánh một ván bài, họ không phải là cái chính và chỉ dùng những chi tiết nào lợi cho cái ý chứng tỏ của mình không theo sát cuộc đời thực là mục đích chính của tiểu thuyết mà đổi cuộc đời thực đi để lại luận đề của mình.*"(12)

Thực ra, theo tôi, không những nhân vật, mà tất cả các chi tiết nêu ra, đều là "những quân cờ" và điều này diễn ra không chỉ trong những tác phẩm luận đề, mà trong tất cả các cuốn tiểu thuyết khác của Nhất Linh. Viết là chọn cách viết, là sử dụng chữ để mô tả những gì mà mình cho là cần thiết. Có lẽ vì thế mà Huỳnh Phan Anh có một cái nhìn rất khác về Nhất Linh trong "Bướm trắng": "Bướm trắng" không chỉ là một cuốn sách thêm vào số lượng tác phẩm của Nhất Linh. Nó còn thể hiện ước muốn tích cực của người viết, viết chống lại những gì mình đã viết, viết không có nghĩa là viết lại một tác phẩm nào đó đã viết, viết

---

(12) Nhất Linh, bài đã dẫn.

khác đi, viết như thế tác phẩm mình chưa hề hoàn tất, cũng chưa hề bắt đầu và chỉ đang hứa hẹn."[(13)] Cũng ở điểm này mà Phan Huy Đường cho rằng "văn không là người" vì cùng một người có thể có nhiều văn phong khác nhau. Ông viết: "Văn *không là* người, nó hiện-thực dưới dạng ngôn-ngữ quan-hệ của *một* người với thế-giới ở *một* thời điểm nhất định của đời mình trong *một* vấn đề và *một* hoàn cảnh lịch-sử nhất định của loài người."[(14)]

Khác với cách nhìn của Nhất Linh, tôi nhận thấy chính văn phong của Nhất Linh đã tạo nên Nhất Linh, chứ không phải là những điều linh tinh khác.

Cách viết của mỗi tác giả ở mỗi tác phẩm, với tôi, là một điều bí ẩn. Cái lạ là, nó không có gì bí ẩn cả! Cũng chừng ấy chữ, cũng chừng ấy dấu chấm, phẩy, thế mà không ai viết giống ai, lại có người không thể viết được. Lại không dễ bắt chước được. Chẳng thế mà Thạch Lam bảo viết một câu văn ra không dễ, mà phải học, phải tìm, phải cố. Cách viết văn đâu chỉ là cái mẹo về văn phạm, ngữ pháp! Vì như Nhất Linh nói, văn, có người viết điềm đạm, có người viết hóm hỉnh, có người viết nặng nề, có người viết tối tăm, bí hiểm… Cái điềm đạm, hóm hỉnh hay nặng nề, bí hiểm đó đến từ đâu nếu không biểu lộ qua cách viết. Tôi gọi đó là "hơi văn", hay nói giản dị hơn, "hơi chữ". Hơi chữ khác từ tác giả này đến tác giả khác. Đôi khi cùng một tác giả, mà mỗi bài, mỗi truyện hay thậm chí, mỗi đoạn lại có một hơi khác nhau. Cũng có bài văn, đọc lên nghe có ý nhưng không thấy hơi. Trong lúc đó, ở một số tác giả, văn

---

(13) Huỳnh Phan Anh, *Đi tìm tác phẩm văn chương* (tiểu luận phê bình), Đồng Tháp xuất bản, Sài Gòn, 1972, tr 130-131. Xem ở Việt Nam Thư Quán: *http://vnthuquan.org/%28S%28iik5ka45p2fnll45fcyd2j45%29%29/truyen/truyen.aspx?tid=2qtqv3m3237nvn0n4n3n1n31n343tq83a3q3m3237n2n*

(14) Phan Huy Đường, *Văn không là người*. Xem: *http://vietsciences.free.fr/vietnam/bienkhao-binhluan/vankhonglanguoi.htm*

của họ tỏa ra một hơi hướm riêng biệt vì họ có cách hành văn khác thường, độc sáng. Đôi khi, cách viết làm cho ta say mê đến nỗi quên cả cốt truyện và nhân vật. Hơi văn, hơi chữ có thể không quyết định chuyện hay, dở của một tác phẩm nhưng nhất định nó đóng góp phần riêng rất lớn của nó vào đó.[(15)]

Trong cuộc thăm dò sự vật và tương quan giữa con người và sự vật, chúng ta không có phương tiện nào khác ngoài những con chữ. Từ nhân vật, sự kiện, thái độ, tiếng khóc, nụ cười, nỗi buồn, niềm vui cho đến trăng, sao, mây, nước, gì gì thì cũng phải qua chữ. Đau cũng phải dùng chữ mà đau, nhớ thì cũng phải dùng chữ mà nhớ. Khi bàn về một tiểu thuyết hay một truyện ngắn, ta thường đề cập đến nhân vật, cốt truyện, sự kiện hay tư tưởng, tưởng như không có chúng sẽ không có văn chương. Ta quên rằng chất liệu để chúng thành hình là chữ, hay nói cho đúng hơn, là cấu tạo chữ, xếp đặt chữ làm sao để chúng trở thành những sinh thể. Ấy thế mà, ta chỉ có vài chục chữ cái, khoảng chừng vài ngàn từ vựng và một số rất giới hạn các dấu chấm câu! Thành thử, văn phong, theo tôi, – xin dùng lại một chữ của Paul Ricœur - là "một cuộc phiêu lưu của chữ" (aventure du mot).[(16)] Phiêu lưu vì trong văn chương, người ta dùng cái giới hạn của chữ để nói lên những điều vô hạn của cuộc đời. Không phiêu lưu thì văn phong chỉ là một trò vẽ chữ vô hồn.

"Chuyến tầu đêm nay không giống như mọi khi, thưa vắng người và hình như kém sang hơn. Nhưng họ ở Hà Nội về! Liên lặng theo mơ tưởng, Hà Nội xa xăm, Hà Nội sáng rực vui vẻ và huyên náo.

---

(15) Trần Doãn Nho, *Hơi chữ,* Xem ở Da Màu: *http://damau.org/archives/10057#comments*

(16) Paul Ricœur, *La métaphore vive*, tr. 51. Thực ra, Ricœur dùng nhóm chữ "cuộc phiêu lưu của chữ" để chỉ hiện tượng ẩn dụ trong văn chương.

Con tầu như đã đem một chút thế giới khác đi qua. Một thế giới khác hẳn, đối với Liên, khác hẳn các vầng sáng ngọn đèn của chị Tý và ánh lửa của bác Siêu. Đêm tối vẫn bao bọc chung quanh, đêm của đất quê, và ngoài kia, đồng ruộng mênh mang và yên lặng." (Hai chị em/Thạch Lam).

Thử tách ra một câu: "*Con tầu như đã đem một chút thế giới khác đi qua.*" Với một cách sắp chữ độc đáo như thế, câu văn đọc lên nghe vang vang cả một trạng thái tâm hồn phức tạp: ước ao, tiếc nuối, buồn, thất vọng.

Nhà văn, như thế, không viết chữ mà điều động chữ, hà hơi thở sống vào trong chữ. Và khi cần, bất chấp văn phạm, mẹo luật. Họ tìm cách vượt ra ngoài những quy tắc ngữ pháp thông thường. Họ *lệch chuẩn*. Henry de Montherlant (1895-1972), nhà văn Pháp, phát biểu: "Nhờ sự táo bạo dám phạm những lỗi văn phạm mà chúng ta có được những nhà văn lớn."[17] Đúng thế, trong cuộc phiêu lưu của mình, chữ có khi như muốn phá tung mọi xiềng xích. Chúng muốn được giải thoát, tự do. Câu thúc chữ đồng nghĩa với câu thúc trí tưởng tượng. Dường như càng ra ngoài vòng cương tỏa của cú pháp, càng "lệch chuẩn", thì chữ càng dễ xuyên thủng tấm màn bí ẩn của sự vật, đi sâu hơn vào bản chất của nó.

Thật lâu. Trong tối. Rồi khóc một mình, khóc ngồi lên, khóc xuống giường, khóc chân đất đi ra (...) Nàng đưa chúng trở lại bàn. Kéo ghế. Ngồi xuống. Hai bàn tay trắng muốt của nàng, ngón út cong lên, khởi sự cuốn dần những cuốn bi tròn trĩnh. Xong. Nàng nhặt từng cuốn, nhúng vào nước chấm. Và bắt đầu ăn. Nàng ăn, đói bụng, đẹp mắt, ngon lành, phúng phính, đầy miệng. Và vừa ăn vừa khóc tiếp. (Một truyện rất ngắn/Mai Thảo).

---

(17) "Nguyên văn" C'est à l'audace de leurs fautes de grammaire que l'on reconnaît les grands écrivains.

Quả là phi văn phạm! Mai Thảo bóc chữ khỏi câu, bóc câu khỏi đoạn. Chữ như bị nén lại. Một chữ hay một nhóm chữ bây giờ chứa đựng nhiều chữ khác. Câu ngắn, thiếu tạo nên cảm giác bứt rứt, bồn chồn. Những dấu chấm, dấu phẩy bây giờ không phải là những ngắt quãng mà là những âm vang hay dồn nén. Là những ý tưởng không nói ra. Là những con chữ giấu mặt. Ở đây, quy luật ngữ nghĩa chào thua. Không cần có. Chính cái không cần đó lại làm giàu thêm nội dung của con chữ.

Tả một người thổi kèn, Dương Nghiễm Mậu viết:

"*Một lần da sần sùi không hơi nóng, không thoi thóp thở, một thứ gì sượng sần, nhớp nháp, tim tôi đập mạnh, mồ hôi đổ nóng, má tôi chạm vào một lần đất sỏi khô. Một điệu kèn ré lên buốt nhức (...) Tiếng kèn thấu vào lục phủ ngũ tạng hắn, như một nhịp điệu man rợ, như ngọn lửa nhiệt đới oằn oại, dấy lên những đam mê, dục lạc, những thèm khát đớn đau của thân phận nhược tiểu* (Buồn vàng).

Dương Nghiễm Mậu tận dụng tính chất cụ thể, gợi hình của hình dung từ: *thoi thóp thở, sượng sần, nhớp nháp, man rợ, oằn oại, thèm khát đớn đau*… Câu văn tạo cảm giác.

Túy Hồng lại có một cách viết khác:

Thương chồng, thương luôn những ly rượu của chồng. Thương chồng, thương cả chiếc miệng nói nhanh. Thương chồng, thương cả tật rung đùi, thương từ ngón chân cái, ngón chân út đến sợi tóc sớm bạc trên đỉnh đầu, thương từ đầu gối thương lên đôi môi lười biếng tạo những chiếc hôn, đôi môi chỉ biết hôn khi có chuyện cần...(Tôi nhìn tôi trên vách).

Chữ của Túy Hồng thả rong, nghe như cái gì tuôn, trào. Đọc Túy Hồng là lội trong giòng chảy miên man của chữ kéo theo những bứt rứt, lo toan, buồn vui và cả những rác rến của cuộc đời. Việc và vật như hòa chung với chữ, tan loãng trong chữ, tưởng chừng như văn không còn là con đò chở cuộc sống, mà chính là cuộc sống. Đọc Túy Hồng, ta nhớ văn hơn là nhớ sự.

Còn Sinh, Sinh yêu tôi vô tả vô tận, yêu bám lấy tôi như vẩy cá dính vào con cá. Xá tội mà yêu, nhắm mắt mà yêu, ở xa cũng yêu. Ở gần, chàng van xin tôi như hát vè con cá, ở xa, chàng liên miên thú tội trên mặt giấy. Sinh khư khứ nắm lấy tình yêu như cái lỗ mũi cố níu lấy hơi thở. Sinh yêu tôi cho đến giấc ngủ chung thân, chứ không phải như một kẻ níu lấy mạn thuyền bơi một hồi rồi bỏ. Yêu đến ngây thơ rồ dại, nhưng, cũng chín chắn lắm lắm, son sắt lắm lắm. Trên cuộc đời này, hầu hết đàn ông đều đểu, chỉ còn lại Sinh và vài người là khác. Chàng dệt mối tình từ đầu đến cuối, từ mặt tiền đến mặt hậu. Nhưng tôi đã coi Sinh giống như bất cứ người đàn ông nào khác" (Những sợi sắc không).

Trong lúc đó, ở Phạm Thị Hoài:

Man Nương, em không rón rén nhưng cũng không thật đàng hoàng băng qua một hành lang dài bếp dầu xô chậu và guốc dép vãi như kẹo trước mỗi cửa phòng nào cũng bốn mét nhân bốn mét rưỡi nhân hai mét tám màu xanh lơ. Trước cửa phòng tôi chỉ có một đôi dép nhựa tái sinh nâu thô kệch cỡ bốn mươi sáu là ít nhất. Động tác đầu tiên của em là cúi nhón đôi giày tràn trề nữ tính vừa trút ngoài cửa vào theo, đặt chính xác ở góc càng mở cửa càng là tàng hình. Rồi mới úp mặt vào ngực tôi mở sẵn, rồi hai bàn chân trần tìm trèo lên hai chân tôi cũng đã mở sẵn em có thêm năm centimètre bệ đỡ để nhích úp mặt vào cổ tôi, rồi hai cánh tay tìm ghì lên vai tôi để em đu úp mặt vào mặt tôi, thế là tới đích (Man Nương).

Câu, chữ kéo lê, lúc co lúc giãn. Lại thừa. Trạng từ chen lẫn tính từ, giới từ giành giựt chỗ đứng với danh từ và động từ. Dường như những khía cạnh giấu ẩn của sự vật, những trạng thái tâm lý phức tạp đòi hỏi những con chữ phải dịch chuyển một cách tự do, tùy hứng. Điều này có lẽ không khác mấy trong trường hợp hội họa lập thể: phá tung phép phối cảnh, phá tung những hình dạng tiêu chuẩn là con đường mở ra để đi sâu hơn vào bản chất của hình thể sự vật và nội tâm con người. Nói như Alain Robbe-Grillet, "Tất cả cái lợi của những trang sách diễn tả - nghĩa là vị trí của con người trong những trang này - không phải nằm trong những sự vật được diễn tả, mà nằm ngay trong chuyển động của sự diễn tả." Tại sao? Ông khẳng định: "Văn bản không phải là sự phô bày một chân lý, mà là cuộc phiêu lưu của một tự do."(18)

Thử đọc thêm một trích đoạn của một nhà văn hiện nay, Tạ Xuân Hải:

Miên đứng dậy và ngay trước mắt chúng, lột phăng bộ da của mình như cởi một bộ đồ lặn. Bộ da còn hơi non nên một số chỗ bị rách. Miên ném phịch bộ da đó lên bàn. Bọn chúng đưa tay sờ mó vào bộ da, nhăn mặt nghĩ ngợi. Một số đứa sờ vào tấm thân trần truồng nóng hổi của Miên. Chúng ấn ấn vào những mạch máu, có đứa còn kéo căng những sợi gân của Miên rồi thả chúng đánh bạch một cái vào da thịt. (Lột).(19)

Tạ Xuân Hải diễn tả những điều không-cần-phải-là-hiện-thực. Chữ ở đây không cần quy chiếu vào bất cứ cái

(18) Un texte n'est pas le dévoilement d'une vérité, mais l'aventure d'une liberté. Alain Robbe-Grillet, *Pour un nouveau roman*, Collection "Critique", Les Éditions de Minuit, 1963, tr. 9.
(19) Trang mạng Tiền Vệ:
https://www.tienve.org/home/authors/viewAuthors.do?action=show&authorId=1493

gì, bất cứ một hiện thực nào hay một ý tưởng nào rõ nét. Diễn tả ở đây chỉ là để diễn tả. Chỉ là cách trình diễn ngôn ngữ. Trong ý hướng này, Nguyễn Hưng Quốc quả quyết: Viết văn là ném chữ vào cái thế giới tối tăm mù mịt của những điều chưa biết và không biết. Chữ bay đến đâu, biên giới của tác phẩm trải dài ra đến đó. Biên giới của tác phẩm trải dài đến đâu, lãnh thổ văn học được mở rộng đến đó. *Viết, với các nhà hậu hiện đại chủ nghĩa, nghĩ cho cùng, là một cách thăm dò chính khả thể và khả tính của cái viết.*"[20]

Ta vừa đi qua vài thứ văn phong tiêu biểu trong văn chương Việt Nam, kể từ thời đổi mới đầu thế kỷ 20. Bắt đầu bằng những khai phá của những nhà văn trong Tự Lực Văn Đoàn (TLVĐ), ngôn ngữ Việt Nam tiếp tục đưa chúng ta qua chuyến hành trình văn chương thú vị của nhiều thế hệ nhà văn nối tiếp nhau. Mỗi thế hệ cung cấp cho văn chương Việt Nam những khía cạnh đa dạng của cuộc phiêu lưu không ngừng của chữ. Nguyễn Tuân, Mai Thảo, Dương Nghiễm Mậu, Võ Phiến, Nguyễn Thị Hoàng, Túy Hồng, Cung Tích Biền, Trần Thị NgH.... rồi những Kiệt Tấn, Trần Vũ, Nguyễn Huy Thiệp, Phạm Thị Hoài, Nguyễn Ngọc Tư, Lynh Barcadi... Tùy từng cá nhân và tùy từng tác phẩm, những con chữ bơi lội, vùng vẫy, dẫn chúng ta vươn tới những vùng trời xa lạ, mới mẻ.

Chữ phiêu lưu không có ngày kết thúc. Một phiêu lưu đi tìm bản lai diện mục của sự vật và của chính mình.

---

(20) Nguyễn Hưng Quốc, *Chủ nghĩa hậu hiện đại-Những mảnh nghĩ rời,* trang mạng Tiền Vệ:
https://www.tienve.org/home/activities/viewTopics.do?action=viewArtwork&artworkId=8027

Thời & vô thời

Cách viết văn TLVĐ đã tạo nên một bước ngoặt thẩm mỹ cho nền văn chương Việt Nam. Bước ngoặt đó, nói không ngoa, là cuộc cách mạng văn phong. Bước ngoạn mục đầu tiên là nỗ lực vượt thoát khỏi vòng kiềm tỏa của thứ văn biền ngẫu, đăng đối, sáo mòn, đầy rẫy những từ ngữ Hán Việt và những lối nói văn hoa rỗng tuếch kiểu, "Sao anh chẳng lo xa đến cái nỗi gió kép mưa đơn, sương thu nắng hạ, bây giờ em đã tàn tã trong mưa, tơi bời trước gió." Và sáng tạo ra một cách viết mới chịu ảnh hưởng của Tây phương nhưng hoàn toàn thấm nhuần ngôn ngữ Việt. Nó được Việt-Nam-hóa một cách toàn diện. Văn phong trong sáng, đơn giản của nó trở thành một thủ pháp tiêu chuẩn để diễn tả sự, việc, người, cảnh, tình trong mọi tình huống khác nhau và trong quá trình hư cấu hóa, đặc điểm hàng đầu của văn chương. Nó giúp sáng tạo ra những nhân vật xã hội điển hình, mang dấu ấn sắc nét của thời kỳ xã hội Việt Nam chuyển từ truyền thống đến hiện đại: Loan, Dũng, Mai, Lộc, Phạm Thái, Lan, Ngọc, Trương, Hậu, bà mẹ Lê; giúp đi sâu vào những trạng huống tâm lý phức tạp trong "Bướm Trắng" của Nhất Linh; sáng tạo ra những hình tượng lý tưởng về cái đẹp trong "Đẹp" của Khái Hưng hay những đoạn văn đặc sắc và độc đáo trong nhiều truyện ngắn của Thạch Lam. Với cách viết mới mẻ, văn chương Việt Nam thoát khỏi tính cách "lý tưởng hóa" của những nhân vật hoàn hảo như khuôn đúc mà Thạch Lam gọi là cái "hoàn toàn lạnh lẽo". Ông nhận xét: "Những tiểu thuyết luân lý ngày xưa khiến chúng ta lãnh đạm và không làm chúng ta cảm động, chính vì các nhân vật trong truyện hoàn toàn quá. Những nhân vật ấy hình như ở một thế giới riêng, không có những hèn yếu và băn khoăn của người đời và chúng ta không thấy hình ảnh mình ở những nhân vật ấy. Sự bịa đặt, dù hoàn toàn, không bao giờ bằng sự thực."[21]

Văn chương, cũng như đời sống, luôn luôn chịu ảnh hưởng của không khí thời đại. Thời TLVĐ (thập niên 1930), những trào lưu triết học hiện đại Tây phương chưa gây ảnh hưởng vào xã hội và văn chương Việt Nam như phân tâm, thiền, tính dục, cộng sản. Hơn nữa, tuy là một xứ thuộc địa, nhưng cuộc sống xã hội, nói chung, tương đối ổn định. Và chưa có chiến tranh. Trong TLVĐ có những *ông tham, bà phán, trường bảo hộ, ô-tô, thầy thư ký, quan lớn, ái tình, xem tiểu thuyết, nhà giây thép* nhưng chưa có *hư vô, thân phận, nhược tiểu, da vàng, đại bác đêm đêm dội về thành phố, hư hao, quằn quại, hơi thở rướn cong, vòng tay học trò, nụ hôn, hao hụt, mệt nhoài, ray rứt, vết chém, vết thù...*, thứ ngôn ngữ *đặc trưng* của giai đoạn sau 1954 ở miền Nam. Văn phong TLVĐ mang đầy hơi hướm của một thời.

Tuy nhiên, TLVĐ không dừng hẳn ở "thời" của nó. Hãy thử trở lại với văn TLVĐ. Trước hết là một trích đoạn từ "Nửa chừng xuân" của Khái Hưng:

"Mai tỳ tay lên bao lơn cửa nhìn xuống con sông sâu thẳm, nước đỏ lờ đờ, điểm hạt mưa xuân lấm tấm. Chiếc buồm trắng con con, xen lẫn vào bọn buồm nâu sắc thẫm, to bản, cột cao, trôi theo giòng nước, theo chiều gió trôi đi như lướt trong cảnh rộng bao la, mà biến vào đám xa xa mờ mịt. Mai thở dài lo sợ vẩn vơ cho số phận chiếc thuyền con, lại chạnh nghĩ vơ vẩn đến số phận mình... (...) Xe hỏa sang bên kia cầu đã lâu, mà Mai vẫn còn tựa nhìn ra ngoài, vì cô có cái cảm giác Lộc đương nhìn cô, nên cô ngượng mà không dám quay lại. Xe từ từ dừng bánh trước

(21) Thạch Lam, *Theo giòng, vài ý nghĩa về văn chương*, tr. 43

ga Gia Lâm. Mai mỉm cười, tưởng tượng trời đương mưa gió sấm sét bỗng tạnh bặt.

- Cô nghĩ gì thế?

Mai quay đầu lại. Lộc vẫn ngồi bên cạnh. Cái nụ cười của cô vẫn còn nở trên cặp môi thắm, khiến Lộc nhìn cô rồi cũng cười."

Một trích đoạn khác từ "Bướm trắng" của Nhất Linh:

"Trương ký tên rồi nhúng tay vào chén nước trên bàn rỏ mấy giọt vào quãng giữa bức thư. Chàng lấy tay áo thấm qua cho nước làm hoen nhòe mấy chữ.

Trương không buồn đọc lại bức thư, tắt đèn nằm yên đợi giấc ngủ đến. Nhà bên cạnh hôm nay cũng tắt đèn sớm, chắc là không có khách. Một lúc sau lại có tiếng hát rời rạc và buồn thiu:

Sân lai cách mấy nắng mưa,
Có khi gốc tử đã vừa người ôm.
Buồn trong cửa bể chiều hôm...

Tiếng người chồng gắt:

- Hát buồn bỏ mẹ. Thôi im đi cho người ta ngủ

Trương mỉm cười: tấn kịch nhỏ ấy đủ diễn hết cả nỗi buồn của đôi vợ chồng sa sút một đêm vắng khách, cũng đương nằm ngủ không được vì nhớ quê hương."

Đọc lại những đoạn văn khá bình thường này, gần 80 năm sau khi chúng ra đời, ta cảm thấy gì? Quá cổ xưa? Quá lạc lõng? Quá TLVĐ?

Không! Lâu rồi, đọc lại, tôi nhận thấy cách diễn đạt tuy có khác, và đôi lúc khác hẳn với cách viết hiện nay ở một số nhà văn như vừa trích dẫn trên kia, nhưng không có gì gọi là cũ kỹ, sáo mòn, lạc hậu; không những thế, vẫn mới mẻ, trong sáng, vẫn hao hao như ai đó mới sáng tác trong thời điểm hiện nay. Cho đến bây giờ, theo thiển ý, văn chương Việt Nam vẫn còn chịu ảnh hưởng của TLVĐ, cách này hay cách khác.

Phiêu lưu theo cuộc chữ, như một kẻ đi xa, giang hồ phiêu bạc, sống với văn minh thị thành, với đèn đường, với quán rượu, với vũ trường, bây giờ trở về đọc lại Nhất Linh, Khái Hưng, Trần Tiêu, Thạch Lam, Hoàng Đạo… tưởng như được về thăm căn nhà cũ, thăm cô láng giềng lúc tóc còn để chỏm, thăm ngôi đình đầu làng, thăm bến đò, cái ao, mảnh vườn xưa, tôi tìm thấy lại những gì thân quen, đầm ấm của ngày tháng cũ ở đó.

Nhưng trong cái "thời", văn chương đã có ươm mầm mống cho sự "vượt thời". Vượt thời mà cũng là "vô thời".

Hậu ngồi sát lại bên tôi, tôi nghe thấy hơi thở của cô rồn rập. Buổi sớm cô mặc cái áo lụa mỏng màu đỏ, càng tươi bên nước da trắng muốt của Hậu. Tôi đoán thấy cái thân hình mềm mại, hai cánh tay chắc rắn, đôi vú nhỏ và tròn. Người Hậu như thoảng ra một thứ hương thơm ngát và say sưa (…) Hậu đưa tay nắm lấy tay tôi, lần lên vai rồi kéo tôi lại gần mình. Mái tóc chúng tôi vướng vào nhau, tôi thấy trước môi tôi cái miệng xinh thắm của nàng. Chúng tôi lặng lẽ ôm lấy nhau, say sưa trong cái hôn đầu tiên đắm đuối của linh hồn.

(...) Vừa xuống thuyền, Hậu đã ôm quàng lấy tôi, kê đầu vào má tôi, ngập ngừng nói những lời ân ái. Tôi thấy tấm thân trẻ và dẻo dai của Hậu quấn lấy tôi như một dây leo. Chúng tôi hòa hơi thở với nhau, tóc nàng bỗng buông xõa trên người tôi, thoảng ra một thứ hương ngát dịu và đầm ấm (Nắng trong vườn/Thạch Lam).

Mấy ai nghĩ đó là thứ văn phong đã được viết ra cách đây tám thập niên về trước, khi văn chương hiện đại Việt

Nam đang còn ở trong thời kỳ trứng nước. Nhận xét về cách viết của Thạch Lam, Khái Hưng phát biểu: "Ở Thạch Lam sự thành thật trở nên sự can đảm, đọc nhiều đoạn văn của Thạch Lam, tôi rùng rợn cả tâm hồn. Tôi xin thú thật rằng những điều nhận xét gay go về mình và những người sống chung quanh mình, tôi cũng thường có song vị tất đã dám viết ra. Tôi vẫn ước ao có cái can đảm ấy nhưng không sao có được cái can đảm mà tôi thấy ở Tolstoï, mà trong đám văn sĩ mới ở nước ta tôi thấy ở Thạch Lam."(22)

Và đây là một viễn kiến về văn chương tương lai trong tư tưởng của Khái Hưng qua phát biểu của nhân vật Nam với một cô gái tên Trinh trong "Đẹp":

"Tôi định viết một quyển tiểu thuyết thực dầy, dầy ít ra là một nghìn trang chữ corps 8. Một quyển tiểu thuyết không có chuyện. Trong đó tôi sẽ ném vào từng nắm việc thường xảy ra hàng ngày, và từng nắm tư tưởng nhạt nhẽo và đậm đà, giả dối và thành thực, y như những việc làm, những lời nói ở cửa hàng bán đồ nấu. (...) Còn chuyện, nếu có chuyện, thì tôi cho nó đi như nó đi, nghĩa là nó muốn đi thế nào mặc nó, quý hồ nó đến được chỗ kết cục."(23)

Nghe như Khái Hưng đang nói về một cuộc phiêu lưu nào của chữ trong việc đi tìm sự vật!

*

---

(22) Dẫn theo Phạm Thế Ngũ, *Việt Nam văn học sử giản ước tân biên.* Xem Thụy Khuê: http://thuykhue.free.fr/stt/t/thlam01.html

(23) Khái Hưng, Đẹp, Phượng Giang xuất bản,1952, tr. 193. Xem bản điện tử: *http://tinhhuong.net/threads/dep-trong-tu-luc-van-doan-phuong-giang-1952-khai-hung-260-trang.11230/#.Udy92G2s_Xg*

Xin được kết luận bài viết bằng một đoạn văn trích từ đoạn kết của "Đôi bạn" của Nhất Linh:

Tiếng nhạc ngựa ở đâu vẳng tới, giòn và vui trong sự yên tĩnh của buổi chiều. Trước mặt hai người, về phía bên kia cánh đồng, ánh đèn nhà ai mới thắp, yếu ớt trong sương trông như một nỗi nhớ xa xôi đang mờ dần...

Thế nào là "một nỗi nhớ xa xôi"? Và thế nào là "một nỗi nhớ xa xôi đang mờ dần"? Chắc không ai phải mất công trả lời một câu hỏi như thế. Tại sao? Tại vì nỗi nhớ đó là thứ nỗi nhớ của chữ, nỗi nhớ văn chương. Chữ, và cách xếp đặt chữ - văn phong - có khác biệt, có cá biệt, có thời tính, có cách tân kiểu này kiểu nọ, nhưng bản chất vẫn là vô thời.

Chữ là cái còn lại sau khi tất cả đều mất.

Với chúng ta, Nhất Linh, bây giờ, là một nỗi nhớ xa xôi. Rất xa xôi.

Hôm nay, ngày 7 tháng 7. Năm mươi năm rồi còn gì![24]

(7/2013)

Ghi chú: *Bài biên khảo này được trình bày trong "Cuộc triển lãm và hội thảo về Phong Hóa, Ngày Nay và Tự Lực Văn Đoàn" tại hội trường Nhật Báo Người Việt, quận Cam, tiểu bang California trong hai ngày 6 và 7 tháng 7 năm 2013.*

---

(24) Nhất Linh tự sát ngày 7/71963 tại Sài Gòn.

TÍNH "VĂN HỌC" TRONG VĂN HỌC MIỀN NAM

Đề tài tôi trình bày trong buổi hội thảo hôm này là "Tính 'văn học' trong Văn Học Miền Nam".

Có lẽ có người cho rằng chữ dùng nghe có vẻ không mấy thích hợp. Và thừa. Đã nói về một nền văn học, sao còn đặt vấn đề "tính văn học"?

Xin thưa ngay: lý do khiến tôi sử dụng nhóm chữ "tính văn học" là vì văn học miền Nam trước đây bị nhà cầm quyền cộng sản nhìn với một nhãn quan chật hẹp và độc đoán. Họ gọi văn học miền Nam là "văn học thực dân mới", "văn học đồi trụy", "văn học phản động" hay sau này, nghe lịch sự hơn nhưng có vẻ xách mé, là "văn học đô thị".[1] Toàn là những nhóm chữ tiêu cực. Văn học thực dân mới là gì? Là thứ văn học chỉ dành để phục vụ chế độ thực dân. Văn học phản động là gì? Là chống lại đất nước, chống lại dân tộc. Văn học đồi trụy là gì? Là hư hỏng, xấu xa. Vì thế, Văn Học Miền Nam được xem là "nọc độc". Và những người viết lách được gọi là "những tên biệt kích văn nghệ". Nghĩa là gì? Nghĩa là phi-văn học. Là một nghịch đảo với văn học xã hội chủ nghĩa, văn học yêu nước và văn học tiến bộ. Do cách hiểu hạn chế đó, nhà nước cộng sản

(1) *Văn học các đô thị miền Nam* (1954–1975), tên gọi một giáo trình ở Khoa Ngữ văn, Đại học Đà Lạt.

đã tìm cách tiêu diệt nền văn học này sau chiến thắng tháng 4/1975.

Cách nhìn Văn Học Miền Nam kể trên hoàn toàn dựa vào lập trường chính trị của đảng Cộng Sản Việt Nam làm tiêu chuẩn. Tôi xin được bàn về Văn Học Miền Nam bằng một cái nhìn khác, tổng quát hơn, "văn học" hơn, nghĩa là rộng rãi hơn, đa dạng hơn, tách ra khỏi cái nhìn phiến diện, một chiều này. Đó là tính cách văn học của một nền văn học.

Văn chương vốn là, nói như Hàn Dũ, "đại phàm vật bất đắc kỳ bình, tắc minh" (vật nào cũng vậy, khi không được bình yên nên kêu).[2] *Văn chương* là tiếng kêu của con người. Kêu là một cách bày tỏ cảm xúc trước sự vật, trước hoàn cảnh và trước các biến cố nhân sinh. Nó gắn liền vừa với cá nhân, vừa với xã hội và lịch sử. Nó mở. *Văn học* hiểu như tổng thể các sáng tác văn chương của các nhà văn, nhà thơ diễn ra trong một giai đoạn hay thời kỳ nào đó, cũng thế, nó mở. Có thể so sánh văn học với một khu rừng: rừng có nhiều loại cây khác nhau với tính cách và "số phận" khác nhau. Chúng mọc, chúng ra lá, trổ hoa muôn màu muôn vẻ. Tính văn học, cũng thế, muôn màu muôn vẻ. Nó được thể hiện qua những đặc điểm sau:

- Về tác giả: tính tự do, tính khu biệt giữa tác giả và tác phẩm.
- Về hình thức: tính kế tục, tính hiện đại và tính đa dạng

(2) Đại phàm vật bất đắc kỳ bình tắc minh, thảo mộc chi vô thanh, phong nhiễu chi minh, thủy chi vô thanh, phong đãng chi minh… (Đại phàm vật nào cũng vậy, không được bình yên thì kêu. Cỏ cây vốn không có âm thanh, gió thổi mới kêu; nước kia không có âm thanh, gió xô nên kêu…) Hàn Dũ (đời Đường) Tống Mạnh Đông Dã tự. (Trích từ Khâu Chấn Thanh, *Lý luận văn học nghệ thuật cổ điển Trung Quốc*, nxb Văn Học, Hà Nội, 1992, Mai Xuân Hải dịch.)

▪ Về nội dung: tính nhân bản, tính hiện thực và tính bi kịch.

Văn Học Miền Nam bao gồm tất cả những đặc điểm trên. Trong phần khai triển sau đây, có một số điểm tôi chỉ nói sơ qua, vì đó là những điều mà hầu như ai cũng đã rõ, trong khi ở một số điểm khác, tôi sẽ bàn kỹ hơn. Mặt khác, do đề tài quá rộng, nên những chi tiết điển hình nêu ra trong bài thuyết trình hầu hết chỉ đề cập đến phần sáng tác. Xin được đi từng điểm một.

Về tác giả

1. Viết là một hành vi tự do: Làm nhà văn, nhà thơ là một chọn lựa tự do. Không ai bị buộc hay phải học để trở thành nhà văn, nhà thơ. Viết là một hành vi tự đối diện với mình và với công chúng. Từ kinh nghiệm bản thân, tôi nhận thấy không có tự do thì không có cảm hứng để sáng tác, dù nhìn dưới góc độ nào.

Với tư cách là những người viết tự do, những nhà văn, nhà thơ miền Nam đã sáng tác không qua một sự chỉ đạo nào. Họ không ăn lương nhà nước để viết và do đó, không sáng tác chỉ để phục vụ các nghị quyết chính trị. Miền Nam không có "Hội nhà văn" với tư cách là một thứ quyền lực tối cao chi phối mọi hoạt động sáng tác. Cũng không có trường viết văn và làm thơ. Mỗi nhà văn, nhà thơ hay nhà biên khảo tự chọn lựa cách viết, chọn lựa xu hướng, đề tài cũng như chọn lựa tạp chí văn học để cộng tác. Một người có thể viết, xin lấy một ví dụ, vừa cho tạp chí "Khởi Hành" (một tạp chí chống cộng) hay "Văn" (một tạp chí thuần túy văn học), nhưng đồng thời vẫn có thể viết cho

"Trình Bầy" hay "Đối Diện" là những tạp chí tả khuynh. Chính vì thế và nhờ thế, mà văn đàn miền Nam luôn luôn sôi động. Nhiều hiện tượng văn học bất ngờ xuất hiện làm ngạc nhiên văn giới và có trường hợp, làm rúng động cả văn đàn. Trước chính biến năm 1963 lật đổ chế độ Ngô Đình Diệm, do chính sách kiểm duyệt khá nghiêm khắc, nên văn giới còn phần nào dè dặt; nhưng sau năm 1963, toàn xã hội như bùng vỡ. Trên chính trường là những cuộc đảo chánh, ngoài xã hội là những cuộc xuống đường đòi hỏi tự do, dân chủ, thì trên văn đàn, thơ, văn xuất hiện ồ ạt, đủ dạng, đủ vẻ. Hiện tượng đó, nói chung, có cái gì xô bồ, đôi khi đi quá đà, nhưng mở ra một không gian rộng cho sự sáng tạo văn chương, nghệ thuật.

Do viết là một hành vi tự do, nên Văn Học Miền Nam, tự bản thân, không nhằm bảo vệ chế độ, lại càng không làm công cụ cho chế độ, nơi nó được nuôi dưỡng. Những người cầm bút, trong hoàn cảnh và từ vị thế của mình, nhìn hiện thực xã hội qua những lăng kính khác nhau, không ai giống ai. Mai Thảo hồi tưởng về Hà Nội trước khi di cư vào Nam; Nguyễn Vỹ viết về "Tuấn, chàng trai nước Việt', một hồi ức về thanh niên thời thuộc địa; Nguyễn Thị Hoàng đột ngột xuất hiện với "Vòng tay học trò" làm ngẩn ngơ cả một thế hệ; Nguyễn Đức Sơn độc đáo và táo bạo với những bài thơ lạ trong "Đêm nguyệt động"; Bùi Giáng trêu cợt cuộc đời bằng những câu lục bát "không giống ai"; Dương Nghiễm Mậu viết về nỗi bất an hiện sinh của con người trong "Niềm đau nhức của khoảng trống"; Hoàng Ngọc Tuấn quay trở lại với thời nhỏ tuổi mơ mộng với "Cô bé treo mùng"; Vũ Hạnh phê phán chế độ Việt Nam Cộng Hòa qua hình ảnh ẩn dụ của một "Ngôi trường đi xuống"; Trịnh Công Sơn phản chiến với "Ca khúc da vàng"; Phan Nhật Nam viết về đời lính nhọc nhằn qua những bút ký ngập ngụa khói lửa chiến trường; Phạm Thiên Thư làm thơ ca ngợi tình yêu thời trẻ dại với hình ảnh nhẹ nhàng của "em tan trường về/đường mưa nho nhỏ". Vân vân và vân vân. Mỗi nhà văn, nhà thơ tự chọn cho mình một cách thể hiện riêng, đôi khi rất riêng, về thời cuộc, về cuộc sống.

Họ có thể là công chức làm việc cho nhà nước hay khoác áo nhà binh. Trong công sở, họ có thể làm công tác tuyên truyền hay ngoài chiến trường, họ đánh nhau với quân đội cộng sản, nhưng khi sáng tác thì sáng tác như những nghệ sĩ tự do. Có thể tìm thấy nhiều trường hợp điển hình của hiện tượng này qua tác phẩm của những người lính cộng hòa viết văn. Họ viết như những nhân chứng sống trong chiến tranh. Đó không chỉ là những hồi tưởng muộn màng hay "nỗi buồn chiến tranh" làm dáng kiểu của Bảo Ninh. Nhiều truyện ngắn hay thơ xuất hiện trên tạp chí "Văn" hay "Bách Khoa" của những người lính chiến như Trần Hoài Thư, Lê Bá Lăng, Y Uyên, Văn Lệ Thiên, Trần Dzạ Lữ, Luân Hoán… không khác mấy với những bản tin chiến sự nóng bỏng. Có người viết ngay, viết thẳng trên ba lô trong một trận hành quân hay trong lúc chiến trường mà họ dự phần hãy còn nóng hổi mùi thuốc súng và tanh mùi máu của đồng loại. Viết xong, họ gửi ngay về tòa soạn để đăng trong thời gian sớm nhất. Trong hành vi viết, họ vừa ở trong chiến tranh lại vừa đứng ngoài nó. Vừa tham dự chiến tranh vừa đặt vấn đề và thao thức về nó. Dù trực tiếp cầm súng, ngày đêm đối diện với quân thù, nhưng tác phẩm của họ không viết ra để gây thêm căm thù mà bao giờ cũng là một dấu hỏi về thân phận con người trong cuộc chiến. Hãy đọc thử một trích đoạn trong "Nhật ký hành quân" của Trần Hoài Thư:

"Xin tha lỗi cho tôi, các bạn. Tôi không còn đủ sáng suốt để sáng tạo câu văn ý lạ. Tôi đang nằm trong quân y viện đây. Đêm buồn lắm.Đêm buồn lắm. Lính của tôi nằm

nhiều trong đó. Hai thằng nằm tại nhà vĩnh biệt. Hai thằng mất tích. Và những thằng bị thương đang nằm ở đây. Đêm buồn lắm. Đêm buồn lắm. Ngày hôm đó, ngày 9 tháng 5 thì phải. Mặt trời thì hừng hực lửa. Chỉ có mặt trời mới thấy bọn tôi. Tôi nằm trong bụi, mặt dầm dề máu và đùi găm đầy miểng lựu đạn, cả mông tôi cũng vậy. Tôi nhìn lên cao cầu khẩn Tổ Tiên Ông Bà, Nam Mô Quan Thế Âm, Lạy Trời Lạy Chúa. Nhìn mặt trời, cho con sống. Sống. Tôi vùng dậy chạy. Đạn rít dưới chân. Đạn xẹt trên đầu. Tôi lộn nhào. Lê lết. Bò trườn. Tôi nhào xuống bờ suối. Đạn đuổi theo. Nó canh kỹ. Ló đầu ra. Tắc bùm. Thụt đầu vào. Chạy. Lăn. Tội nghiệp thân thể mày chưa, Thư. Gầy ốm thế kia. Cha mẹ nưng niu bồng ẵm nuôi con bây giờ ầm ầm, tạch đùng, bập bập bập, bò, hai cùi tay vấy máu, bò ngửa, bò sấp, bò hai chân, bò hai tay. Bụi gai vừa xê dịch. Tắc bùm.Đ.M, quân chó đẻ. Mày giết tao mày hả dạ lắm sao. Tao để dành viên đạn cuối cùng. Tự sát."[3]

Văn của người lính Trần Hoài Thư tươi, sống, đầy cá tính!

Nói như Jean-Paul Sartre, văn chương "là hành vi, qua đó, trong từng khoảnh khắc, nhà văn tự giải thoát ra khỏi lịch sử, nghĩa là hành xử sự tự do."[4] Con người nhà văn lệ thuộc vào hoàn cảnh nhưng viết là một hành vi giải thoát khỏi hoàn cảnh. Họ thể hiện cái "tôi" tự do khi sáng tác. Họ không chờ đến khi biết mình sắp từ giã cõi đời, mới cố gắng tìm lại "cái tôi đã mất" như Nguyễn Khải, một trong những

---

(3) Trần Hoài Thư, *Nhật ký hành quân,* Văn (Sài Gòn) số 114, tháng 9 năm 1968.

(4) Jean-Paul Sartre, *Qu'est ce que la littérature?*, Éditions Gallimard, Paris, 1948, tr. 111, 112.

"*La littérature (...) est le mouvement par lequel, à chaque instant, l'homme se libère de l'histoire: en un mot, c'est l'exercice de la liberté.*" Xem: http://disciplinas.stoa.usp.br/pluginfile.php/67143/mod_resource/content/1/Sartre%20-%20Quest-ce%20que%20la%20litterature.pdf nhà văn nổi tiếng miền Bắc.[5] Chẳng thế mà Nguyễn Minh Châu cay đắng vẽ ra chân dung điển hình của người cầm bút miền Bắc như sau: "Cũng trong một người cầm bút, cái phần bất tài nhảy lên bục tao đàn để múa may, còn cái phần tài năng thì trùm chăn chờ ngày xuống mồ! Con đường của một cây bút trẻ hăm hở phấn đấu để trở thành nhà văn cũng là con đường phải giết đi cái phần nhà văn trong con người mình, con đường tự mài mòn đi mọi cá tính và tính trung thực trong ngòi bút."[6]

2. Khu biệt tác giả ra khỏi tác phẩm: Xem viết là một hành vi tự do, nên những tác phẩm xuất phát từ sự tự do đều được Văn Học Miền Nam trân trọng. Ngay từ thời Đệ Nhất Cộng Hòa, người ta đã tách tác phẩm ra khỏi tác giả. Nghĩa là tác phẩm, một khi thành hình, luôn luôn có số phận riêng của nó, không lệ thuộc vào người sáng tác. Do đó, giá trị văn chương của nó không dựa trên lý lịch của tác giả. Tác giả chỉ là một yếu tố và không phải là yếu tố chính trong nghiên cứu văn học. Xuất phát từ quan điểm đó mà hầu hết các tác giả tiền chiến đều được nghiên cứu và giảng dạy trong học đường, dù lúc đó họ là những đảng viên cộng sản, đang sử dụng sáng tác văn chương để tâng bốc đảng và nhà nước ở miền Bắc. Các tác phẩm của Huy Cận, Lưu Trọng Lư, Xuân Diệu, Chế Lan Viên, Quang Dũng… đều được bảo tồn, quý trọng và thậm chí, vinh danh. Chúng vẫn được nghiên cứu và giảng dạy một cách bình thường y như những nhà văn, nhà thơ khác, không có bất cứ một sự phân biệt đối xử nào. Ngoài ra, một số sáng tác của các nhà văn, nhà thơ trong thời kháng chiến - nhất là trong giai đoạn trước năm 1951, khi người cộng sản chưa dùng phong trào

---

(5) Nguyễn Khải, *Đi tìm cái tôi đã mất*, tùy bút chính trị.
Xem ở: *http://www.viet-studies.info/NguyenKhai_DiTimCaiToiDaMat.htm*
(6) Dẫn theo Nguyễn Hưng Quốc, *Văn học Việt Nam dưới chế độ Cộng Sản 1954-1990*, nxb Văn Nghệ, California, 1996, tr. 50, 51.

chỉnh huấn để loại bỏ những người không ủng hộ chủ nghĩa cộng sản - cũng được giới thiệu trong các tạp chí văn học. Hai tác phẩm biên khảo về văn học, "Nhà văn hiện đại" của Vũ Ngọc Phan và "Thi nhân Việt Nam" của Hoài Thanh, vẫn được sử dụng và giảng dạy trong chương trình trung học. Bởi vì, như đã nói ở trên, những tác phẩm này được viết ra trong khi họ là những con người tự do. Thú thật, đến bây giờ, khi nhìn lại giai đoạn này, tôi vẫn ngạc nhiên về chính sách rộng rãi của các chính quyền miền Nam. Theo tôi, đây là một điểm son của Văn Học Miền Nam.

Mặt khác, miền Nam không những chỉ bảo tồn các tác phẩm văn chương tiền chiến mà còn bảo tồn các tác phẩm của những nhà văn, nhà thơ trong nhóm Nhân Văn Giai Phẩm miền Bắc. Văn, thơ của Trần Dần, Phùng Quán, Nguyễn Hữu Đang, Phan Khôi, Lê Đạt, Phùng Cung, Đặng Đình Hưng… bị đánh phá và tiêu hủy ở miền Bắc, đã tìm thấy cuộc sống ở miền Nam. Cũng cần nhấn mạnh: miền Nam chấp nhận chúng, không phải vì chúng chống cộng – thực ra như chúng ta đều biết, các tác phẩm của họ không hề chống cộng – mà vì chúng là văn học. Chúng là sản phẩm của hành vi viết tự do. Vả lại, độc giả miền Nam, nói chung, chỉ thích đọc những tác phẩm mang tính văn học và không thích, hoặc khước từ đọc những tác phẩm có tính cách tuyên truyền chính trị.

Về hình thức

1. Tính đa dạng: Một nền văn học không chỉ là một bông hoa, cũng không chỉ là vườn hoa, mà phải là một rừng hoa. Nói đến rừng cũng là nói đến một cái gì dị tính. Văn chương, trong bản chất, là dị tính. Nó không thể là đồng nhất, đơn điệu. Văn chương phải phản ảnh nhiều mặt của

cuộc nhân sinh. Hiện thực phải được nhìn từ nhiều góc độ, nhiều khía cạnh và nhiều nhãn quan khác nhau. Người ta không là "nhà văn để chọn lựa nói về một số sự vật nào đó, nhưng chọn lựa nói về chúng bằng một cách nào đó,"[7] theo Jean-Paul Sartre. Thành thử, cùng một sự vật nhưng qua ngòi bút của mỗi nhà văn, nó xuất hiện khác nhau. Mỗi một tác phẩm chỉ nhặt nhạnh một chi tiết nào đó, một khía cạnh nào đó của nó.

Văn Học Miền Nam hình thành trên tính cách đó. Vì vậy, có thể nói, Văn Học Miền Nam như một cánh rừng bạt ngàn. Nó dung chứa hết thảy hình thức văn chương, từ bình dân đến cao cấp, từ hữu khuynh đến tả khuynh, từ cổ điển đến hiện đại. Nhiều trào lưu, khuynh hướng chống đối nhau vẫn cùng hiện diện. Trào lưu nào, khuynh hướng nào có độc giả của trào lưu và khuynh hướng đó,[8] với nội dung và đề tài hết sức phong phú, từ tình yêu, thân phận con người, những thao thức, dằn vặt cá nhân, ám ảnh tình dục cho đến tệ nạn xã hội, hiện tượng tham nhũng, sự suy đồi đạo đức, nỗi khao khát hòa bình, niềm mơ ước thống

(7) Jean-Paul Sartre, sđd, tr. 30.

(8) Xin ghi lại đây một nhận xét của Nguyễn Thị Thu Trang: "Đi qua những thành kiến cực đoan cá nhân, những xung đột về chính trị, những cuộc tranh luận sôi nổi về vấn đề truyền thống và hiện đại, những biến hóa nhiều chiều của văn chương đương thời..., tác phẩm của nhiều nhà văn như Sơn Nam, Bình Nguyên Lộc, Võ Hồng, Trang Thế Hy, Nguyễn Văn Xuân, Minh Quân... viết ở thập niên 50, 60 trong lòng đô thị miền Nam vẫn còn được nhiều người yêu thích. Điểm chung nhất và là chỗ dựa vững bền của nó là hướng đến những giá trị văn hóa dân tộc, là bản sắc văn hóa mỗi vùng miền và tình yêu quê hương chân thành, tha thiết. Họ làm thành một dòng chảy riêng, không tách biệt nhưng cũng không nhập cuộc vào những trào lưu khác vẫn thường được coi là thịnh hành đương thời như "hiện sinh", "phân tâm", "ý thức"... Từ tác phẩm của những nhà văn có kiểu viết rất "truyền thống" và "cổ điển" này, người đọc có thể nhìn thấy bức tranh đa dạng của văn hóa miền Nam những năm trước 1975, những sự kiện làm đổi thay đời sống văn hóa, đặc biệt là đời sống tinh thần của người dân." (*Vài nét về văn xuôi đô thị miền Nam giai đoạn 1954-1975*/Tạp chí Nghiên cứu văn học số 5/2007- *vienvanhoc.org.vn*)

nhất. Mai Thảo có độc giả của Mai Thảo, Lê Xuyên có độc giả của Lê Xuyên, Nguyễn Vỹ có độc giả của Nguyễn Vỹ, Nhất Linh có độc giả của Nhất Linh, Nguyễn Thị Thụy Vũ có độc giả của Nguyễn Thị Thụy Vũ, Duyên Anh có độc giả của Duyên Anh, bà Tùng Long có độc giả của bà Tùng Long… Sự đa dạng và rộng mở khiến Văn Học Miền Nam xuất hiện nhiều hiện tượng văn học độc đáo, ảnh hưởng mạnh mẽ đến dòng chảy văn chương lúc đó và vẫn còn ảnh hưởng lâu dài về sau. Hiện tượng thơ: thơ Nguyên Sa, thơ Thanh Tâm Tuyền, thơ Bùi Giáng, thơ Nguyễn Đức Sơn, thơ Phạm Thiên Thư; hiện tượng văn: văn Mai Thảo, văn Dương Nghiễm Mậu, văn Lê Xuyên; hiện tượng biên khảo: các tác phẩm của Phạm Công Thiện, Bùi Giáng, Nguyễn Văn Trung, Nhất Hạnh; hiện tượng nhà văn nữ: Nhã Ca, Túy Hồng, Trùng Dương, Nguyễn Thị Hoàng, Nguyễn Thị Thụy Vũ, Trần Thị NgH.. Các nhà văn nữ không chỉ táo bạo trong đề tài, cách xử lý cốt truyện và nhân vật, mà còn trong việc cách tân ngôn ngữ. Họ mở ra một cánh cửa để nhìn vào thế giới nội tâm, tuy đơn giản bên ngoài nhưng lại vô cùng phức tạp, tinh tế bên trong của nữ giới, nhất là nữ giới trong thời hiện đại.

Nói chung, không thời nào trong văn học nước nhà mà tính cách riêng biệt của tác giả được thể hiện một cách sắc nét và độc đáo như thời kỳ hai mươi năm Văn Học Miền Nam. Thật khó mà lẫn lộn giữa thơ tình Nguyên Sa mềm mại, bộc trực nhưng duyên dáng với thơ tình Phạm Thiên Thư mang mang, tinh tế và trong suốt; giữa văn Võ Phiến chi li với văn Lê Xuyên dân dã, tươi sống; hay giữa Nguyễn Văn Trung mạch lạc, khúc chiết với Tam Ích phong phú, lan man và đầy cá tính trong lãnh vực biên khảo văn học và triết lý.

Tính đa dạng đó còn tìm thấy ở thành phần tác giả. Nhà biên khảo Trần Thiện Đạo nhận xét về tờ Văn, một trong những tạp chí văn học hàng đầu của miền Nam trước 1975, như sau: "… tạp chí "Văn" và đặc san "Tân Văn" quy tụ quanh mình hầu hết các văn gia và thức giả ở miền Nam, kể cả những cán bộ *nằm vùng*. Đầy đủ mọi lập trường, khuynh hữu có, lừng khừng có, khuynh tả có; đầy đủ mọi thế hệ, trẻ có, già có; đầy đủ mọi tài năng, nghiệp dư có, chuyên nghiệp có; đầy đủ mọi chiều hướng, cổ điển, lãng mạn, tả chơn, siêu thực, hiện thực, hiện sinh, hiện đại và nhiều thứ khác nữa."(9) Tính cách này không chỉ ở "Văn" và "Tân Văn" mà cũng ở nhiều tạp chí văn học khác như "Văn Học", "Nghệ Thuật", "Vấn Đề", "Khởi Hành"..., qua đó, những Trần Hoài Thư, Hồ Minh Dũng, Lương Thái Sỹ, Y Uyên, Huỳnh Hữu Ủy, Nguyễn Chí Kham, Trần Doãn Nho, Phạm Ngọc Lư… là những cây bút ở phía bên này cùng xuất hiện cùng với những Yên My (tức Trần Hữu Lục), Thái Ngọc San, Mường Mán, Ngụy Ngữ, Tần Hoài Dạ Vũ hay Lê Văn Ngăn là những cây bút (thân hay trực tiếp hoạt động cho) phía bên kia. Riêng về tạp chí Bách Khoa, Nguyễn Hiến Lê ghi lại trong hồi ký của mình: "Tư tưởng chính trị của những cây viết nòng cốt của "Bách Khoa" có khi trái ngược nhau: Vũ Hạnh thiên cộng, sau theo cộng. Võ Phiến chống cộng. Đoàn Thêm, Phan Văn Tạo, không ưa cộng nhưng cũng không đả; không thích Mỹ nhưng cũng không nói ra [...] Tôi, có lẽ cả Nguiễn Ngu Í và Lê Ngộ Châu có cảm tình với kháng chiến [...] Mặc dầu vậy, các anh em trong tòa soạn vẫn giữ tình hòa hảo với nhau. Xu hướng phản nhau như Vũ Hạnh và Võ Phiến mà vẫn trọng tư tưởng của nhau, ít nhất trong 10 năm đầu. Đó là điểm tôi quý nhất."(10)

---

(9) Trần Thiện Đạo, *Chứng từ tạp chí Văn trong lòng độc giả*, Văn chương Việt. Xem: *http://www.vanchuongviet.org/index.php?comp=tacpham&action=detail&id=15139*

(10) Nguyễn Hiến Lê, Đời viết văn của tôi, nxb Văn Nghệ, California 1986, trang 143.

Nói đến sự đa dạng không thể không nói đến sự xuất hiện của những tạp chí "tả khuynh", nổi bật nhất là "Đối Diện", "Trình Bầy", "Hành Trình" và "Đất Nước". Điều đáng lưu ý, cộng tác cho những tờ báo này không chỉ là những người tả khuynh mà có đủ những khuôn mặt văn chương miền Nam khác, kể cả những nhà văn có xu hướng chống cộng. Theo Nguyễn Văn Lục, "Giữa [tạp chí] Hành Trình và Đất Nước, cộng sản như thể đang ở ngoài nhà, nay đã vào đến trong nhà, vào buồng ngủ… của tờ báo. Nó lộ liễu và công khai quá. Nó không cần đeo mặt nạ. Tôi ngạc nhiên khi nhìn thấy tên tuổi những Nguyên Sa, Luân Hoán, Du Tử Lê, Nguyễn Tử Quý, Thảo Trường bên cạnh Ngô Kha, Ngụy Ngữ. Với cung cách lộn sòng như thế này - không phân biệt tà-ngụy - cùng đứng chung, xếp hàng. Miền Nam đang trải qua một mùa gió chướng và những cơn thử thách cuối cùng của một dòng lũ triều cường có thể cuốn trôi và phá sạch tất cả."

Là tả khuynh, nên một số sáng tác và bài biên khảo trong các tạp chí này gần như công khai chống Mỹ, chống chính quyền, chống chiến tranh. Viết về tình hình lạ lùng này, Nguyễn Văn Lục không giấu được tâm trạng băn khoăn: "Ở giai đoạn chót của miền Nam, "Trình Bầy" ngang nhiên xuất hiện, in ấn đàng hoàng, bất chấp kiểm duyệt, bất chấp tịch thu báo." (…) "Ở trong tình trạng này, thật khó xếp hạng, thật khó biết ai là người quốc gia, ai là người bị cộng sản lợi dụng và ai là người cộng sản thứ thiệt? Nếu cần tố cáo thì tố cáo ai nhỉ? Ai là người anh em của ta, ai là kẻ thù?"(11)

---

(11) Nguyễn Văn Lục, *Diện mạo văn hóa, văn học miền Nam trong những tình thế cực đoan lại là nơi hội tụ của bốn dòng chảy văn hóa-văn học*, Đàn Chim Việt, 3/11/2013. Xem: *http://www.danchimviet.info/archives/81032/dien-mao-van-hoa-van-hoc-mien-nam-trong-nhung-tinh-the-cuc-doan-lai-la-noi-hoi-tu-cua-bon-dong-chay-van-hoa-van-hoc-ket/2013/11*

Sự hiện diện của những tạp chí tả khuynh này nói lên cái gì? Theo tôi, nó nói lên tính cách mở của Văn Học Miền Nam. Chỉ có trong khung cảnh của một xã hội mở mới có thể có những sản phẩm văn hóa "ngược dòng" như thế. Về phương diện chính trị, sự hiện diện của chúng có cái gì như trái cựa, nhưng hoàn toàn tự nhiên. Tuy có chính sách kiểm duyệt, nhưng nói chung, chế độ miền Nam dành một số tự do tương đối rộng rãi, nên tiếng nói tả khuynh vẫn có chỗ đứng.(12) (Vả lại, tả khuynh hiểu như một xu hướng cải cách xã hội theo hướng tiến bộ của nhân loại chẳng phải là độc quyền của riêng chỉ những người cộng sản hay thân cộng). Không lạ gì, những người cộng sản lợi dụng chúng để lũng đoạn chính quyền quốc gia. Dù chống Mỹ hay chống chính quyền VNCH đến đâu mà không tuân phục đường lối duy nhất của đảng cộng sản thì cũng đều không được chấp nhận. Vì thế, sau khi cộng sản chiếm được chính quyền, tất cả các tạp chí nói trên đều bị đình bản và những người chủ trương cũng như một số cây bút cộng tác chẳng những không được trọng dụng, mà thậm chí có người còn bị làm khó dễ như Nguyễn Văn Trung, chủ bút tạp chí "Hành Trình". Riêng về tạp chí "Đối Diện" thì người chủ trương là linh mục Chân Tín và người cộng tác mật thiết là giáo sư Nguyễn Ngọc Lan sau này trở thành những người bất đồng chính kiến với chế độ.

---

(12) Theo Nguyễn Văn Trung, dưới chế độ VNCH, "Báo thì không phải kiểm duyệt nhưng có thể bị tịch thu đưa ra tòa. Trong khuôn khổ chính sách hạn chế tự do chính trị như vậy, nếu không xuất bản công khai, hợp pháp, vẫn có thể in ronéo, phổ biến, bày bán ngay cả trên các sạp báo và có thể bị tịch thu... Người cầm bút viết những điều cấm kỵ, phê phán chính sách này, chính sách kia của nhà nước, thậm chí họp nhau viết kháng thư phản đối, đăng trên báo mà không lo ngại về an ninh chính trị của bản thân gia đình bạn bè. Nói cách khác, viết phê phán mà không sợ nhà nước." (Trích từ *Hướng về Miền Nam Việt Nam*, Khởi Hành số 92, tháng 6/2004). Dẫn theo Thụy Khuê, *Văn Học miền Nam 1954-1975*. Xem: *http://vanviet.info/van-hoc-mien-nam/van-hoc-mien-nam/*

Dẫu sao, xét riêng về khía cạnh văn chương, thì sự hiện diện của các tạp chí này vẫn là nét đặc thù, nêu lên tính đa dạng trong Văn Học Miền Nam.

2. Tính kế tục: Văn học như một dòng sông, có nguồn, có ngọn, có trước có sau. Khác với văn học miền Bắc chỉ thu hẹp trong dòng văn học được họ gọi là "cách mạng", "tiến bộ" và "yêu nước" hiểu theo cách riêng của họ, Văn Học Miền Nam kế tục văn học truyền thống, văn học tiền chiến và kéo dài cho đến văn học phát triển trong vùng quốc gia thời chiến tranh. Theo một nhận xét khá xác đáng của Vương Trí Nhàn, trong lúc "Văn học miền Bắc trước năm 1975 đi theo luật riêng", "phủ nhận những kinh nghiệm của thời tiền chiến", "gần như cô lập", chỉ biết có văn học Nga và Trung Hoa (mà ngay hai nước này lúc đó "cũng đứng cô lập với thế giới"), thì văn học miền Nam "có sự nối tiếp những di sản cũ" và "tiếp nhận một cách bình thường đối với ảnh hưởng nước ngoài."(13) Tóm lại, miền Nam bảo lưu tất cả sản phẩm văn học thuộc về mọi thời kỳ trước đó. Thử tưởng tượng: nếu không có Văn Học Miền Nam, văn học đất nước rốt cuộc sẽ chỉ thu tóm trong nền văn học xã hội chủ nghĩa đơn điệu, thì thật là một thiệt hại lớn lao cho văn học Việt Nam.

3. Tính hiện đại: Tính hiện đại biểu hiện trên hai mặt, một là, đáp ứng với những nhu cầu mới của thời đại và hai là, tiếp nhận và sử dụng các thành tựu về tư tưởng, văn hóa và văn chương của thế giới.

- Từ năm 1954, sau một thời gian ngắn ngủi tạm sống trong không khí văn học tiền chiến, Văn Học Miền

(13) Vương Trí Nhàn, *Văn học miền Nam trong cách nhìn của Vương Trí Nhàn hôm nay*, phỏng vấn của Thụy Khuê. Blog Vuong Trí Nhàn. Xem: *http://vuongtrinhan.blogspot.com/2009/04/van-hoc-mien-nam-54-75-trong-cach-nhin.html*

Nam trở nên sôi động và càng ngày càng sôi động với các trào lưu đổi mới. Khởi đầu bằng tạp chí "Sáng Tạo", văn chương đột ngột chuyển hướng để hòa nhập với thời đại. Sự ra đời của "Sáng Tạo", một mặt, là nỗ lực đáp ứng với nhu cầu chuyển đổi của xã hội và cuộc sống và mặt khác, là một vượt thoát khỏi cái cũ, tìm ra cái mới nhằm mục đích đẩy nền văn học đi tới. Tiếp sau "Sáng Tạo", văn chương miền Nam như được đà, nổ bùng ra với nhiều cây bút mới và những thử nghiệm mới. Đặc biệt là những cây bút trẻ. Họ đột ngột xuất hiện trên vòm trời nghệ thuật với một nhân dáng mới, một bản lĩnh mới, tự tin vào táo bạo. Văn đàn luôn luôn chuyển động và sôi động. Cái mới, cái lạ trên mọi lãnh vực văn chương hầu như luôn sẵn sàng đâu đó, chỉ chờ cơ hội là bung ra.

- Mặt khác, nhờ sự tiếp cận với các trào lưu và tư tưởng văn chương Tây phương, Văn Học Miền Nam được quốc tế hóa. Sự tiếp nhận ảnh hưởng của văn chương quốc tế là một trong những động lực quan trọng thúc đẩy sự đổi mới của Văn Học Miền Nam. Các tư tưởng triết học mới tràn vào và được thể nhập vào các sáng tác văn chương. Những băn khoăn siêu hình tìm thấy không những trong các bài biên khảo mà còn tìm thấy trong thơ và trong văn. Thơ Tô Thùy Yên chẳng hạn:

Ta gắng về sâu lòng quá vãng
Truy tầm mê mỏi lý sơ nguyên
Hỡi ôi, dọc dọc thấy câm cứng
Mắt trợn trừng chưa dứt ngạc nhiên

Hay các nhân vật trong truyện của Dương Nghiễm Mậu, Duy Thanh.

Các trào lưu triết học mới đã giúp các nhà văn, nhà thơ tạo nên những nhân vật mới, thậm chí mới toanh, so với các thời kỳ trước. Chúng ta tìm thấy những nhân vật nổi loạn chống các định chế xã hội, chống lại số phận, chống lại chính mình hay những nhân vật bị ám ảnh và bị thúc đẩy bởi những động lực vô thức. Trong tác phẩm của các nhà văn nữ, ta cũng tìm thấy tính cách nổi loạn như thế, nhưng ở một chiều hướng khác: bày tỏ mình và chống lại những định kiến khắc nghiệt về thân phận phụ nữ trong xã hội Á Đông. Nhân vật không chỉ là một ai đó sống trong một khung cảnh nào đó, gặp những chuyện đời éo le nào đó, mà còn là một con vật suy tưởng. Nó đặt vấn đề. Nó thao thức. Nó tra vấn về mình. Thanh Tâm Tuyền phát biểu về nhân vật tiểu thuyết như sau: "Phân biệt một tiểu thuyết cổ điển với tiểu thuyết mới, người ta thường gán cho tiểu thuyết mới một tính chất phi lý, các nhân vật bây giờ là phi lý. Sự thật, tiểu thuyết xưa mới phi lý, vì nhân vật tiểu thuyết xưa thường sống trong một đam mê nào đó (passion). Mà đam mê là dẫn đến phi lý. Nhân vật tiểu thuyết bây giờ sáng suốt quá, ý thức quá, không còn đam mê. Người đọc gán cho chúng là phi lý vì sợ sự sáng suốt đó. (…) Tác giả nhập vào ý thức nhân vật và sống trong đó. Nhân vật thì cô đơn, khắc khoải giữa cuộc đời chưa thành hình. Nhân vật dần dần chỉ còn là hình bóng, hình bóng chỉ là tiếng nói. Thí dụ: La Chute của Camus."[14]

Chưa hết. Trong một số truyện ngắn tiêu biểu như "Người đạp xe vào thành phố buổi sáng" hay "Thành phố dốc đồi" của Hoàng Ngọc Biên, nhân vật không những chỉ là hình bóng mà đôi khi còn… biến mất. Chẳng những thế, cốt truyện cũng biến mất theo. Hoàng Ngọc Biên là nhà văn đầu tiên thử nghiệm lối viết mới của trào lưu "tân tiểu thuyết" (Nouveau roman) xuất hiện ở Pháp với những Alain Robbe-Grillet, Nathalie Sarraute, Michel Butor…

---

(14) Thanh Tâm Tuyền, *Bốn cuộc thảo luận của nhóm Sáng Tạo*, nxb Sáng Tạo, Tủ sách Ý Thức, Sài Gòn, 1965. Xem: *http://www.talawas.org/talaDB/showFile.php?res=9064&rb=08*

Tóm lại, những nỗ lực không ngừng của các tài năng của văn học miền Nam đã đưa văn học đất nước hòa nhập vào thời đại. Nó biến văn học thành một dòng chảy liên tục, tiếp tục đi tới. Nhưng biến cố lịch sử 1975 đã chặn đứng nó lại, phũ phàng. Tiếc thay!

Về nội dung

1. Tính nhân bản: Tính nhân bản ở đây phải hiểu bằng một khái niệm rộng hơn là khái niệm về đạo đức hay tình người. Với sự giúp đỡ của những trào lưu triết học mới, nhà văn, nhà thơ có thể đi sâu hơn vào những khía cạnh ẩn giấu của con người, về mặt ý thức, tâm lý cũng như về mặt tương quan xã hội. Văn học miền Nam nói chung, trong quá trình phát triển của nó, đề cập đến con người như một hiện sinh, một thân phận chứ không chỉ như một hữu thể chính trị và cũng không chỉ như một hữu thể đạo đức, hiểu theo nghĩa cổ điển. Do đó, ngoài những tác phẩm đề cao tình người, đề cao tình gia đình, một số tác phẩm cũng đề cập đến những ám ảnh tình dục, những ray rứt về phận người hay những vấn nạn triết lý về đời người và người đời. Chẳng hạn như diễn tả nỗi cô đơn của con người khi chỉ đối diện với chính mình trong "Một mình" của Võ Phiến; hay phân tích chi li cái "chất đàn ông" chứa đựng trong một tay đàn ông chơi gái qua cái nhìn của một gái điếm, trong "Đàn ông", cũng của Võ Phiến; hay những dằn vặt về tình yêu và tình dục trong một số các tác phẩm của Túy Hồng. Tóm lại, là săm soi con người qua những tình huống và hoàn cảnh khác nhau.

Ngoài ra, trong những tác phẩm viết về chiến tranh, tác giả không đề cập đến người lính như những kẻ chỉ biết "nhắm thẳng quân thù mà bắn", mà ngược lại, hầu hết đều viết về những gian khổ của người lính và những ray rứt của họ khi phải cầm súng bắn vào những người cùng máu mủ. Dù chống cộng, không có một tác phẩm văn chương nào kêu gào giết cho đến người cộng sản cuối cùng. Chẳng những thế, có tác giả như nhà thơ Trang Châu, còn kêu gọi một cuộc "chiến đấu không hận thù":

trong cuộc chiến hôm nay
cho tôi xin chiến đấu không hận thù
xin những vết thương bình đẳng
cho tôi đổi một trăm chiến thắng
lấy một giọt nước mắt kẻ thù.(15)

Có thể nói, không giai đoạn nào mà văn học mang đầy đủ tính cách "người" như hai mươi năm Văn Học Miền Nam. Có khóc, có cười, có đau thương, có thống khổ, có vui mừng, phấn khởi, có lo âu, dằn vặt, thậm chí có dâm, có loạn. Một nền văn học thể hiện con người trong tất cả cái phức tạp của kiếp nhân sinh. Thay vì chỉ đề cập đến cái thiện, cái đẹp, người ta đề cập đến cả cái ác, cái xấu. Thay vì dùng văn chương chỉ để "tải đạo", người ta dùng văn chương để lột trần những bề trái, những khía cạnh giấu ẩn, tăm tối, xấu xa của con người. Có người bảo đó là một nền văn nghệ viễn mơ; có người cho là một nền văn học đồi trụy. Tùy. Văn học là sản phẩm của tự do thì phê phán văn học cũng tự do. Tùy cách thưởng thức, cách đọc, cách tiếp cận. Và cũng tùy điểm đứng, tùy cách đánh giá về mặt đạo đức và cũng tùy quan điểm về văn học. "Tùy" cũng còn ở chỗ: dở và hay.

---

(15) Trang Châu, *Bên bờ Kinh Xáng 17-2-67,* trong tập *"Dấu vết chiến tranh"*.

2. Tính hiện thực: Tác phẩm văn chương, dù bản chất là hư cấu, không thể thoát khỏi sự ràng buộc vào hiện thực. Văn Học Miền Nam phản ảnh hiện thực miền Nam một cách sống động và đa dạng, tùy thuộc vào nghệ thuật của từng tác giả và qua từng tác phẩm khác nhau. Ta có thể tìm thấy những ẩn ức tâm lý trong Võ Phiến, những dằn vặt hiện sinh trong Dương Nghiễm Mậu thì cũng có thể tìm thấy những trang văn dịu dàng về tình yêu tuổi nhỏ của Hoàng Ngọc Tuấn. Nếu ta có thể tìm thấy khung cảnh thanh bình của một Sài Gòn vắng lửa đạn với "Con đường Duy Tân cây dài bóng mát" của Phạm Duy, thì đồng thời cũng tìm thấy dấu vết của một xã hội đang phân rã, ly tán trong Trần Dạ Từ:

Năm đọa đầy những đêm giới nghiêm
Năm đằng đẵng những ngày tuyệt thực
Năm máu chảy và năm ruột mềm
Năm bom đạn và năm bão lụt

Hiện thực chiến tranh được diễn tả vô cùng sống động ở nhiều tác giả, nhất là các tác giả khoác áo nhà binh. Khác với hình ảnh "đường ra trận mùa này đẹp lắm" của anh lính bộ đội, chiến tranh mang một hình ảnh khác hẳn đối với người lính miền Nam: tàn khốc.

Mùi tử khí theo khói đưa, lửa quyện
Xác phơi mình chờ đêm xuống mang đi
Bài vọng cổ. Trời ơi! Ai cất tiếng!
Xuống câu Xề nghe não nuột, lâm ly!
(Huy Văn)

Một trích đoạn trong truyện ngắn "Trong lớp khói mầu" của Văn Lệ Thiên mô tả cái chết của một người bạn cùng đơn vị:

"Thới thả cây súng xuống đất. Người đứng sau lưng kêu "trời". Anh ta quăng một trái khói. Khói tỏa xanh đặc một khoảng, che khuất Khắc, cái thùng rác và phần dưới cái cây bên đường. Chúng nó lại bắn vào đám khói. Khắc được lôi vào, chỉ còn là cái xác. Nhưng cái xác đã bị thêm hai viên đạn nữa. Trên lưng Khắc đóng rõ ba lỗ máu. Người can đảm trừng trừng nhìn xác bạn, rồi tự vuốt mặt mình."

Và buồn, rất buồn như ở Trần Dzạ Lữ:

Chiều Mai Lộc không mưa không nắng
lửa cháy trong hồn những kẻ đi xa
này anh lính nhỏ nhoi miền Bắc
giữa sương mù anh có nhận ra ta?

Đó là ngoài chiến trường. Còn ở chốn dân dã bình thường thì sao? Đây là khung cảnh của một trường học ở vùng "xôi đậu" trong "Ngày về của bọn họ" của Y Uyên:

"Thằng học trò trưởng lớp vẫn co ro trước cửa văn phòng hiệu trưởng đợi Ngưỡng. Đầu nó chùm hụp một cái mũ nhà binh đã cũ. Ngưỡng không hiểu nó thiếu khôn ngoan hơn mình hay bạo dạn hơn. Ngưỡng không bao giờ vứt cái vỏ Quân tiếp vụ ở trường như trước kia vẫn vứt những vỏ Ruby. Chắc thằng bé lại muốn xin thôi học. Buổi nào Ngưỡng cũng vỗ về chúng như một thông lệ cầu nguyện: "Các em cứ gắng đi học, cuối năm thầy cho đậu hết". Nhưng sổ điểm danh ngày nào cũng chạy dọc một cột dấu chữ thập. Có đứa vừa ra khỏi lớp học vừa mếu máo, luẩn quẩn bên cửa sổ nhìn vào cả buổi, có đứa Ngưỡng nghe tin bị bắt lên núi cả tháng mới thấy người nhà đến xin lại hồ sơ, có đứa nghỉ hôm trước, hôm sau gửi cho thầy một lá thư đầy lỗi chính tả hẹn ngày "giải phóng" cho thầy. Ngưỡng thay vì soạn bài đã lục trí nhớ chép lại những bản nhạc của

Phạm Duy đem dạy học trò. "Ngày trở về có anh thương binh chống nạng cày bừa..."; "Từ ngày chinh chiến mùa thu..."; "Tôi yêu tiếng nước tôi từ khi mới ra đời...". Lúc này, chỉ còn Phạm Duy mới dạy được chúng nó. Nhưng chỉ dạy một bài ca, một câu nói về Phạm Duy, những đứa trẻ lại thấy mình tách khỏi khối Việt Nam thảm họa, thấy mình một mình lo lắng trên đường về, một mình thao thức chờ tiếng trống tựu để biết đã qua đêm. Không còn ai để cất lời than chung với nó, chỉ có từng người hoang mang lẩn trốn."

Truyện, tuy không có súng đạn, nhưng đầy cả chiến tranh!

Văn chương miền Nam, như thế, có hưởng thụ, vui chơi và có quằn quại, đau đớn, dằn vặt, chứa đầy dấu vết của hiện thực một thời. Đọc lại các tác phẩm miền Nam, Vương Trí Nhàn nhận xét: "Thì bức tranh về xã hội chiến tranh như thế, tôi thấy rất nhiều trong các tác phẩm của các nhà văn miền Nam, ở phần tốt nhất của họ, ở phần họ đúng là nhà văn, thì họ đã nói lên được thực trạng xã hội, ở đấy, đọc thấy rõ hơn, và có cảm tưởng như trở lại không khí của một đất nước, đã trải qua ba mươi năm quá đặc biệt."

3. Tính bi kịch: Một trong những thuộc tính của văn chương là tính bi kịch. Không có tác phẩm văn chương nào không nói lên, đề cập đến hay xây dựng bi kịch. Nói một cách khác, phải bi kịch hóa mới thành văn chương. Sáng tạo văn chương là gì nếu không phải là sáng tạo bi kịch. Những tác phẩm văn chương lớn trong văn học nhân loại bao giờ cũng chứa đựng tính chất bi kịch. Trong một xã hội bình thường thì bi kịch diễn ra nhẹ nhàng, đơn giản và do đó, tính bi kịch trong văn chương cũng diễn ra nhẹ nhàng,

đơn giản. Như cái dửng dưng, buồn nản về quan hệ nam-nữ trong "Bonjour tristesse" (Buồn ơi chào mi) của Françoise Sagan chẳng hạn. Trong một xã hội nhiễu nhương, bi kịch xã hội càng nhiều, càng lớn và do đó, bi kịch văn chương càng đa dạng và càng sâu sắc.

Nói bi kịch, nghe trầm trọng. Thực ra, tính bi kịch trong văn chương chẳng qua là đào xới và phân tích những mâu thuẫn, xung đột, va chạm cũng như những nghịch lý phô bày hay tiềm ẩn trong con người và trong cuộc sống. Tính bi kịch trong trào lưu văn chương đổi mới không phải chỉ là những tình cảnh éo le, gay cấn hay ngang trái đời thường mà tìm thấy ở những cái vốn chẳng có gì là gay cấn. Nhã Ca tìm thấy bi kịch ngay ở những chỗ trông ra ít bi kịch nhất: nỗi buồn thời mới lớn.

Đời sống ôi buồn như cỏ khô
Này anh, em cũng tựa sương mù
Khi về tay nhỏ che trời rét
Nghe giá băng mòn hết tuổi thơ.

Trong "Vòng tay học trò", Nguyễn Thị Hoàng viết về một điều "ngang trái": tình yêu giữa cô giáo và cậu học trò. Trong "Yêu", Chu Tử cũng mô tả một điều "ngang trái" khác: tình yêu của "cô cháu" với "ông chú" là bạn của ba. Trong "Tôi nhìn tôi trên vách", Túy Hồng viết về sự xung đột cá tính, địa phương, cũ-mới diễn ra trong gia đình.

Cơn khóc khởi đầu bằng những cái chớp mắt nhỏ, nỗi buồn khởi đầu bằng tiếng thở dài ẩm ướt, cơn điên khởi đầu bằng những sợi thần kinh hư, tôi thảng thốt nghĩ rằng tôi đang ở trong một cái ống, mở thoáng hai đầu trông ra cuối trời mơ ước, cuối trời kỷ niệm. Tôi trông ra và tôi thúc thủ bó tay.

Thảo rướm giọng:

"Lấy chồng đôi khi là một sự lỡ tay." Trâm ngừng viết ngửng đầu lên khôi hài:

"Lấy chồng là tự sát..."

Túy Hồng đẩy những va chạm lặt vặt, thường ngày thành bi kịch, bi kịch của cá tính và qua đó, bi kịch gia đình.

Đi sâu hơn và xa hơn, trong "Niềm đau nhức của khoảng trống", Dương Nghiễm Mậu đề cập đến nỗi khắc khoải của một người khi bị mất đi một phần cơ thể, dù phần bị mất đi là cái bướu độc cần phải cắt bỏ:

"*Thân thể anh còn đây, cái bướu đã mất. Anh khước từ sự hiện diện vô ích của nó nên anh đã trở thành một sự không thực. Anh chẳng còn gì ngoài cái thân thể đang dần dần nhiễm độc, ung thối ra cho những sinh vật khác sinh sống. Anh là một sự không thực nằm đây – Sự quái gở bắt đầu bay hơi ẩm mốc. Nhưng từ đó anh biết rằng anh là gì. Anh hơn đám đông vây quanh, bởi anh ý thức được sự có anh, mọi người coi họ có mặt- nhưng là một sự có mặt hư ảo, không thấy mình.*"

Dương Nghiễm Mậu đã biến một điều bình thường, thậm chí vô nghĩa, thành bi kịch; ở đây là bi kịch thân phận, bi kịch hiện sinh. Hay nói cho đúng, đây là một loại "bi kịch ý thức" vì trong truyện, "Tác giả nhập vào ý thức nhân vật và sống trong đó," theo cách phân tích của Thanh Tâm Tuyền ở trên.

Nhưng lớn nhất là bi kịch chiến tranh. Trong 20 năm, cuộc chiến trở thành bi kịch mẹ kéo theo vô vàn bi kịch con, tác động trên cả chiều dài lịch sử và toàn thể xã hội và đi vào từng mảnh rời của số phận cá nhân. Bi kịch hiện thực biến thành bi kịch văn chương. Khuôn mặt chiến tranh được phản ảnh một cách sống động qua rất nhiều tác giả, nhất là những cây bút nhà binh: Hồ Minh Dũng, Văn Lệ Thiên, Thế Uyên, Nguyên Vũ, Vương Thanh, Lê Bá Lăng, Luân Hoán, Nguyễn Nho Sa Mạc, Nguyễn Bắc Sơn, Mang Viên Long, Lữ Quỳnh, Kinh Dương Vương… Hầu hết đều mô tả sự tàn phá, đau khổ gây ra bởi cuộc chiến nhưng mỗi tác giả có một cách nhìn khác nhau. Trần Hoài Thư, Lê Bá Lăng, Vương Thanh dữ dội, sống động; Y Uyên điềm tĩnh, nhưng cay đắng; Văn Lệ Thiên chừng mực, buồn bã. Nhiều truyện ngắn về chiến tranh khá độc đáo, đọc đã lâu lắm rồi, mà khung cảnh và các chi tiết của chúng vẫn còn đọng lại trong ký ức: "Khu rừng mùa xuân" của Vương Thanh hay "Đường kiến" của Kinh Dương Vương, chẳng hạn. Ngoài ra, một số tác phẩm mô tả những bi kịch do sự hiện diện của quân đội nước ngoài. Tiểu thuyết "Vòng đai xanh" của Ngô Thế Vinh chẳng hạn, vừa bày tỏ thái độ không cộng sản, lại vừa thể hiện nỗi bất bình đối với sự hiện diện của lính Mỹ trên đất nước.

Một trong những truyện ngắn biểu trưng cho bi kịch chiến tranh, hay nói đúng hơn, bi kịch quốc-cộng có tính "bi kịch" nhất, theo tôi, là "Người đàn bà mang thai trên kinh Đồng Tháp" của Thảo Trường. Nhân vật "chị Tư" đã có chồng, sống ở vùng xôi đậu, để được yên thân, bị buộc phải san sẻ tình yêu cho hai người đàn ông ở hai phe thù nghịch nhau: vừa ăn nằm với người lính cộng hòa lại vừa quan hệ xác thịt với cán bộ cộng sản.

"*Thời gian này chị Tư quên đi mất hình ảnh anh Tư, vì chị Tư đã được sống lại những cảm giác khoái lạc đến hỗn độn với anh binh sĩ truyền tin và "chú" em trai cán bộ. Chị giãy giụa trong những niềm hoan lạc tràn ngập đó. Cuối cùng, đến một hôm, cái thai trong bụng chị máy động. Cái máy động thứ nhất làm chị bàng hoàng. Chị tự hỏi "nó" là của ai? Của anh cán bộ hay anh binh sĩ truyền tin? Chị thẫn thờ cả người và chị muốn rời ngay cái chốn đó. Chị tự hỏi của ai? Chị muốn biết của ai? Cái thai của ai cũng được nhưng chị phải biết chắc là của người nào. Lúc này chị lại nghĩ tới anh Tư dữ dội. Và chị Tư bỏ dở công tác binh vận. Chị trở về căn nhà xiêu vẹo ở ven bờ kinh. Chị khóc ròng vì không biết cái thai của ai."*

Của ai? Thật khó có câu trả lời rõ ràng. Mà ngay có câu trả lời, bi kịch ở đây vẫn nguyên vẹn là bi kịch. Tóm lại, bi kịch của một cuộc chiến tranh tương tàn. Của một bế tắc. Một cùng đường.

Nhưng cũng xin lưu ý: nêu lên bi kịch không phải là chấp nhận bi kịch. Ngược lại, bi kịch ở đây chính là sự thao thức, một thao thức lớn. Tuy thu tóm trong hình ảnh của một người phụ nữ, câu hỏi "của ai?" hàm chứa một thao thức về phận người, phận nước, về vận người, vận nước, về chiến tranh và hòa bình. Và về tương lai.

Người cộng sản không cho phép có cái "bi" trong sáng tác văn chương. Tuy nhiên, một nhà văn cộng sản, Hoàng Phủ Ngọc Tường, sau bao nhiêu năm chỉ biết ca ngợi những niềm vui, thú nhận: "Ba chục năm nay ta chỉ ủng hộ niềm vui, chỉ cho phép in thơ nói niềm vui. Nhưng nỗi buồn là cả một tài sản tâm hồn của con người mà ta hãy còn đóng cửa đối với nó."(16)

Văn Học Miền Nam là một nền văn học được nói lên nỗi buồn, được dựng nên bi kịch. Xoáy sâu vào bi kịch là một cách vượt qua bi kịch.

---

(16) Hoàng Phủ Ngọc Tường, tạp chí "Văn Nghệ" số tháng 12/1988. Dẫn theo Nguyễn Hưng Quốc, sđd, tr. 251.

Phần kết

Theo thời gian, một số nhà văn, nhà phê bình văn học trong nước có cái nhìn tỉnh táo hơn. Xét về khía cạnh lịch sử, Văn Học Miền Nam "là một phần không thể tách rời của văn học dân tộc," theo Nguyễn Thị Thu Trang. "Diễn trình văn xuôi đô thị miền Nam trong hai mươi năm không thẳng một đường, hướng tới một đích như văn học Cách mạng mà quanh co, biến hóa khác thường..."[17]

Trong tất cả những ý kiến phát biểu công khai về Văn Học Miền Nam, theo tôi, nhà phê bình Vương Trí Nhàn có một cái nhìn bộc trực nhất về nền văn học mà một thời bị nhà cầm quyền tìm cách tiêu diệt. Ông nhận xét: "Văn học miền Nam nối tiếp truyền thống văn học của Nguyễn Du, của Đặng Trần Côn – Đoàn Thị Điểm, của Hồ Xuân Hương, Tú Xương, mảng nói về những đau khổ của con người và sự bơ vơ, khó khăn, bất lực, không biết đi lối nào trong đời sống này và cả tính bi thương, đau đớn của con người. Mảng đó tôi thấy rõ ở Văn học miền Nam đầy đủ hơn."

Nhưng tại sao Văn Học Miền Nam vẫn bị phân biệt đối xử?

Trả lời cho câu hỏi này, Vương Trí Nhàn nói thẳng: "Sở dĩ đôi lúc người ta khó công nhận Văn học miền Nam là hình như họ nghĩ như thế này: tức là nếu công nhận Văn học miền Nam thì [văn học] miền Bắc coi như là thua, là kém, là không ra gì cả, thậm chí là hỏng, là vứt đi. Tôi nghĩ "cách nghĩ chỉ có một [nền văn học] thôi" là không phải, vì như vậy sẽ gây ra nhiều rắc rối trong việc tiếp cận nhau. Tôi cho rằng chúng ta có cả hai [nền văn học], và hai bên bổ sung cho nhau. Tôi nghĩ độ một trăm năm sau, nếu muốn nhìn lại xã hội Việt Nam nửa sau thế kỷ XX, muốn hiểu con người sống như thế nào thì cần phải đọc cả hai.

(17) Nguyễn Thị Thu Trang, bài đã dẫn.

Nền văn học miền Bắc, tôi tạm gọi là văn học của chiến công, nền văn học lôi cuốn người ta đi vào cuộc chiến tranh, còn nếu nói có những trang sách nào diễn tả được con người trong chiến tranh thì tôi thấy nó rõ trong phần văn học miền Nam."[18]

Tôi ghi nhận một hiện tượng khá đặc thù: sự biến mất một số các sách biên khảo phê phán một chiều văn học miền Nam trước đây. Trên mạng Internet, hầu như không còn một bài viết nào của Trần Trọng Đăng Đàn, Lữ Phương, Phong Hiền - những tác giả một thời phê phán và lên án một cách mạnh mẽ văn chương miền Nam. Trong khi đi tìm tài liệu để viết bài thuyết trình này, tôi vào Google, gõ các nhóm chữ như "văn chương thực dân mới" hay "văn học đồi trụy, phản động" để chỉ thấy một số đường kết nối vào tên tác giả hay tên tác phẩm, nhưng không tìm thấy bài viết. Chúng như những ngôi nhà bỏ hoang. Không thể tìm thấy bất cứ một bài viết nào, dù ngắn, dù dài lên quan đến "văn học thực dân mới" hay "văn học phản động" vốn là những đề tài thời danh ngày nào. Phải chăng vì quá ngượng nghịu với thực tế, các tác giả nói trên đã tự "hư vô hóa" chúng?

Nhà phê bình Thụy Khuê đưa ra những điều cụ thể hơn: "Cuốn sách của Lê Đình Kỵ được viết với chủ đích "lột trần bộ mặt của nền văn hóa Mỹ Ngụy" tương tự như trường hợp Đỗ Đức Hiểu viết cuốn "Phê phán văn học hiện sinh chủ nghĩa" (nxb Văn học Hà Nội, 1978). Điểm chung của hai cuốn sách này là trình bày, phân tích, và đả phá đối tượng giới thiệu; nhưng về sau, cả hai tác giả đều gạt chúng ra khỏi danh sách những tác phẩm của mình. Trong câu chuyện riêng với chúng tôi năm 1993, nhà phê bình Đỗ Đức Hiểu không muốn nhắc đến cuốn "Phê phán văn học hiện sinh chủ nghĩa". Nhà nghiên cứu Lê Đình Kỵ cũng không đưa cuốn "Nhìn lại tư tưởng văn nghệ thời Mỹ

(18) Vương Trí Nhàn, bđd.

Ngụy" vào phần tác phẩm đã in của mình, trong các bộ "Nhà văn Việt Nam hiện đại" và "Từ điển văn học". Có thể nói đó là một sự từ chối tác phẩm rất đặc biệt, không do lệnh trên mà phát xuất tự lương tâm người trí thức."(19)

Nhìn chung, Văn Học Miền Nam tồn tại, hiện hữu và phát triển theo một quy cách chẳng khác gì văn học ở những quốc gia tiên tiến trên thế giới. Đó là một nền văn học chứa đựng rất nhiều cái "có": có bi, có hài, có tả, có hữu, có cổ điển, có hiện đại, có giải trí, có nhận thức, có cao, có thấp, có cá nhân, có xã hội, có truyền thống, có quốc tế. Cũng như mọi nền văn học khác, nó có mặt tích cực, có mặt tiêu cực. Dù phải sống trong chiến tranh, phải chiến đấu để bảo vệ phần đất tự do, văn học miền Nam phát triển. Đó là một nền văn học không kêu gọi căm thù, không kêu gọi bạo động. Nền văn học miền Nam, vì tính chân thực của nó, không cần, không có gì phải đặt lại. Nó là thế. Nó không thể khác.

Nếu văn học miền Bắc là đơn nhất, là một khối, một tảng và là một công cụ hữu hiệu bảo vệ chế độ thì ngược lại, Văn Học Miền Nam là một thứ kính vạn hoa. Nó soi rọi từng chân dung, từng số phận, từng hoàn cảnh, từng ngóc ngách của cuộc sống. Do đó, nó không thể trở thành công cụ của nhà cầm quyền; không những thế, trong rất nhiều trường hợp, lại là một đối trọng với nhà cầm quyền. Cũng như giòng sông, nó chảy; cũng như cánh rừng, nó mọc, nó ra lá trổ hoa. Đó là một nền văn học mà sau lưng không có nghị quyết và trước mặt không có kẻ thù. Nó tự nhiên như nhiên. Như một con chim thả bay ngoài trời hay những bông hoa nở ngoài đồng nội.

Có lẽ vì thế mà có người cho rằng Văn Học Miền Nam đã góp phần làm suy yếu chế độ miền Nam, để cuối cùng

---

(19) Thụy Khuê, *Văn Học miền Nam 1954-1975*. Xem: ***http://vanviet.info/van-hoc-mien-nam/van-hoc-mien-nam/***

thất bại trước cuộc tấn công của chế độ miền Bắc. Nếu quả thật là như thế thì cũng đáng ngậm ngùi! Nhưng mặt khác, lại cũng chính vì những điều đó, mà dù bị trù dập cách này hay cách khác, nền văn học đó vẫn cứ tồn tại. Tồn tại từ chính nội lực của nó. Nhờ vào đâu? Xin thưa, nhờ vào "tính văn học". Nó là văn học đích thực nên nó dính liền với cuộc sống. Hay nói cách khác, vì dính liền với đời sống nên nó là văn học. Nó văn học nên nó tồn tại. Và phải tồn tại.

Xin được kết luận: Văn Học Miền Nam là văn học Việt Nam. Nó không những phát triển theo chiều hướng riêng của nó, mà còn bảo lưu các tác phẩm văn học cổ điển, văn học tiền chiến, những tác phẩm văn học khác trước năm 1954 cũng như các tác phẩm của Nhân Văn Giai Phẩm!

Chắc có quý vị cho rằng tôi đã quá thậm xưng. Không!

Chỉ xin vận dụng một chút tưởng tượng, một chút thôi: giả sử như bây giờ đột nhiên Văn Học Miền Nam (và những gì mà nền văn học ấy bảo tồn) đều bốc thành khói bay vào hư không, thì văn học Việt Nam bây giờ sẽ như thế nào và còn lại những gì!?

Hỏi, tức là trả lời.

Xin cám ơn quý vị.

(12/2014)

***Ghi chú:** Đây là bản chính bài thuyết trình trong buổi hội thảo về Văn Học Miền Nam tổ chức tại tòa soạn nhật báo Người Việt, quận Cam, California, Hoa Kỳ vào ngày 6/12/2014. Do giới hạn về thời gian, nhiều chi tiết trong bài viết đã không được trình bày tại buổi hội thảo; và ngược lại, một số chi tiết được triển khai khi phát biểu vốn không có trong bài viết.*

THEO DẤU NHÂN VẬT

Nhân vật tiểu thuyết, hay nói cho gọn, *nhân vật*, là "*nhân vật hư cấu*" (để chỉ một con người hay một con vật được nhân cách hóa) hiện diện bằng ngôn ngữ dưới dạng một câu chuyện, ngắn hoặc dài, được kể hay được viết ra bằng cách "bịa đặt". Người ta cho rằng nhà văn là người chịu trách nhiệm về cái gọi là nhân vật. Thực ra, nhân vật là sáng tạo tự nhiên của con người. Chẳng phải đợi đến khi có hình thức tiểu thuyết như hiện nay, mới có nhân vật. Nhân vật, "xưa như trái đất", đã có mặt trong các truyện thần thoại và truyền khẩu dân gian từ thời khuyết sử. Thần, thánh, tiên, ma – dù được tô vẽ kiểu này hay kiểu khác, rất xa cách với con người bình thường - chỉ là những nhân vật ngụy trang. Loại nhân vật hoang đường đó đã được các văn nhân Trung Hoa xưa tập trung vào một không gian hư cấu, "thượng giới", với đầy đủ bộ sậu của một triều đình phong kiến, tạo nên một chốn quan trường phức tạp với những xung khắc, kèn cựa, tranh chấp quyền lợi lẫn nhau không kém gì giữa cõi trần gian tục lụy.

Con người là một con vật kể chuyện.(1) Kể một câu chuyện là tổ chức kinh nghiệm hiện thực riêng của mình qua lời tường thuật để, trước hết, biến hiện thực vốn xa lạ và mơ hồ thành một đối tượng quen thuộc và khả tri, và sau đó, dễ dàng truyền đạt đến người khác. Khi kể một câu chuyện, trong thâm tâm, người kể chỉ muốn diễn tả một cách trung thực và khách quan những gì đã xảy ra:

(1) Nguyên văn: Humans are storytellers (Paul Kingsnorth).

người thật việc thật. Nhưng để câu chuyện trở nên lý thú và thuyết phục, người kể thường có khuynh hướng gia, giảm ít nhiều và sắp xếp sự kiện theo một trật tự nào đó phù hợp với mình, rốt cuộc, biến hiện thực thành hư cấu qua trung gian của ngôn ngữ. Người trong chuyện, do đó, thay đổi và tự động trở thành *nhân vật*. Khi đến tai người nghe, những yếu tố nguyên thủy trong câu chuyện bị biến dạng. Mức độ biến dạng tùy thuộc vào khả năng quan sát, một mặt; và mặt khác, tùy thuộc vào lòng thương, ghét, vào quan điểm đạo đức hay thẩm mỹ riêng của người kể. Chả thế mà, cũng cùng chứng kiến một sự kiện mà mỗi nhân chứng có một cách mô tả và nhận định khác nhau. Kinh nghiệm cho thấy: nghe kể về một người, ta hình dung một cách; đến khi gặp người đó tận mặt, ta lại thấy khác, có khi khác hẳn. Hóa ra, khi kể chuyện, vô hình trung, người kể đã "sáng tạo" ra một nhân vật theo cách riêng của mình. Mức độ sáng tạo càng đa dạng, càng hấp dẫn và ly kỳ, thì nhân vật đó càng xa hình ảnh nguyên thủy. Người nghe, do thiên kiến và do tưởng tượng, lại làm biến dạng thêm một lần nữa. Nhân vật có vẻ như là một ai đó, nhưng chẳng là ai cả, vừa quen lại vừa lạ. Quá trình hình thành nhân vật rõ ràng xuất phát từ hiện thực nhưng kết quả là tạo ra một "thực thể" không giống – và có thể hoàn toàn khác - với chính nó trong đời sống. Nó có số phận riêng của nó như là một hư cấu.

Sự ra đời của nhân vật như thế, khởi đầu, có vẻ là chuyện "chẳng đặng đừng".

Nhưng đây cũng chính là quá trình hình thành nhân vật trong một tác phẩm văn chương. Điểm khác là, với nhà văn, bằng các kỹ thuật và thủ pháp sáng tác, nhân vật không "chẳng đặng đừng", mà là một *hư cấu* (fiction) với cảm hứng và chủ đích rõ rệt. *Chuyện* trở thành *truyện*.(2)

(2) Theo Từ điển Tiếng Việt (Hoàng Phê chủ biên), chuyện: "sự việc được kể lại", truyện:"tác phẩm văn học miêu tả tính cách nhân vật và diễn biến của sự kiện thông qua lời kể của nhà văn."

Là hư cấu, nhân vật có thể không đúng với các dữ kiện có thực, nhưng vẫn đúng với đời sống,(3) nghĩa là phù hợp với quy luật trong cuộc sống. Nó được sáng tạo ra một cách có chủ ý không nhằm truyền đạt thông tin, mà chỉ để giải trí và đánh giá về mặt thẩm mỹ, theo Ming Dong Gu.(4)

Tuy nhiên, vì nhân vật chỉ là một yếu tố trong nhiều yếu tố của nghệ thuật kể chuyện, cho nên không phải lúc nào nó cũng được xem trọng. Có lúc, nó chỉ đóng một vai trò mờ nhạt hay thậm chí bị bỏ quên khi bàn về nghệ thuật kể chuyện, chẳng hạn như trong Tự sự học (narratology), một ngành học mới được hình thành khoảng giữa thế kỷ 20.

Nhân vật, đúng ra, chỉ thực sự là nhân vật tiểu thuyết từ khi thể loại tiểu thuyết được khai sinh vào đầu thế kỷ 18 ở Âu châu, nhưng đã từng được bàn đến từ thời Aristotle, hàng ngàn năm trước.

Khái niệm nhân vật của Aristotle

Aristotle (384 B.C. – 322 B.C.) có lẽ là người đầu tiên đề cập đến khái niệm nhân vật qua những ghi chú trong "Poetics" (Thi pháp). Hình thức thi ca mà Aristotle tập trung chú ý trong tập sách nhỏ này là bi kịch (tragedy), nhưng có thể nói, cái mà ông bàn về hình thức này, qua hàng bao thế kỷ, đã trở thành luận thuyết cho các hình thức tự sự về sau ở phương Tây. Aristotle chia bi kịch thành 6 phần: cốt truyện (plot), nhân vật (character), tư tưởng (expression of thought), cách diễn đạt (diction), âm nhạc (music) và khung cảnh hay diễn xuất (spectacle).(5) Cốt truyện,

(3) not be true to facts but true to life

(4) Xem bài Đọc sách *"Lý thuyết Trung Hoa về hư cấu" của Ming Dong Gu*, trong cùng sách này, tiểu mục "Hư cấu tính".

(5) Dẫn theo Frederic Will, *Aristotle and the Question of Character in Literature*, The Review of Metaphysics, Vol. 14, No. 2 (Dec., 1960), tr 353.
Xem: *Poetics*, bản dịch của S. H. Butcher: *http://classics.mit.edu/Aristotle/poetics.3.3.html*

theo Aristotle, là bắt chước hành động (mimesis = imitation of action) trong ngoại giới. Bắt chước không có nghĩa là tái sản xuất một cách chính xác những gì diễn ra, mà chỉ là biểu tượng gián tiếp, là chuyển hành động thành nghệ thuật (from life to art). Nhân vật, theo Aristotle, chỉ nằm trong đời sống, không phải trong nghệ thuật. Đó là một phẩm tính (quality), vì nó mang tính tốt hay xấu. Nhưng hành động thì khác: tốt hay xấu thì cũng là hành động. Sự phân biệt này rất quan trọng, vì đó là căn bản của sự khác nhau giữa cốt truyện và nhân vật trong nghệ thuật tự sự. Theo Aristotle, "Tất cả hạnh phúc hay đau khổ của con người đều hiện ra dưới hình thức hành động. Nhân vật cho ta phẩm chất, nhưng chính ở hành động – cái chúng ta làm - mới khiến ta hạnh phúc hay đau khổ."[6] Từ đó, ông khẳng định, "Không có hành động thì không thể có bi kịch, nhưng không có nhân vật thì vẫn có bi kịch."[7] Vì "Bi kịch là sự bắt chước một hành động đúng đắn, trọn vẹn và quan trọng bằng một thứ ngôn ngữ trau chuốt và gây thích thú trong một hình thức diễn tả có kịch tính hơn là kể chuyện suông, kèm theo những tình tiết nhằm đánh động sự thương cảm và sợ hãi, đưa đến sự thanh tẩy các xúc động,"[8] theo ông. Bắt chước là cái gì tự nhiên và mang lại sự thích thú; do đó, nó có tính cách xuyên văn hóa (cross-cultural).

Khái niệm về nhân vật này của Aristotle không hề tiếp tục được triển khai, sử dụng hay bàn cãi trong suốt thời Trung Cổ cho mãi đến thế kỷ 17.

---

(6) Nguyên văn: All human happiness or misery takes the form of action… Character gives us qualities, but it is in our actions–what we do–that we are happy or miserable.

(7) Dẫn theo Frederic Will, sđd, tr. 355

(8) Nguyên văn: A tragedy is the imitation of an action that is serious and also, as having magnitude, complete in itself; in appropriate and pleasurable language; … in a dramatic rather than narrative form; with incidents arousing pity and fear, wherewith to accomplish a catharsis of these emotions.

Nhân vật thời Trung Cổ

Văn chương thời Trung Cổ (Tây phương), theo nghĩa rộng, được định nghĩa như là bất cứ tác phẩm nào xuất hiện khoảng giữa thế kỷ thứ 5 cho đến thế kỷ 16 (khoảng 476-1500), viết bằng tiếng La-tinh hay bản ngữ (vernacular), tức là tiếng địa phương (tiếng Anh, tiếng Ý, tiếng Pháp…), gồm có tôn giáo, triết lý, luật, cũng như những tác phẩm tưởng tượng. Theo nghĩa hẹp hơn, đó là các tác phẩm thơ, kịch, tiểu thuyết (romance), anh hùng ca (epic prose) và lịch sử viết bằng tiếng địa phương, pha trộn giữa huyền thoại, truyện ngụ ngôn, truyền thuyết và các truyện hư cấu khác, có nguồn gốc từ những câu chuyện truyền khẩu. Vì hầu hết dân chúng đều không biết chữ, nên những gì viết ra phải được đọc to lên để cho mọi người nghe. Do đó, không có tác phẩm để đọc một mình (private reading in solitude) như về sau này khi có sách, báo, mà chỉ có tác phẩm để trình diễn. Thơ là phương tiện diễn đạt được ưa thích suốt thời Trung Cổ, vì dễ thuộc, dễ nhớ. Văn xuôi viết bằng tiếng La-tinh chỉ được dành cho tôn giáo và những nhà chuyên môn. Để giải trí, khán giả nghe đọc truyện từ một tập thơ. Lúc đầu, tất cả tác phẩm đều nặc danh. Sở dĩ thế là vì cá nhân không được xem như một chủ thể mà là một phần tử của tập thể, dựa vào các định chế của giáo hội và nhà nước để tìm những mẫu mực hành xử ở chốn trần gian, cũng như lệ thuộc vào các đấng thiêng liêng để tìm ý nghĩa đời sống. Đó là lý do khiến rất nhiều tác phẩm trứ danh ở giai đoạn này, cho đến nay, vẫn chưa tìm ra được tên tác giả. Các tác phẩm có kèm theo tên tác giả chỉ xuất hiện về sau này, khoảng vào thế kỷ 13, 14.

Nhân vật văn chương thời kỳ này chỉ là những hình ảnh có tính cách biểu tượng, được lặp đi lặp lại từ những câu chuyện thời xa xưa (cũng được lặp đi lặp lại với một ít thay đổi nào đó), phần lớn được lý tưởng hóa và cường điệu. Tách hẳn khỏi con người trong hiện thực, nhân vật hầu như được phác họa ra chỉ là để đại diện cho cung cách, đạo lý và giá trị của giai cấp trưởng giả và giáo hội. Cứ thế, hết thế kỷ này đến thế kỷ khác. Mãi cho đến khi có máy in, báo chí, và khi số người biết đọc tăng lên, thì mới xuất hiện một thành phần mới gọi là độc giả, tức là những người tự mình đọc để thưởng thức. Điều này làm thay đổi hẳn khuôn mặt của văn chương, góp phần vào sự hình thành cái được gọi là "nhân vật tiểu thuyết".

Trước khi bước qua phần kế tiếp đề cập đến giai đoạn tiểu thuyết, để có một cái nhìn đối chiếu Đông-Tây, xin trích vài nét liên hệ rút ra từ công trình nghiên cứu của một học giả Trung Hoa, Ming Dong Gu (顧明棟= Cố Minh Đống),(9) đề cập vắn tắt đến quá trình phát triển của tiểu thuyết Trung Hoa cùng trong một thời kỳ. Cái gọi là "tiểu thuyết", theo ông, đã xuất hiện từ thế kỷ thứ 1 (sau Công nguyên) qua một định nghĩa của Ban Cố (*Ban Gu*/32-92), theo đó, tiểu thuyết lúc đầu được hiểu là các "câu chuyện nhỏ" (tiểu thuyết = 小說) được bịa đặt, hình thành từ những chi tiết lặt vặt trong đời sống gia đình và xã hội như quan hệ giữa cha con, chồng vợ, bạn bè và các sinh hoạt thường ngày khác. Đặc tính của nó là đơn giản, dễ hiểu, dễ truyền đạt. Nói chung, từ lúc khởi đầu cho đến trước đời nhà Đường (618-917), tiểu thuyết xuất phát từ ba nguồn:

- những câu chuyện thần thoại.
- các chuyện tầm phào do các viên tiểu quan sưu tập.
- và thuật chép sử.

---

(9) Xem bài "Đọc sách: "Lý thuyết Trung Hoa về hư cấu" của Ming Dong Gu" trong cùng tập sách này.

Về mặt nội dung, kể từ đời nhà Đường, các văn nhân mới bắt đầu diễn tả thế giới bên trong của nhân vật, đưa ra những đề tài về quan hệ nam nữ trong gia đình và ngoài xã hội.

Một đặc điểm nổi bật, theo Ming Dong Gu, là tiểu thuyết Trung Hoa bám víu chặt chẽ vào lịch sử như người có khuyết tật dựa vào một cây gậy để di chuyển. Nhưng do bám quá lâu, cây gậy biến thành một thứ chân giả mà tiểu thuyết không thể nào bỏ ra được, đến nỗi nó trở thành một cái nợ: tiểu thuyết là "tiểu thuyết lịch sử". Đó là hậu quả của sự tôn trọng ý nghĩa lịch sử xuất phát từ tinh thần "thuật nhi bất tác" (tường thuật mà không sáng tác), của sự nhấn mạnh quá đáng trên nghệ thuật mô phỏng và thứ tình cảm khoái trá về những gì được lặp lại của người Trung Hoa. Tiểu thuyết lịch sử đạt đến đỉnh cao vào cuối đời nhà Nguyên đến đời nhà Minh, rồi đời nhà Thanh với sự ra đời của "tiểu thuyết chương hồi" (chaptered novels) mà điển hình là những bộ truyện lừng danh như "Tam Quốc diễn nghĩa" và "Thủy hử" (thế kỷ 14); và vẫn không hề mất đất đứng ngay cả trong những tác phẩm hư cấu đúng nghĩa như "Kim Bình Mai" (thế kỷ 17), "Hồng lâu mộng" và "Nho lâm ngoại sử" (thế kỷ 18). Nhân vật tiểu thuyết, nói chung, cũng lại là nhân vật lịch sử được hư cấu hóa.

Trong lịch sử văn học Trung Hoa, cuộc cách mạng thực sự được mệnh danh là "tiểu thuyết cách mệnh" dựa vào tiểu thuyết Tây phương, chỉ diễn ra vào đầu thế kỷ 20 do Lương Khải Siêu và một số học giả đề xướng và được Lỗ Tấn và nhiều nhà văn hiện đại khác thực hành.

Chủ nghĩa hiện thực: sự xuất hiện của nhân vật

Sự khai sinh ra thể loại tiểu thuyết có thể được xem như dấu mốc lịch sử của văn chương Tây phương, và nét đặc trưng của tiểu thuyết chính là nhân vật, để phân biệt khỏi các thể loại lâu đời khác. Tất cả bắt đầu vào thế kỷ 18, khi xã hội châu Âu bắt đầu bước vào thời kỳ kỹ nghệ hóa. Hiện tượng này tạo điều kiện hình thành một giai cấp mới, giai cấp trung lưu, dần dần tách ra khỏi ảnh hưởng của giáo hội La Mã và triều đình. Họ tự lập về kinh tế, có học và tham gia vào các hoạt động văn hóa xã hội. Họ có nhiều thời gian nhàn rỗi để đọc, có nhiều tiền để mua sách, và trở thành một loại độc giả mới lâu bền và năng động. Chủ nghĩa cá nhân được hình thành. Điều này dẫn đến một hệ quả tất yếu: kinh nghiệm, nhu cầu và thành quả của đời sống cá nhân đòi hỏi được thể hiện bằng văn chương, từ đó, góp phần hình thành một phong cách sáng tác mới: "cá nhân hóa" nhân vật, khung cảnh và môi trường sinh hoạt, nghĩa là tập trung khai thác cuộc sống riêng tư của con người. Nhà văn cần có kiến thức nhiều mặt về lịch sử, về tiểu sử, về các khía cạnh trong sinh hoạt xã hội để xây dựng nên cốt truyện và nhân vật. Đây chính là điều kiện then chốt và là một trong những chất xúc tác có ý nghĩa, lót đường cho sự xuất hiện của tiểu thuyết, một thể loại văn chương mới mẻ nhằm diễn tả đời sống thực, có tính cách cụ thể, đời thường, trong đó nhân vật được xây dựng dựa trên những mẫu người tồn tại trong thực tế.

Tiểu thuyết, do quan hệ chặt chẽ với hiện thực, nên gắn liền với "chủ nghĩa hiện thực" (realism), được dùng để chỉ những biểu hiện hiện thực của kinh nghiệm con người trong môi trường ngoại giới. Đó là một quan điểm triết lý khảo sát những sự kiện của kinh nghiệm được thực hiện bằng các nghiên cứu cá nhân không lệ thuộc vào những giả thiết và niềm tin truyền thống, đồng thời nhấn mạnh đến sự quan trọng của ngữ nghĩa luận về sự liên hệ tất yếu giữa chữ nghĩa và hiện thực, theo Ian Watt.(10) Tiểu thuyết chuyển độc giả từ văn bản vào một thế giới tưởng tượng, phản ảnh những hy vọng và lo âu của chính họ và là nơi mà họ phán đoán và chia sẻ kinh nghiệm riêng của họ về thế giới thực ở bên ngoài. Ngoài ra, Watt xem những nhân vật trong tiểu thuyết không chỉ là những cá nhân vô cùng đặc thù được biểu đạt bởi những ký hiệu riêng biệt hay khác thường nào đó, mà đồng thời cũng là những biểu đạt của các phát triển lịch sử.

Tiểu thuyết, tiếng Anh "novel", xuất phát từ chữ Ý "novella", được dùng để chỉ những câu chuyện kể vào thời Trung Cổ, với ý nghĩa mở rộng hơn. Đặc điểm nổi bật của tiểu thuyết là tập trung vào sự phát triển của nhân vật hơn là cốt truyện, khác hẳn với quan điểm trước đó của Aristotle. Sự quan tâm đến nhân vật trong tiểu thuyết dẫn đến sự ra đời và trở nên phổ thông của một số thể loại văn xuôi khác hao hao như tiểu thuyết là tự truyện, hồi ký, tiểu sử, sổ ghi chép, vân vân. Theo Ian Watt, cốt truyện là hiện thân cho tiến trình bình thường của đời sống và do đó, lệ thuộc trên nhân vật và sự phát triển của tương quan giữa chúng. Các tiểu thuyết của Daniel Defoe (1660-1731), Samuel Richardson (1689-1761) và Henry Fielding (1707-1754) xuất phát từ sự xuất hiện của chủ nghĩa cá nhân trong kinh tế, và sự "truyền bá đạo Tin Lành" (Calvinist, Puritan Forms).(11)

---

(10) Ian Watt, *The Rise of the Novel*, The University of California Press, 1957. Dẫn theo Daniel R. Schwarz, *The Importance of Ivan Watt's The Rise of the Novel*, tr. 12

(11) Daniel R. Schwarz, sđd, tr. 60-72

Daniel Defoe được xem là nhà văn đầu tiên sáng tạo ra tiểu thuyết hư cấu hiện thực (realistic fiction) qua hai tác phẩm "Robinson Crusoe" (1719) và "Moll Flanders" (1722). Nói là đầu tiên vì đây là lối viết tự sự, trong đó, các hoạt động của con người bình thường lần đầu tiên được đưa vào và trở thành trung tâm của sáng tác văn chương. Trước đó, văn chương (qua nhiều thế kỷ) mang tính cách triết lý và tôn giáo dựa vào huyền thoại và anh hùng ca, chỉ quan tâm đến cái phổ quát (universal), phi thời gian (timeless) của thời đại hoàng kim xa xưa (thế kỷ thứ 1 trước Công nguyên). Ngược lại, chịu ảnh hưởng chủ nghĩa tư bản trọng thương ở Âu châu thời đó, Defoe ca ngợi tự do cá nhân, ca ngợi sự năng động xã hội với một thứ văn phong mới mẻ, nhằm diễn tả những điều cụ thể và riêng tư hơn là lối nói hoa mỹ và phi thực. Mặt khác, do ảnh hưởng của cao trào xâm chiếm thuộc địa để chiếm hữu tài nguyên và thị trường của các nước Âu châu vào thời đại ông, trong "Robinson Crusoe", Defoe còn đề cập đến công việc trao đổi hàng hóa, chinh phục đất đai, buôn bán nô lệ, truyền bá đức tin và văn hóa. Tài sản vật chất là một dấu hiệu của uy thế và quyền hành, nên truyện thường liệt kê đồ dùng cá nhân, tiền bạc và nhiều thứ lỉnh kỉnh khác.(12) Bằng một lối viết thực tế, đơn giản kết hợp với nghệ thuật tự sự và tính cách báo chí nhằm thỏa mãn tính hiếu kỳ, truyện của ông trộn lẫn giữa sự mô tả các cuộc phiêu lưu bên ngoài và các trạng thái tâm lý bên trong. Các nhân vật của ông được xây dựng dựa trên tiền đề của sự mô phỏng hiện thực (mimetic premises). Đó là những người tự lực cánh sinh, tháo vát, biểu lộ một trong những đức tính điển hình của giai cấp trung lưu thời đó: phấn đấu vượt qua mọi hoàn cảnh khó khăn để sống còn.

---

(12) Mariwan N. Hasan, *The Eighteenth Century and the Rise of the English Novel*

Tương tự, George Eliot (1819-1880), trong "Adam Bede" (1859), xây dựng nhân vật của bà từ hình ảnh những người bình thường trong cuộc mưu sinh hàng ngày, chẳng hạn như anh em Adam và Seth là những người thợ làm trong xưởng mộc, cô thôn nữ Hetty Sorrel, gia đình ông bà Poyser… Đưa những người như thế vào trong tiểu thuyết, Eliot cho rằng "Trong thế giới, chẳng có bao nhiêu nhà tiên tri, chẳng có bao nhiêu phụ nữ quý phái đẹp đẽ, chẳng có mấy anh hùng. Tôi không thể nào đủ khả năng dành tất cả tình cảm và sự kính trọng của mình cho số người hiếm hoi đó, mà chỉ muốn dành tình cảm đó cho những người quen biết hàng ngày của tôi (…) những người mà tôi biết, tiếp xúc, những người mà tôi sẵn sàng lịch sự nhường bước cho họ."(13)

Nói chung, tiểu thuyết thế kỷ 18 và 19 là những câu chuyện viết theo thứ tự thời gian, thậm chí còn đưa ra những thời điểm cụ thể, có tính cách giản dị, bình dân, dễ đọc, dễ hiểu. Nhân vật là những cá nhân vật vã mưu sinh hàng ngày trong xã hội kỹ nghệ mà ai cũng có thể nhận ra trong cuộc sống. Để tăng cường thêm tính hiện thực, các nhân vật còn có tên, tuổi, và, đôi khi, kèm thêm cả biệt danh. Đó là những người buôn bán, làm ăn, luôn luôn có những vấn đề cần giải quyết, và là phát ngôn viên của tác giả mà độc giả, khi đọc, có cảm tình và đồng hóa với họ.

Về mặt lý thuyết, xu hướng hiện thực chủ nghĩa trong tiểu thuyết được diễn giải trong The Art of Fiction (1884)(14) (Nghệ thuật hư cấu) của Henry James (1843-1916), nhà văn Anh gốc Mỹ. Theo James, cốt tủy của tiểu thuyết là phải biểu hiện đời sống. "Lý do duy nhất cho sự hiện hữu của tiểu thuyết là nó cố gắng miêu tả đời sống thực." Nhưng

---

(13) George Eliot (1819-1880), *Adam Bede.*
Xem: Ian Adam, *The Structure of Realisms in Adam Bede, Nineteenth-Century Fiction,* Vol. 30, No. 2 (Sep., 1975), pp. 127-149 (Jstor.org)
(14) Henry James, *The Art of Fiction.*

mặt khác, tiểu thuyết phải có tính chất nghệ thuật. Trong thời điểm mà nhiếp ảnh đang trở thành phổ biến, James nhấn mạnh đến sự khác biệt quan trọng giữa cách biểu hiện hiện thực trong tiểu thuyết và thứ hiện thực nguyên xi bên ngoài được nhiếp ảnh ghi lại. Nói khác đi, tuy là hiện thực, nhưng tiểu thuyết không phải là hiện thực kiểu có sao ghi vậy của nhiếp ảnh. Tiểu thuyết, phản ảnh nhưng không mô phỏng (hoàn toàn) hiện thực. Vì thế, để có một tiểu thuyết nghệ thuật, nhà văn phải vạch ra cho được khía cạnh phức tạp của sự vật bằng cách tìm thấy cái "không nhìn thấy" (the unseen) từ cái "nhìn thấy" (the seen). Yêu cầu chính yếu, hay nói cách khác, cái hay, cái dở của tiểu thuyết, là khả năng đại diện cho đời sống đến chỗ nó phải cạnh tranh với đời sống, theo James. Đi xa hơn, trong một lá thư gửi cho nhà văn Anh H.G. Wells (1866-1946), James còn cho rằng "Chính nghệ thuật tạo ra đời sống."(15) Theo ông, một tiểu thuyết là "một sự vật sống (a living thing), tất cả là một và liên tục, giống như bất cứ một sinh vật nào khác (...) Tôi cho rằng trong mỗi một [khía cạnh] của những phần này luôn chứa đựng một cái gì của mỗi một [khía cạnh] của những phần khác."(16) James, theo Nasrullah Mambrol, xem nhân vật tương tự như mầm của một cái cây: tiểu thuyết phải phát triển hướng ra ngoài từ bản chất của những nhân vật đó, và cốt truyện xuất phát từ các đặc điểm của chúng mà không phải là điều ngược lại.(17)

---

(15) Nguyên văn: It is art that makes life. Dẫn theo Nasrullah Mambrol, *HENRY JAMES AND THE ART OF FICTION*

(16) Nguyên văn: I cannot imagine composition existing in a series of blocks . . . A novel is a living thing, all one and continuous, like any other organism, and in proportion as it lives will it be found, I think, that in each of the parts there is something of each of the other parts.

(17) Dẫn theo Nasrullah Mambrol, *HENRY JAMES AND THE ART OF FICTION.*

Chủ nghĩa hiện đại: nhân vật là tâm thức

Vào cuối thế kỷ 19 và đầu thế kỷ 20, các tiến bộ khoa học kỹ thuật, mặc dầu làm cho đời sống dễ dàng hơn, nhưng cuộc chiến tranh thế giới lần thứ nhất đã làm cho hình ảnh lạc quan về một thế giới trật tự, có thể nhận thức được bị thay thế bởi cảm giác bi quan về một thế giới hỗn loạn. Tất cả điều đó tạo nên một chuyển biến rất có ý nghĩa trong việc xuất hiện "chủ nghĩa hiện đại" (modernism). Những biến cố lịch sử, kinh tế, xã hội, khoa học làm thay đổi nếp sống và nếp suy nghĩ của con người, đã gián tiếp ảnh hưởng vào cách xây dựng nhân vật, phản ảnh kinh nghiệm của con người trong một khung cảnh mới phức tạp hơn. Nó đại diện cho một thái độ nổi loạn chống lại truyền thống "hiện thực chủ nghĩa" ngự trị trong gần hai thế kỷ 18 và 19. Thay vì xem nghệ thuật là sao chép những sự vật có thực bên ngoài, nhà văn theo chủ nghĩa hiện đại làm ngược lại. Họ cho rằng hiện thực không nằm bên ngoài, trong một vũ trụ vô nghĩa, mà nằm trong tinh thần, do đó, cái đẹp nghệ thuật cũng nằm trong tinh thần. Để thoát khỏi huyền thoại về cái "hiện thực" cũ, nhà văn hiện đại chuyển cái nhìn vào những vùng sâu thẳm và phi lý của nội tâm cá nhân, ở đó, "hiện thực không còn là một hình ảnh với những chi tiết rõ ràng, mà là vô số hình ảnh xuất hiện từ nhiều phương hướng khác nhau, chồng chất, đan chéo, trộn lẫn vào nhau,"[(18)] theo Hoàng Ngọc-Tuấn.

Ảnh hưởng lớn nhất trên nhân vật tiểu thuyết hiện đại xuất hiện cùng với Sigmund Freud và lý thuyết phân tâm học của ông. Sự khám phá ra vô thức và các lý giải về giấc

(18) Hoàng Ngọc-Tuấn, *Văn học hiện đại và hậu hiện đại qua thực tiễn sáng tác và góc nhìn lý thuyết*, Văn Nghệ, California, Hoa Kỳ, 2002, tr. 217, 218.

mơ đưa ra ánh sáng một thế giới u tối trong tâm lý con người, khiến cho ý niệm về tâm thức con người duy lý bị đảo lộn, dẫn đến một cái nhìn mới về nghệ thuật. Nhà văn hiện đại không chấp nhận quy ước về nhân vật như là một cái gì giống như thật trong đời sống và có tính mạch lạc. Thay vào đó, họ nghiêng về khuynh hướng muốn diễn tả dòng tư tưởng, những ấn tượng và xúc cảm bất thường và vô tổ chức của nhân vật bằng cách sử dụng kỹ thuật "dòng ý thức" (stream of consciousness) và "độc thoại nội tâm" (interior monologue). Cách đọc các văn bản văn chương cũng khác. Freud chẳng hạn, phân tích nhân vật Hamlet theo phân tâm học, "Tôi đã chuyển vào ý thức những gì vẫn còn là vô thức trong đầu óc của nhân vật."(19)

Phản bác lại lập luận của Arnold Bennett – cho rằng nhà văn phải tạo ra những nhân vật có thực và có sức thuyết phục -- Virginia Woolf, qua tiểu luận "Mr. Bennett and Mrs. Brown"(20) khẳng định chúng ta không biết hiện thực thực sự là gì và không biết ai là người có quyền xác định nó. Bà nói, "Một nhân vật có thể thực đối với ông Bennett nhưng không hề có thực đối với tôi."(21) Bà đưa ra một khái niệm mới: hiện thực là đa dạng (multifaceted), và do đó, nhân vật là đa dạng. Một nhân vật, như "Mrs. Brown" chẳng hạn, có thể được cư xử bằng nhiều cách khác nhau, tùy theo tuổi tác, xứ sở và khí chất của nhà văn.(22) Theo Woolf, "chủ nghĩa hiện thực" quan tâm đến những chi tiết vụn vặt,

---

(19) "I have here translated into consciousness what had to remain unconscious in the mind of the hero". Sigmund Freud (1856-1939), *The Interpretation of Dreams* (New York, The Modern Library).

(20) Virginia Woolf, "*Mr. Bennett and Mrs. Brown*", The Hogarth Press Tavistock Square, London W.C.I , 1924.

(21) But, I ask myself, what is reality? And who are the judges of reality? A character may be real to Mr. Bennett and quite unreal to me.

(22) Thus Mrs. Brown can be treated in an infinite variety of ways, according to the age, country, and temperament of the writer.

quan sát từ góc nhìn bên ngoài, nhằm khuyến khích độc giả nghĩ đến xã hội và thế giới, trong lúc "chủ nghĩa hiện đại" quan tâm đến cái nhìn bên trong, cái nhìn nội tâm, diễn tả những tư tưởng, cảm giác và xúc động của nhân vật đối với hiện thực chung quanh. Vì nhà văn đối diện với những thách thức mới, nên văn chương cần phải phản ảnh được nhiều khía cạnh dân chủ và đa diện hơn của xã hội. Họ không diễn tả hiện thực *như-chúng-là*, mà thứ hiện thực được sàng lọc qua lăng kính của tâm thức nhân vật, vừa chịu ảnh hưởng của hiện tại vừa chịu sự chi phối của quá khứ.

Hai thủ pháp văn chương mới tiêu biểu cho xu hướng hiện đại là "dòng ý thức" được James Joyce sử dụng trong "Ulysses" và "độc thoại nội tâm" được Virginia Woolf sử dụng trong "Mrs. Dalloway". Theo Woolf, thủ pháp "dòng ý thức" diễn tả tâm thức của con người tạo nên một hiện thực sống động hơn hiện thực của vật chất bên ngoài. Hai thủ pháp này tương đương, nhưng không hoàn toàn giống nhau. "Dòng ý thức" là tiến trình tư tưởng của nhân vật, một cách diễn đạt tư tưởng ra cho người khác nghe biết, thường được viết ở "ngôi thứ nhất" (tôi), có tính lộn xộn trong khi "độc thoại nội tâm" thường viết ở "ngôi thứ ba" (nó, chàng, nàng, ông ấy...), với dòng tư tưởng tương đối mạch lạc hơn để diễn tả ý kiến của nhân vật về hiện thực bên ngoài.

Ngoài ra, văn chương hiện đại còn sử dụng một thủ pháp khác gọi là "người kể chuyện không đáng tin cậy" (unreliable narrator) được Ford Madox Ford áp dụng trong "The Good Soldier" (Người lính thiện chiến). Trong truyện này, nhân vật Dowell kể lại chuyện đời mình qua những hình ảnh và sự kiện đã được lọc qua trạng thái tâm thần rối loạn, không đáng tin cậy của chính anh ta. Anh ta quanh co, gian lận, sử dụng các hình thức đảo ngược, đình chỉ, xáo trộn, kéo lùi thời gian hay đẩy nó tiến tới, giấu kín thông tin, (làm bộ) quên chi tiết, tự lặp lại chính mình hay tóm lược lời thoại của nhân vật hơn là trích dẫn chúng. Tóm lại, bằng thủ pháp này, tác giả không nhằm cung cấp cho văn bản một ý nghĩa nào đó có sẵn mà để cho chính độc giả tự tìm kiếm và cho ý nghĩa. Độc giả là người bơi trong biển cả của những lý giải khả thể. Mục đích của Ford không phải là đưa ra một thể loại, mà chỉ mang cái "ảo tưởng của hiện thực" (illusion of reality) vào văn bản và vào các nhân vật bằng cách sử dụng kỹ thuật tự sự không đáng tin, nhằm thổi hiện thực đời sống vào người kể chuyện. Phương pháp này giống như tìm cách "trèo" (climb) vào tâm hồn nhân vật để diễn tả một cách chính xác và chân thực những ấn tượng mà đời sống đã để lại dấu vết trên đó.[(23)]

Nhân vật trong tiểu thuyết hiện đại, tuy chủ yếu không còn phản ảnh các tình huống xã hội và kinh tế nữa, nhưng hiện thực của kinh nghiệm nhân sinh và tiêu phạm xem nhân vật như để diễn tả, tượng trưng và mô phỏng của thời kỳ khởi đầu của tiểu thuyết hiện thực vẫn được duy trì. Thay vì hiện thực khách quan thì ở đây là hiện thực chủ quan. Người kể chuyện không còn chỉ là một giọng nói ở bên ngoài hiện ra trong văn bản, mà ngược lại, tính cách chủ quan của hắn thấm sâu vào văn bản.

Tóm lại, chủ nghĩa hiện đại (modernism) và chủ nghĩa hiện thực (realism) cùng chia sẻ một mục đích: phản ảnh hiện thực, nhưng khác nhau ở cách hiểu hiện thực. Ở chủ

---

(23) Ford's approach is like climbing into the mind of a character to accurately render what impressions life has left.
Dẫn theo Keanu Gee, *What is Modernist Literature and How Is it Different From Realism?* Xem: *https://owlcation.com/humanities/What-is-Modernism-and-How-Does-it-Depart-From-Realism#:~:text=Much%20like%20adolescence%2C%20modernism%20represents,of%20shared%20%22true%22%20reality.*

nghĩa hiện thực, là tính khách quan và niềm tin ở khách quan tính; ở chủ nghĩa hiện đại là chủ quan tính, là thái độ tra vấn về "tính hiện thực" của hiện thực, một thứ "ảo ảnh của hiện thực", theo cách nói của Ford.

Tân tiểu thuyết: nhân vật là huyền thoại

Cho mãi đến giữa thế kỷ 20, nhân vật là cái gì gắn kết vào tiểu thuyết. Không có nhân vật là không có tiểu thuyết. Nhưng một tác phẩm văn chương có thực sự cần có cái gọi là "nhân vật" không?

Không!

Đó là câu trả lời của những nhà văn theo trào lưu "Tân tiểu thuyết" (Nouveau roman). Danh xưng "Nouveau roman" là do nhà phê bình văn chương Émile Henriot đặt cho nhóm trong một bài phê bình đăng lên tờ Le Monde ngày 22/5/1957 nhân đề cập đến hai tác phẩm do nhà xuất bản Minuit xuất bản là "La Jalousie" (Bức mành) của Alain Robbe-Grillet và "Tropismes" (Định hướng) của Nathalie Sarraute. Trào lưu này xuất hiện vào những năm thập niên 50 và 60 ở Pháp, lúc đầu có vẻ lẻ tẻ, rời rạc nhưng về sau, dần dần kết hợp lại với nhau. Nổi bật nhất trong số đó là Alain Robbe-Grillet, Nathalie Sarraute, Michel Butor, Claude Simon, Jean Ricardou...

Theo Robbe-Grillet, một trong những nhà văn và nhà lý luận của khuynh hướng này, nhóm chữ "nouveau roman" "không nhằm chỉ một trường phái nào" mà "chỉ là một cách gọi thuận tiện những người đang tìm kiếm những hình thức tiểu thuyết mới có thể diễn tả (hay sáng tạo) những tương quan mới giữa con người và thế giới." Ông cho rằng "sự lặp lại một cách có hệ thống những hình thức của quá khứ không những phi lý và vô ích, mà còn độc hại nữa."(24) Đó là hình thức tiểu thuyết khởi nguồn từ Balzac, nhà văn Pháp thế kỷ thứ 19, qua đó, tiểu thuyết được xem như là nhân vật và cốt truyện. Nó đánh dấu một thời đại trong đó, chủ nghĩa cá nhân của giai cấp trưởng giả đang hồi cực thịnh. Bây giờ, sau một thế kỷ ngự trị, tính trật tự và mạch lạc của cốt truyện (phản ảnh một thế giới trật tự và khả tri) cho ta một cái nhìn sai lệch về hiện thực. Và nhân vật chỉ là một khái niệm lỗi thời, cũ rích, hoàn toàn không thích hợp gì với giai đoạn hiện nay. Nó là một huyền thoại, hơn thế nữa, một xác ướp, theo Robbe-Grillet. Jean Ricardou khẳng định, "Tân tiểu thuyết lật đổ những quy ước cho rằng tiểu thuyết phải mô phỏng hiện thực, thay vào đó, chỉ quan tâm đến chính cách viết [writing itself]."

Một nhà văn khác, Nathalie Sarraute, cho rằng tiểu thuyết cổ điển là một câu truyện không tách khỏi nhân vật dựng nên nó. Bà xác quyết rằng nhân vật chỉ là những con bù nhìn bằng sáp (mannequins de cire), được chế tạo sẵn theo những phương cách dễ dàng và có tính cách quy ước. Nhân vật chỉ là cái bì phu chi ngoại, cái vỏ (envelope), là "tù nhân áp đặt bởi những chiếc mặt nạ của chúng."(25) Là "cái tương tự" (le ressemblant) chứ không hề là cái "có thực" (le réel). Chính "cái tương tự đã giết chết cái có thực,"(26) theo bà. Vì thế, nhân vật nghèo nàn hình ảnh, không cho ta bất kỳ một giá trị về thực tại nào của hiện hữu. Do đó, người ta không hề sống được với nhân vật. Người ta chỉ lý luận về nó, nghĩ về nó. Nói khác đi, nhân vật là đối tượng của lý tính, và chỉ của lý tính.

---

(24) Alain Robbe-Grillet, *Pour un nouveau roman*, Collection "Critique", Les Éditions de Minuit, 1963, Paris, tr. 9

(25) Nathalie Sarraute, *L'Ère du soupçon*, Gallimard, Paris 1956, tr. 132

(26) Nathalie Sarraute, sách đã dẫn, tr. 133

Từ phủ nhận nhân vật, các nhà tiểu thuyết mới phủ nhận luôn vai trò của cốt truyện. Tiểu thuyết cổ điển xem cốt truyện là trung tâm điểm. Robbe-Grillet khẳng định, "Hành vi viết sẽ chỉ là một phương tiện, một tính cách. Nền tảng của tiểu thuyết, lý do hiện hữu của nó, cái nằm bên trong của nó, giản dị chỉ là câu chuyện mà nó kể."[27] Xem tiểu thuyết là cốt truyện, nhà văn chỉ còn là người viết thuê, chứ không phải là người sáng tạo, theo Robbe-Grillet.

Tại sao?

Theo các nhà tân tiểu thuyết, thế giới chung quanh chúng ta chẳng có ý nghĩa mà cũng chẳng phi lý. Nó chỉ hiện hữu, thế thôi. Những sự vật nằm đó, ở đây và bây giờ (les choses sont là, ici et maintenant). Hiện hữu của nó chỉ trong sự hiện diện cụ thể, chắc chắn, vật chất. Ngoài điều chúng ta trông thấy ra, chẳng còn có gì hết.[28] Nó tự-hiện-hữu, nghĩa là hiện-hữu-cho-chính-nó trước khi trở thành hiện-hữu-cho-chúng-ta. Do đó nó không là tài sản của riêng ai và cũng không phải là đối tượng để chinh phục. Ý nghĩa của thế giới chỉ là rời rạc, tạm bợ, vô thường và mâu thuẫn. Vậy thì, một tác phẩm băn khoăn về điều đó để làm gì. Nhà văn hiện đại không cần trả lời câu hỏi này: thực tại có ý nghĩa gì không? Nói cách khác, nhà văn không cần biết đến thực tại. Tiểu thuyết hiện đại chỉ là một thăm dò và rồi chính sự thăm dò dần dần tự tạo ra ý nghĩa riêng cho chúng.[29] Bởi thế, khi diễn đạt sự vật, nhà văn không băn khoăn về nội dung của chúng, mà là *diễn tiến* của nó. Ta sẽ không có quá khứ, không dự phóng, không có đạo đức cá nhân, không siêu hình gì hết. Mọi kinh nghiệm nội tâm đều vô ích.

(27) Alain Robbe-Grillet, sách đã dẫn, tr. 29
(28) Alain Robbe-Grillet, sđd, tr. 37
(29) Alain Robbe-Grillet, sđd, tr. 120

Nhân vật hôm qua không chứa đựng thực tại hôm nay. Tiểu thuyết, vì thế không phải là kể chuyện đã qua theo thứ tự thời gian, mà làm cho độc giả sống với nhân vật, sống những hành động giấu ẩn đàng sau các cử chỉ khi chúng đang diễn tiến. Robbe-Grillet cho rằng "tất cả cái lợi của những trang sách diễn tả - nghĩa là vị trí của con người trong những trang này - không phải nằm trong những sự vật được diễn tả, mà nằm trong chuyển động ngay của sự diễn tả."(30) Tại sao? Tại vì "hiện tại tự sáng tạo không ngừng, tự lặp lại, tự gấp đôi lên, tự bổ túc, tự xóa bỏ, không bao giờ chất đống để làm thành "một quá khứ."(31) Quan điểm này, theo Martin Seymour-Smith, cho thấy Robbe-Grillet đi gần đến thuyết tâm cử học (behaviorism), theo đó, mọi ý nghĩa tiềm ẩn của tâm lý con người có thể quan sát qua hành vi, cử chỉ.(32)

Từ những nhận định trên, các nhà tân tiểu thuyết xây dựng nhân vật với những chi tiết lý lịch sơ sài, thậm chí không có lý lịch, không có cá tính, không tên tuổi. Thời gian và không gian thì cực kỳ mơ hồ. Thay vào đó là sự tường thuật một cách dửng dưng và khách quan những cảm nghĩ, những cử chỉ, những hành động của nhân vật và những sự vật bề bộn chung quanh. Nhân vật tiểu thuyết là một con người, thế thôi, không cần phải tra vấn gì thêm. Nathalie Sarraute cho rằng thói quen dùng tên để chỉ nhân vật là một thói quen cổ điển, kiểu "nhân vật Balzac" (Balzacian characters).(33) Nhân vật quanh ta chẳng hề hiện hữu cho chính họ, đó chỉ là những tri giác, mơ mộng, ảo tưởng. Đọc tiểu thuyết, độc giả phải tìm cách thừa nhận nhân vật

(30) Alain Robbe-Grillet, sđd, tr. 128
(31) Alain Robbe-Grillet, sđd, tr. 134
(32) Martin Seymour-Smith, *Novels and novelists*, St. Martin's Press, New York 1980, tr. 50
(33) Honoré de Balzac (1799-1850), tiểu thuyết gia hiện thực Pháp.

không cần phải qua trung gian những cái tên. Nếu dùng tên, ta sẽ tạo ra một khoảng cách giữa nhân vật và tác giả cũng như giữa nhân vật và độc giả. Do đó, Nathalie đưa độc giả đi ngay vào tư tưởng nhân vật, không cần phải tạo ra nhân vật bằng xương bằng thịt (flesh-and-bone). Nhân vật là nặc danh (anonymity) và vô hình (invisibility). Tên chỉ được dùng trong các lời đối thoại. Bà nhận xét: "Nếu như ta nghĩ về một ai đó - con gái mình chẳng hạn - ta thấy một hình ảnh trong đầu, nhưng không cần phát âm ra một cái tên. Tên chỉ cần lúc ta muốn gọi to lên tên một ai đó."(34) Trong một dịp khác, bà giải thích thêm: "Sự thiếu tên nhân vật trong tất cả các tác phẩm của tôi không xuất phát từ ước muốn làm cho nó hiện đại, cho nó khó khăn hay tối tăm. Nó hoàn toàn cần thiết. Thỉnh thoảng tôi cố gắng thay thế chữ "chàng" và "nàng" mà tôi thường dùng bằng tên nhân vật. Tôi tìm thấy rằng điều đó làm cho tôi bị đẩy ra khỏi cái vị trí trên biên giới của ý thức, nơi mà tính phản xạ định hướng (tropisms) có thể được ghi nhận, nơi chẳng hề có một cái tên nào được phát ra, nơi cho chúng ta một hình ảnh nhanh, một hình thức mơ hồ."(35)

Theo Ann Jefferson,(36) tân tiểu thuyết đã xóa bỏ hiệu quả hiện thực mà ý niệm về nhân vật đã tạo ra trong quá khứ, qua ba điểm chính:

---

(34) Nathalie Sarraute, dẫn lại theo Gretchen Rous Besser, *Nathalie Sarraute*, Twayne Publishers G.K Hall & Co., tr. 32

(35) "*New movements in French literature: Nathalie explains Tropisms*", The Listener (BBC Third Programme), 65, No. 1667, March 9, 1961. Dẫn lại theo Gretchen Rous Besser, sách đã dẫn, tr. 32

(36) Ann Jefferson, *The Nouveau Roman and the Poetics of Fiction* (Cambridge: Cambridge University Press, 1980)
Dẫn theo Dai Hongbin, *Nouveau Roman and Postmodernism*: *https://www.clausiuspress.com/conferences/AETP/ETMHS%202017/EM605.pdf*

▪ sự mạch lạc cung cấp bởi nhân vật là ảo tưởng bởi vì nó dựa trên loại hành ngôn vô vị, nhàm chán và ngụy trang;
▪ sự "giống như thật" của nhân vật (vốn được đánh giá cao trong quá khứ) chỉ là trò chơi tu từ học;
▪ tiểu thuyết là một phức điệu hoàn toàn có tính cách lan man (a whole discursive polyphony), chỉ liên quan đến bản chất của ngôn ngữ hơn là sự thể hiện nhân vật.(37)

Phong trào tân tiểu thuyết (ở Pháp) và hậu hiện đại (ở Hoa Kỳ), tuy xuất hiện ở hai nơi và vào hai thời điểm khác nhau, nhưng lại có nhiều điểm tương tự.(38) Người ta tìm thấy một số đặc tính của hậu hiện đại đã chứa đựng trong tân tiểu thuyết:

- Trước hết là cách đối xử của tân tiểu thuyết với ngôn ngữ. Theo Ricardou, tân tiểu thuyết sử dụng thoải mái cái biểu đạt (signifier) bất chấp cái được biểu đạt (signified), nghĩa là sử dụng chữ mà không quan tâm đến nghĩa vốn là đặc tính của ngôn ngữ. Ông quả quyết, viết

---

(37) Nguyên văn: ...lastly, through the treatment of characters as speakers, it opens up the possibility of seeing a whole discursive polyphony in fiction, where the issue at stake has more to do with the nature of the languages that we use for the representation than to do with the adequacy of the novel's representation of character as mind or social entity.

(38) Xin ghi nhận một sự kiện ngoài lề: Vào năm 1982, một cuộc hội thảo về tân tiểu thuyết tổ chức tại New York với sự tham dự của nhiều khuôn mặt hàng đầu của trào lưu hậu hiện đại Hoa Kỳ. Có mặt trong dịp này, Robbe-Grillet thú nhận là ông ngưỡng mộ nhà văn Nabokov, nhưng lại tỏ ra không muốn dính líu đến các nhà văn hậu hiện đại Mỹ như Pynchon, Barth, Coover và Hawkes. Ông phát biểu, "Có nhiều nhà văn Hoa Kỳ hiện còn sống rất đáng quan tâm, nhưng tôi không mấy có cảm tình" (There are American writers currently alive who are very interesting, but about whom I am less enthusiastic). Dẫn theo Edmund Smyth, sđd, tr. 189.

là "Cuộc phiêu lưu của một ngòi bút hơn là ngòi bút của một cuộc phiêu lưu."[39]

- Thế giới trong tân tiểu thuyết biểu lộ những đặc tính bất ổn, đa nguyên, đa dạng, phân mảnh, không chắc chắn, không xác định, vô cảm. Nói cách khác, đó là tính không mạch lạc, sự đánh mất ý nghĩa và sự tan rã của chiều sâu trong truyện vốn được xem là giá trị trong các tiểu thuyết truyền thống. Để phá hủy chiều sâu, tân tiểu thuyết thường chọn những đề tài vô nghĩa, vô giá trị, không diễn tả các trạng thái tinh thần của nhân vật và sử dụng cách "cắt dán" (collage) để tạo nên câu chuyện, bất chấp không gian, thời gian, bất chấp nhân quả. Họ sắp xếp những mảnh ký ức hoặc ý thức một cách tình cờ để xây dựng thế giới và bày tỏ quan điểm.

- Tân tiểu thuyết sử dụng lời giễu nhại (parody), tự trích dẫn, cũng như trộn lẫn nhiều văn bản khác nhau.[40]

Chính vì thế, Edmund Smyth, trong "The Nouveau Roman: Modernity and Postmodernity" (Tân tiểu thuyết: hiện đại và hậu hiện đại), xem "Tân tiểu thuyết rất gần gũi với hậu hiện đại, vì sự tấn công liên tục và có hệ thống vào những giả định và thủ tục (procedure) của chủ nghĩa hiện thực cổ điển"; do đó, tân tiểu thuyết "có thể được xem như là một tuyên ngôn của mục tiêu và cảm hứng hậu hiện đại."[41] Vì thế, không có gì là bất thường khi sắp

---

(39) Nguyên văn: l'aventure d'une écriture plutôt que l'écriture d'une aventure.

Dẫn theo Johan Faerber, *Jean Ricardou (1932-2016):* L'aventurier du Nouveau Roman, tạp chí "Diacritik" (Pháp), ngày 25/7/2016.

(40) Dai Hongbin, *Nouveau Roman and Postmodernism.* *https://www.clausiuspress.com/conferences/AETP/ETMHS%202017/EM605.pdf*

(41) Edmund Joseph Smyth, *The Nouveau Roman And The Aesthetics Of Modernity And Postmodernity*, University of Glasgow, September, 1993. cJ E. J. Smyth, 1993, tr. 168

những tác phẩm tân tiểu thuyết vào một loại với những tác phẩm tiền phong của những tiểu thuyết gia hậu hiện đại của Mỹ như John Barth, John Hawkes, Thomas Pynchon và những nhà văn sáng tác những tác phẩm siêu tự sự (metafictional novel) như B. S. Johnson, John Fowles, Italo Calvino, Milan Kundera, và nhiều nhà văn khác của châu Mỹ La Tinh.(42)

Đi xa hơn, David Lodge, xếp hẳn tân tiểu thuyết vào hậu hiện đại, là phong trào "không hiện đại cũng chẳng chống hiện đại" (neither modernist nor antimodernist)(43) Cũng thế, Nasrullah Mambrol cho rằng những truyện hư cấu tự-phản-thân (self-reflexive fiction) của tân tiểu thuyết được sử dụng như kiểu mẫu cho những nhà văn hậu hiện đại.(44)

"The sustained and systematic polemical assault upon the assumptions and procedures of classic realism vigorously pursued by them could almost be said to represent a manifesto of postmodern aims and aspirations; while the emphatic self-reflexivity of their novels is frequently cited as paradigmatic of radical textuality."

(42) Edmund Smyth, "It is not uncommon to see works from this period of the nouveau roman grouped along with the avant-garde experimental texts being produced by the American postmodernists (e. g. John Barth, John Hawkes, Thomas Pynchon) and by other practitioners of the metafictional novel such as B. S. Johnson, John Fowles, Italo Calvino, Milan Kundera, and assorted Latin American writers." (tr. 162)

(43) David Lodge, *The Modes of Modern Writing*, dẫn theo Edmund Joseph Smyth, *The Nouveau Roman And The Aesthetics Of Modernity And Postmodernity*, University of Glasgow, September, 1993. cJ E. J. Smyth, 1993, tr. 162.

(44) Nasrullah Mambrol, *Postmodern Novels and Novelists:* *https://literariness.org/2019/03/21/postmodern-novels-and-novelists/*

Hậu hiện đại: nhân vật ngất ngư

"Hậu hiện đại" (postmodernism) là một từ ngữ được John Watkins Chapman đặt ra vào năm 1870 để vinh danh một loại hình hội họa có tính cách tiền phong hơn so với chủ nghĩa ấn tượng (impressionism) Pháp, về sau này, là một khái niệm được sử dụng để chỉ một vài khuynh hướng khác nhau. Để tránh lầm lẫn, nhà nghiên cứu Thụy Khuê làm rõ nghĩa nhóm chữ đó như sau: "... chữ *Hậu hiện đại* năm 1934 được de Onis dùng để chỉ phong trào đổi mới văn học Tây Ban Nha-Châu Mỹ La Tinh, từ 1905 đến 1914, chủ trương *vượt qua* phong trào đổi mới văn học (Modernismo) ra đời năm 1890 của Rubén Darío, không dính dáng gì đến chữ *Hậu hiện đại* mà JF Lyotard dùng sau này, và cũng hoàn toàn khác với khái niệm *Hậu hiện đại* được sử dụng tại Mỹ thời điểm 1960."[45]

Về lãnh vực văn chương, nhiều nhà phê bình đồng ý rằng tiểu thuyết hậu hiện đại là một phong trào nghệ thuật, sản phẩm của thời kỳ sau đệ nhị thế chiến vì những hình thức sáng tác truyền thống bị phá hủy do những thay đổi về kỹ thuật, kinh tế, chính trị, xã hội, xuất hiện trên toàn thế giới vào giữa thế kỷ 20, trở nên ưu thế vào cuối thập niên 1960 và đầu thập niên 1980. Trong thời gian này, nhiều nhà văn hiện đại quan trọng như Joseph Conrad, Marcel Proust, Franz Kafka, James Joyce, và Virginia Woolf đã chết; William Faulkner và Ernest Hemingway ngừng sáng tác những tác phẩm cách tân và thực nghiệm. Một số tên tuổi lớn như Thomas Berger, Richard Brautigan, Don DeLillo, William Gaddis, Vladimir Nabokov, Thomas Pynchon,

(45) Thụy Khuê, *Hậu hiện đại, thực chất và ảo tượng*, Diễn Đàn Thế Kỷ. *https://www.diendantheky.net/2016/10/thuy-khue-phe-binh-van-hoc-ky-xx-phu.html*

Peter Ackroyd, Angela Carter, Salman Rushdie, và Umberto Eco được gán cho là nhà văn hậu hiện đại. Nhưng nói chung, các nhà phê bình, khi nói đến hậu hiện đại, vẫn tập trung trên các tác phẩm xuất hiện vào cuối thập niên 1960 của các nhà văn Hoa Kỳ như William S. Burroughs, John Barth, Donald Barthelme, Robert Coover, William Gass, John Hawkes, Kurt Vonnegut, v.v... và cho rằng xu hướng hậu hiện đại là một sự nối dài, mở rộng, hơn là cắt đứt với xu hướng hiện đại. Tiểu thuyết của họ khác hẳn với tất cả tiểu thuyết đương thời, cả về cấu trúc lẫn nội dung.

Trong thế giới hậu hiện đại, do sự kiện toàn cầu hóa và do những tri thức mới của cuộc cách mạng trên mọi lãnh vực, nhất là trong lãnh vực điện tử (và truyền thông đại chúng), các liên hệ có tính cách quy ước giữa hiện thực và biểu tượng của nó bị cắt đứt, cho nên "cái liên tục đập vào cảm thức con người không phải là những hình ảnh của hiện thực nguyên trạng mà là những *simulacra*, những hình ảnh đa tầng và đa phương của một thứ "hiện thực thậm phồn" (hyper-reality). (…) Con người hậu hiện đại thấy rằng không có một mẫu hình thế giới lý tưởng và trường cửu để hướng đến, mà có vô số mẫu hình thế giới tạm thời để chọn lựa; không có một hiện thực cố định để tiếp cận, mà có vô số hiện thực bất định để cấp kỳ ứng phó,"(46) theo Hoàng Ngọc-Tuấn.

Thử lướt qua vài truyện hậu hiện đại điển hình:(47)

"Flight to Canada" (Bay đến Canada,1976) của Ishmael Reed tái hiện những đặc điểm của chế độ nô lệ của

(46) Hoàng Ngọc-Tuấn, *Văn học hiện đại và hậu hiện đại qua thực tiễn sáng tác và góc nhìn lý thuyết*, Văn Nghệ, 2002, tr. 227, 229

(47) Nasrullah Mambrol, *Literary Theory and Criticism*. Xem: *https://literariness.org/*

Mỹ, tố cáo chế độ nô lệ bằng cách trộn lẫn những nhân vật và biến cố diễn ra cách đây 150 năm trong cuộc nội chiến Mỹ với các sinh hoạt trong thời hiện tại: Tổng thống Lincoln, Tổng thống miền Nam Jefferson Davis, những chiếc xe ngựa của những năm thuộc thập niên 1860 cùng hiện diện với ký giả Howard Smith, các chương trình truyền hình khuya (late shows), phim ảnh, máy bay trực thăng và các đồ dùng cá nhân, máy điều hòa không khí... của những thập niên 1960, 1970. Reed cường điệu cái cách mà quá khứ và hiện tại trộn lẫn với nhau trong ý thức con người đương đại, theo đó, lịch sử không phải là một sự liên tục theo tuyến tính từ quá khứ đến hiện tại, nhưng là một trộn lẫn của những thời điểm và những cảm giác khác nhau cùng hiện hữu và mâu thuẫn trong đầu óc con người.

"Slaughterhouse-Five" (Lò mổ-Năm, 1969) của Kurt Vonnegut, một trong những kiệt tác của văn chương hậu hiện đại, phá vỡ tất cả mọi hình thức kể chuyện truyền thống và các quy ước tiểu thuyết, đồng thời sáng tạo ra một lối tự sự và nhân vật kiểu mới, trong đó, mối quan hệ giữa nhân vật và các biến cố hết sức lỏng lẻo. Các hình thức kể chuyện cũng như các sự kiện hay các biến cố đan xen, pha trộn lẫn nhau. Ở nhiều chỗ, chính tác giả Vonnegut cũng tự nhập mình vào trong truyện, thừa nhận ông đang ở đó và là một chứng nhân của các sự kiện diễn ra trong tiểu thuyết. Nhân vật chính Billy kể chuyện về chuyến hành trình đến một hành tinh khác,Tralfamadore, cách xa quả đất hàng triệu dặm, nơi mà không gian có "bốn chiều" và thời gian không "liên tiếp" (sequential), mà "tuần hoàn" (cyclical). Do không bị mắc kẹt trong thời gian, nên Billy có thể di chuyển xuôi, ngược dòng thời gian, nhảy cóc từ kinh nghiệm này đến kinh nghiệm khác, sống lại những chặng đời của mình, theo một thứ tự hoàn toàn ngẫu nhiên.

Những biến cố có thể *được* lặp lại và thời gian trở thành một loại *canvas mà trên đó ý thức con người có thể tự in dấu vào. Cái có thực và cái không thực đều hiện diện.* Độc giả không còn đương nhiên được tiểu thuyết cung cấp cho một thế giới ổn định và chắc chắn để yên tâm thưởng thức nữa. Đọc tiểu thuyết trở thành một cuộc đấu tranh với chính những gì đang đọc.

"Ragtime" (Trò đùa, 1975) được E.L. Doctorow dựng bằng cách cho những khuôn mặt lịch sử trứ danh thuộc các ngành, nghề khác nhau hay không hề có liên quan gì với nhau như Sigmund Freud và Carl Jung, những nhà phân tâm học, giao tiếp cùng với J.P. Morgan, giám đốc ngân hàng, Henry Ford, kỹ nghệ gia hay Emma Goldman, nhà văn; không những thế, ông còn cho những nhân vật này giao tiếp với những nhân vật hư cấu do ông tạo ra. Phần lớn của quá khứ không phải là của quá khứ, mà là một sự sáng tạo của hiện tại và là một phóng chiếu của câu chuyện mà nhà văn muốn kể. Doctorow muốn tiểu thuyết tự tạo ra hiện thực của chính nó, đồng thời cũng nhằm phê phán cái gọi là "thế giới có thực". Ông không tôn trọng tính chính xác của các sự kiện lịch sử và cố tình trộn lẫn chúng với hư cấu. Lịch sử hay hư cấu chẳng có gì là khác biệt vì lịch sử hay tiểu thuyết, cả hai đều là hình thức tự sự, một loại truyện kể; cả hai đều là sản phẩm của một thứ ngôn ngữ vốn được sử dụng để phát minh ra cả "sự thực" lẫn "hư cấu". Lịch sử được nhìn như là một hư cấu được tạo dựng một cách khéo léo mà thôi chứ chẳng phải là những sự kiện có thực; do đó, nó có thể được tái dựng bằng trí tưởng tượng.

"The Benefactor" (Người hảo tâm,1963) của Susan Sontag là hồi ký của một người đàn ông có tuổi tên là Hippolyte, hay nằm mơ và thường gặp những giấc mơ được lặp lại. Thay vì sử dụng giấc mơ để lý giải đời sống, thì anh ta quyết định dùng đời sống anh ta để lý giải giấc mơ. "Tôi mơ vậy tôi hiện hữu" (I dream, therefore I am). Anh ta sống lúc tỉnh thức y như thể đang ở trong mơ và sống trong giấc mơ cụ thể y như trong cuộc sống hàng ngày. Kết quả là bất cứ cái gì anh ta làm, như đóng phim, tán gái, thăm người cha đang hấp hối... tất cả đều không có động cơ hay cảm giác gì. Trong *The Benefactor,* người kể chuyện (narrator) biến thế giới của hắn thành hư ảo bằng cách tiểu thuyết hóa nó, biến bạn bè và gia đình của hắn thành những phóng rọi các cảm giác của hắn. Sontag theo đuổi một hình thức tiểu thuyết quay trở lại trên chính nó (turn back on itself), nghĩa là tập trung trên bản chất của chính hư cấu, độc lập với xã hội, với hiện thực và với bất cứ cái gì nằm ngoài nó. Tất cả đều nằm trên trang giấy, trong đó, người kể chuyện làm cho cái gọi là hiện thực trở thành vấn đề, trở thành hư ảo.

"Naked Lunch" (Bữa ăn trưa trơ trụi, 1959) và bộ ba tác phẩm nối tiếp (The Nova Trilogy): "The Soft Machine", "Nova Express", và "The Ticket That Exploded" của William S. Burroughs là một loại khoa học viễn tưởng không có cốt truyện, không diễn tiến theo thời gian, không có khung cảnh hiện thực và không cả quy ước văn phạm để hướng dẫn độc giả. Trái đất và cư dân của nó bị xâm chiếm bởi một hành tinh khác, nơi tồn tại những thực thể không-phải-ba-chiều (non-three-dimensional entities) thường sống bám vào các sinh vật khác. William S. Burroughs đan kết một câu chuyện ngụ ngôn nói về lòng tham lam, sự thối nát và đê tiện của con người, bằng cách sử dụng kỹ thuật "cắt, ráp" (cut-up, fold-in technique)[48] như trong kỹ thuật

(48) *Cut-up* is performed by taking a finished and fully linear text and cutting it in pieces with a few or single words on each piece. The resulting pieces are then rearranged into a new text; *Fold-in* is the technique of taking two sheets of linear text (with the same linespacing), folding each sheet in half vertically and combining with the other, then reading across the resulting page.

dựng phim của điện ảnh. Ông sắp xếp cạnh nhau một cảnh này với một cảnh khác mà không quan tâm đến sự liên tục của cốt truyện, của nhân vật hay của đề tài, nhằm tạo sự liên tưởng và qua đó, tạo cảm xúc. Theo Mambrol, có thể so sánh Naked Lunch của William S. Burroughs với Ulysses của James Joyce: Naked Lunch là con chim đầu đàn của xu hướng hậu hiện đại cũng như Ulysses là con chim đầu đàn của chủ nghĩa hiện đại. Trụy lạc tình dục và nghiện ngập là đề tài trung tâm của truyện này, tượng trưng cho sự bài bác một cách toàn diện các giá trị luân lý và quy ước văn chương truyền thống. Nó chứa đựng nhiều chi tiết tình dục còn gây "sốc" hơn cả Ulysses.

"The Public Burning" (Giàn thiêu công cộng) của Robert Coover, lấy biến cố lịch sử vụ hai vợ chồng nhà bác học Ethel Rosenberg lên ghế điện vì làm gián điệp cho Liên Xô vào thời cao điểm của cuộc "Chiến tranh lạnh" (Cold War). Sử dụng hai người kể chuyện thay phiên nhau, một người là phó tổng thống Nixon và người kia là tiếng nói (Voice) của nước Mỹ, khi thì nghiêm túc, khi thì ngớ ngẩn và khi thì điên rồ, Coover kể lại câu chuyện mà ai cũng biết về vụ xử tử hai vợ chồng nhà bác học Ethel và Julius Rosenberg vào năm 1953, đặc biệt là ba ngày trước khi họ lên ghế điện, mà tác giả nhạo báng bằng cách chuyển từ nhà tù Sing Sing (nơi tội nhân bị xử) đến công trường nổi tiếng Times Square (New York). Cuộc sống Mỹ tự nó là một loại màn trình diễn quốc gia trong đó, mỗi cá nhân đóng những vai trò đã được giao phó theo một kịch bản quốc gia về những cái được gọi là Định mệnh Mỹ, Chiến tranh lạnh, Dân chủ, Tây phương, Tiến bộ... Kết quả là Nixon cũng đóng một vai trò được quốc gia giao phó: vai anh hề trưởng (chief clown) trong một vở hài kịch quốc gia. Con người phải thừa nhận vai trò của mình như một kẻ tạo hư cấu và phải chịu trách nhiệm về hư cấu của mình, hoặc nó phải chịu phạt vì đã để lẫn lộn chuyện thực vào chuyện giả.

"Giles Goat Boy" (Giles đứa bé dê) của John Barth trình bày một sườn truyện chính (nếu có thể gọi là truyện) nằm ngổn ngang giữa những thư từ, bài tựa, bài viết... Người đọc được biết: sở dĩ có những linh tinh, bừa bãi này là do "lỗi" của tác giả: một cái máy tính "điên"; nhưng rồi độc giả cũng mò mẫm hiểu được "câu chuyện": một vị giáo sư-văn sĩ tên là J.B , giống hệt hai chữ John Barth viết tắt, được giao nhiệm vụ viết lại chuyện đấng cứu thế: George Giles -- đứa bé dê -- nửa người nửa thú; mẹ người, cha máy tính. Giles, đứa bé dê, dày 700 trang, nhái lại tất cả các giọng điệu ngôn ngữ, tất cả các cách kể chuyện và còn sáng chế ra một cái máy tính khổng lồ "điên", nuốt tất cả các nhân vật.(49)

Điểm qua vài tác phẩm như trên, ta nhận thấy nhân vật vẫn còn đó, nhưng hoàn toàn bị tan rã trong một cốt truyện cũng phân tán, tan rã, hỗn loạn. Nhân vật mất hẳn liên hệ với hiện thực, chẳng còn là một tấm gương soi để độc giả tìm thấy ít nhiều hình ảnh của mình được phản ảnh trong đó. Nhân vật không còn là một cá nhân nào đó tiêu biểu cho một ai đó, hoặc là một chủ thể trong hiện thực hoặc là một chủ thể tâm lý. Ngược lại với tiểu thuyết hiện đại muốn thăm dò cái thế giới chúng ta sống như thế nào và làm sao để miêu tả nó, thì tiểu thuyết hậu hiện đại đặt lại vấn đề, vừa về tính cách thể hiện của thế giới, vừa phương tiện thể hiện nó. Nhân vật và ý niệm về nhân vật bị rút gọn lại, bị bào mòn hay nói như Brian Phillips, bị suy đồi (decline of character).(50) Kết quả

(49) Thụy Khuê, bđd.

(50) Brian Phillips, *Character in Contemporary Fiction*,The Hudson Review, Vol. 56, No. 4 (Winter, 2004), pp. 629-642 (14 pages), Published By: The Hudson Review, Inc (Jstor.org), tr. 635, 636.

là, không giống như nhân vật của thế kỷ 18 & 19, nhân vật hậu hiện đại không vận hành như một phản ảnh của con người hay như một phương tiện tăng cường tính "như thật" của văn bản.

Mặt khác, tác giả không còn được xem hay tự xem như mình là người tạo ra văn bản; và văn bản không còn được xem là tấm gương phản chiếu bối cảnh xã hội, văn hóa, lịch sử cũng như tâm lý của tác giả. Theo Hoàng Ngọc-Tuấn, các nhà văn không còn "đóng vai tạo hóa để điều khiển những nhân vật ngôi thứ ba", cũng không còn cố gắng "làm rõ tiếng nói của nhân vật ngôi thứ nhất"; thay vào đó, họ "đưa ra nhiều tiếng nói đồng thời, và mỗi tiếng nói có thể xuất phát từ một quan điểm hoàn toàn dị biệt, hoặc hoàn toàn đối lập nhau, và có giá trị ngang nhau"; thỉnh thoảng, họ cũng "đưa ra những nhân vật ngôi thứ hai như một giả sử về sự tham gia của độc giả vào trò chơi của tác phẩm."[51]

Vai trò của tác giả và tương quan tác giả - tác phẩm vốn đã bị đặt thành vấn đề với sự xuất hiện của trào lưu hậu cấu trúc luận (poststructuralism) vào thập niên 1960. Roland Barthes, trong tiểu luận vang danh một thời, "La mort de l'auteur" (Cái chết của tác giả), cho rằng "Viết không còn là công việc ghi chép, chú thích, miêu tả, diễn đạt mà là chỉ rõ cái mà nhà ngôn ngữ học gọi là một hình thức "trình diễn ngôn ngữ." Nhân vật chỉ còn là những nghĩa tố (semes), những mã (codes). Cùng với cái chết của tác giả, nhân vật cũng biến mất. Nhân vật chỉ là những con chữ trên giấy, không liên quan gì đến con người trong hiện thực.[52] Cũng thế, Hélène Cixous giễu cợt cái gọi là "nhân vật":[53] nhân vật chẳng phải là một ai cả, nó là

(51) Hoàng Ngọc-Tuấn, sđd, tr. 231.

(52) Dẫn theo Seymour Chatman, *Story and Discourse*, Cornell University Press Ithaca And London, 1978, tr. 115.

(53) Hélène Cixous , *The Character of "Character*, Keith Cohen dịch ra

thứ đồ giả, chỉ có một chức năng là hiện diện trên văn bản.(54) "Sinh mệnh" của nó lệ thuộc vào "sinh mệnh" của văn bản. Do đó, Cixous nói đến "Cái chết của nhân vật" (death of the hero) như "Cái chết của Thượng Đế" của Nietzsche hay "Cái chết của tác giả" của Barthes. Sự đồng hóa của độc giả với nhân vật là yếu tố then chốt của cách đọc truyền thống, thì với văn chương hậu hiện đại, độc giả không thể tìm thấy một ai để nhận diện, để đồng hóa; đọc chỉ còn là một cuộc phiêu lưu vào một nơi chẳng có gương để soi chính mình.

Sự hạ bệ nhân vật, hay cái chết của nhân vật liên hệ đến sự bác bỏ khái niệm triết học về "tự ngã" (self), tức là "cái tôi", và qua đó, chủ thể tính (subjectivity). Trước đây, vào thời "hiện thực chủ nghĩa", nhân vật được phát triển theo quan điểm tự ngã, vốn xây dựng nên một trong những vấn đề trung tâm của triết lý Tây phương. Cá nhân trở thành trung tâm, là cái ổn định, cái nổi bật, cho nên nhân vật có nhân dáng, có lai lịch xã hội- kinh tế, thậm chí còn được cho tên, tuổi rõ ràng như là một bảo đảm "giống như thực". Đến thời hiện đại, với sự ra đời của phân tâm học và dù vẫn còn tranh cãi về cái tôi duy lý, nhưng nói chung, "cái tôi" vẫn đóng vai trò chính, không hề tan rã và cái nhìn về tự ngã vẫn hầu như nguyên vẹn. Tuy nhiên đến thời hậu hiện đại, với những chuyển biến về mọi mặt đưa đến tình hình mà Jean-François Lyotard gọi là "điều kiện hậu hiện đại" (postmodern condition), nơi mà sự hoài nghi về những "đại tự sự" (tức là những lý thuyết: chủ nghĩa Marx, khoa học, kỹ thuật, tiến bộ, tôn giáo...) đạt đến đỉnh điểm, tất cả điều đó đều bị thách đố. Trong điều kiện này, "tự ngã không còn là một siêu tự sự (...) nhưng chỉ

---

tiếng Anh, New Literacy History, Vol. 5, No 2, Changing Views of Character, tr. 383-402 (Jstor.org), tr 386, 387

(54) He serves the function of ... being.

là một thuật ngữ giữa những thuật ngữ khác biểu hiện cho kinh nghiệm."(55) Ý niệm về tự ngã không thống nhất, mà ngược lại, trở thành đa dạng, đa chiều, không đơn lẻ và ổn định như trước, theo Ihab Hassan. Hư cấu hậu hiện đại, do đó, xây dựng hình ảnh của hiện tượng "đa ngã" (multiple selves), "đa chủ thể tính" (multiple subjectivities) xuyên qua hành ngôn của văn bản. Trong cái nhìn đó, ngôn ngữ không đơn giản vận hành để miêu tả cá nhân hoặc là hiện thực ngoại giới, mà thay vào đó, nó tạo ra và xây dựng vừa nhân vật và vừa ngoại giới mà nó sống trong. Kết quả là, hư cấu hậu hiện đại phủ nhận khái niệm quy ước về nhân vật trước đây vốn được xem là những "hữu thể người" (human beings).(56)

Có thể nói, trong điều kiện hậu hiện đại, tự ngã trở nên là một cái gì tự động, hay thay đổi, bấp bênh vì mỗi một cá nhân đều bị đủ mọi thứ truyền thông khắp nơi chi phối. Tự ngã trở thành một thứ để trưng bày, một thứ hàng hóa để tiêu thụ. Raymond Federman, trong "Surfiction: A Postmodern Position"(57) (Siêu hư cấu: một vị trí hậu hiện đại), cho rằng những "hữu thể hư cấu" (fictitious beings) không còn được gọi là nhân vật với cá tính ổn định và một tập hợp những thuộc tính xã hội và tâm lý ổn định (tên tuổi, địa vị,

---

(55) Jaber F. Gubrium and James A. Holstein, dẫn theo Mürüvvet Mira Pınar Dolaykaya,
Characterization In Postmodern Novel: Analysis Of John Fowles' Mantissa In The Context Of Postmodern Character.
Xem:*https://www.researchgate.net/publication/322239210_Characterization_in_Postmodern_Novel_Analysis_of_John_Fowles'_Mantissa_in_the_Context_of_Postmodern_Character*
(56) Ihab Hassan, *Quest for the Subject: The Self in Literature*, dẫn theo Mürüvvet Mira Pınar Dolaykaya, bđd.
(57) Dẫn theo Mürüvvet Mira Pınar Dolaykaya, bđd.
Có thể xem: Raymond Federman, *Critifiction, Postmodern Essays*, State University of New York, 1993, phần "*Surfiction: A Postmodern Position*" tr 35-47.

nghề nghiệp, tình huống, lai lịch...). Ngược lại, những tạo vật siêu-hư-cấu này (surfictional creatures) không thể miêu tả (unnameable), không thể tiên đoán được, không trung thực (fraudulent), phù phiếm (frivolous) y như thứ diễn ngôn đã tạo ra chúng. Dẫu vậy, chúng không phải là những con bù nhìn. Hiện thể của chúng sẽ phức tạp hơn, xác thực hơn, đáng tin cậy hơn và "thật" hơn so với đời sống, bởi vì kể từ khi "đời sống" (cái thực) và "hư cấu" (cái hư) không còn có thể tách biệt ra được, chúng sẽ không xuất hiện như *cái-chúng-là*: những "hữu thể người" (human-beings); mà xuất hiện như *cái-chúng-không-là*: những "hữu thể chữ" (word-beings).

Rốt cuộc, không còn nhân vật, chỉ còn những "giọng (điệu)" (voices).[58]

Hậu hậu-hiện-đại: nhân vật rón rén trở về

Giai đoạn đương đại - bắt đầu từ sự kiện bức tường Berlin sụp đổ vào năm 1989, tiếp tục qua thập niên cuối cùng của thế kỷ 20 và bước sang thế kỷ 21 - được xem như một thời điểm, trong đó, "thế giới đang tự sắp xếp lại chính mình" (the world rearranging itself). Điều kiện lịch sử mới chắc chắn phải đưa đến những thay đổi mới, trong đó có xu hướng hậu hiện đại trong tiểu thuyết.

Nguyễn Hưng Quốc, người nhiệt tình giới thiệu trào lưu hậu hiện đại với độc giả Việt Nam: "Sau gần hai chục năm thịnh phát, đặc biệt trong môi trường đại học, bước sang đầu thế kỷ 21, cơn sốt hậu hiện đại chủ nghĩa đã lắng xuống."[59]

(58) Mürüvvet Mira Pınar Dolaykaya, bài đã dẫn.
(59) Nguyễn Hưng Quốc, "*Chủ nghĩa hậu hiện đại và những cái (cần) chết trong văn học Việt Nam (bản mới)*" (2008).

Alison Gibbons(60) và Charles Altieri(61) không ngần ngại quả quyết chủ nghĩa hậu hiện đại đã chết (postmodernism is dead).

Linda Hutcheon: "Bất chấp những nỗ lực dũng cảm gần đây nhằm chuyển "lối phê bình hậu hiện đại về phía trước" (theo Kenneth Allan), khái quát hóa nó thành một "lý thuyết về thời đương đại" (theo Steven Connor), hoặc đa dạng hóa nó thành những chủ nghĩa hậu hiện đại mang tính mô tả nhiều hơn (theo Charles Altieri), quả thực, hậu hiện đại dường như là một hiện tượng của thế kỷ XX, tức là một điều thuộc về quá khứ."(62)

Alan Kirby: "Cảm giác về sự lỗi thời già nua, bất lực và không còn thích hợp của vô số lý thuyết trong giới hàn lâm cũng làm chứng cho sự ra đi của chủ nghĩa hậu hiện đại. Nói gọn, những kẻ sản xuất các vật phẩm văn hóa cho giới hàn lâm với phi hàn lâm đọc, nhìn, nghe đã bỏ rơi chủ nghĩa hậu hiện đại."(63)

Willem G. Weststeijn:(64) cho rằng thời kỳ hậu hiện đại bây giờ hình như đã chấm dứt và mặc dầu không thể tiên đoán tương lai sẽ là gì, có nhiều chỉ dấu cho thấy sẽ có một sự trở lại các diễn đạt hiện thực hơn.

Một số thuật ngữ tiếng Anh đã được tạo ra để chỉ trào lưu mới: *post-postmodernism, trans-postmodernism, post-millennialism, pseudo-modernism/digimodernism, metamodernism.*

---

(60) Xem Alison Gibbons, *Postmodernism is dead. What comes next?*
(61) Charles Altieri, *What Is Living and What Is Dead in American Postmodernism: Establishing the Contemporaneity of Some American Poetry*
(62) Linda Hutcheon, *Postmodern Afterthoughts,*
Wascana Review of Contemporary Poetry and Short Fiction (Spring 2002), trang 5-12.
(63) Alan Kirby, *The Death of Postmodernism And Beyond.*
Xem bản dịch tài liệu này của Chân Phương ở Da Màu:
https://damau.org/10747/cai-chet-cua-chu-nghia-hau-hien-dai-va-xa-hon
(64) Willem G. Weststeijn, *Towards a Cognitive Theory of Character.*

Giải thích cho hiện tượng này, Robert McLaughlin[65] nhận xét rằng sự thay đổi rộng lớn vào cuối thập niên 1980 xuất phát từ nhu cầu muốn "tái nối kết ngôn ngữ với lãnh vực xã hội",[66] muốn "tiếp thêm sinh lực cho sứ mệnh xã hội của văn chương". Đó là một phản ứng chống lại cái "bế tắc của hậu hiện đại" (dead end of postmodernism) vốn chỉ quan tâm đến cách sử dụng ngôn ngữ không cần quy chiếu [với hiện thực] (non-referential language) và do đó, tạo một sự phân ly giữa văn chương và hiện thực xã hội, khiến tiểu thuyết đánh mất khả năng bắc cầu giữa cá nhân và thế giới xã hội.[67] Ông gọi trào lưu mới này là "hậu hậu-hiện-đại" (post-postmodernism). Những nhà văn "hậu hậu-hiện-đại" chú ý nhiều đến việc biểu hiện thế giới mà tất cả chúng ta ít, nhiều cùng chia sẻ thay vì chỉ săm soi sử dụng trò chơi chữ (self-conscious wordplay) và phá vỡ tất cả các quy ước tự sự, theo ông.

Một trong những nhà văn Hoa Kỳ tiêu biểu cho xu hướng mới này là Jonathan Franzen. Cũng như hai khuôn mặt nổi bật khác là David Foster Wallace (1962-2008) và Richard Powers (1957-), Franzen là một cây bút đa dạng: ông viết truyện dài, truyện ngắn và tiểu luận văn chương và đoạt nhiều giải thưởng văn chương nghệ thuật đủ loại, kể cả giải "National Book Award" năm 2001 với tiểu thuyết "The Corrections (2001). Ông được tạp chí Time số tháng 8/2010 đưa hình lên trang bìa và vinh danh ông là "Nhà văn Hoa Kỳ vĩ đại" (Great American Novelist). Là một người không ngại đụng chạm, qua một số tiểu luận văn chương, ông bày tỏ một thái độ đối nghịch với giới hàn lâm. Mặc dầu đã từng cho rằng nghệ thuật cao giá cần phải được dạy ở đại học, nhưng trong tiểu luận "I'll Be doing More and

(65) Robert McLaughlin, "*Post Postmodernism: Discontent Contemporary Fiction And Social World*", *symplokē* Vol. 12, No. 1/2, Fiction's Present (2004), pp. 53-68, University of Nebraska Press, trang 66-67.

(66) A desire to reconnect language to the social sphere

(67) Robert McLaughlin, bđd, tr. 55.

the Same", Franzen xem môi trường hàn lâm như "một nhà an dưỡng dành cho những nghệ thuật nằm chờ chết"(68) và "chẳng thà để cho tiểu thuyết chết trong vinh dự ở nơi bùn lầy nước đọng hơn là phải bước qua những cánh cổng của trường đại học."(69) Theo một số nhà chuyên môn, mặc dù được xem là một khuôn mặt nổi bật của khuynh hướng "hậu-hậu hiện đại", có lẽ đây là một trong những lý do khiến Franzen không được giới hàn lâm chú ý mấy so với David Foster Wallace và Richard Powers.

"The Corrections" (Điều chỉnh), tác phẩm nổi tiếng nhất trong sáu tiểu thuyết của ông, được viết trong vòng 8 năm, tập trung vào một gia đình gồm có cha, mẹ và ba người con, trải qua những cuộc hôn nhân không thành công, quan hệ gia đình căng thẳng và thất bại trong nghề nghiệp. Truyện thăm dò các góc tối của nhiều vấn đề thời đại: toàn cầu hóa, kỹ nghệ dược phẩm, thuộc địa hóa kinh tế. Stephen Burn, một nhà nghiên cứu văn chương đương đại Hoa Kỳ, trong tác phẩm nghiên cứu riêng về Jonathan Franzen, cho rằng khác với hai tác phẩm đầu, "The Twenty-Seventh City và Strong Motion" được sáng tác theo truyền thống hậu hiện đại, "The Corrections", cũng như hai tác phẩm sau này, "Freedom" và "Purity", Franzen hồi sinh lối kể chuyện có tính xã hội, hiện thực, triển khai chiều sâu của nhân vật và có cấu trúc truyện dựa trên những mô hình tiểu thuyết đã trở thành truyền thống.(70) Có lẽ vì thế mà nhà văn Nga Zakhar Prilepin không ngần ngại so sánh Franzen với Tolstoy, cho rằng "The Corrections là một Anna Karenina của Hoa Kỳ", dựa trên sự tương đồng của cả hai về cơ cấu giao hưởng (symphonic structure), các ám dụ dễ hiểu (lucidity of allusions) và thứ ngôn ngữ rõ

(68) A nursing home for terminally ill arts.

(69) Dẫn theo Stephen Burn, *Jonathan Franzen at the End of Postmodernism,* Continuum International Publishing Group, NY 2008, lời Tựa, tr. x

(70) Stephen Burn, bđd, tr. 92

ràng nhưng gợi sức tưởng tượng cao (clear-cut but at once highly imaginative language).(71)

Tác phẩm cố gắng sử dụng lối viết tự sự dựa trên câu chuyện (story-based narrative) của những nhà văn như Isaac Bashevis Singer(72) và Alice Munro,(73) trong khi vẫn đồng thời chịu ảnh hưởng của những thành tựu của trào lưu hậu hiện đại.(74) Tuy nhiên, do đã từng than phiền rằng tiểu thuyết hậu hiện đại không nhằm tạo ra những "nhân vật đáng yêu" mà chỉ là những "cấu trúc lờ mờ, khả nghi" (feeble, suspect constructs),(75) nên trong truyện này, Franzen dành ưu tiên cho "nhân vật" hơn là hình thức.(76) Nhân vật trong "The Corrections" vừa là "một ai đó trong câu chuyện" vừa là "những chữ cái theo thứ tự alphabet": các tên riêng trong truyện, Franzen cố sắp xếp theo thứ tự A, B, C, D... Nói chung, Franzen tìm cách mã hóa nhiều trò chơi chữ trong truyện. Chẳng hạn tên Gary Lambert, một nhân vật, có thể được tái sắp xếp để tạo ra những chữ như *rage, germ, brat*... Lối viết này giải mã một trong những câu chuyện mà ông muốn nói: cấu trúc gia đình thay đổi, chế độ gia trưởng đàn ông không còn nữa.(77)

Rõ ràng là xu hướng hậu hậu-hiện-đại của Franzen tiêu biểu cho sự trở lại những phương pháp truyền thống, tuy nhiên, theo Stephen Burn, sự nhấn mạnh đến tính cách "ảo tưởng về hiện thực" trong các tác phẩm của Franzen cho

---

(71) Dẫn theo Sergei Kuzeev, *Franzen's "The Corrections": Parting Ways With The Postmodern*

(72) Isaac Bashevis Singer (1903-1991), tác giả Hoa Kỳ gốc Do Thái, Novel văn chương 1978.

(73) Alice Munro, nữ tác giả Canada, Nobel văn chương năm 2013.

(74) Stephen Burn, bđd, Tựa, tr. ix.

(75) Franzen thú nhận rằng hai tác phẩm "Public Burning" của Robert Coover và "Crying of Lot 49" của Thomas Pynchon làm ông cảm động vì hai nhân vật Richard Nixon và Oedipa Maas. Burn, tr. 122.

(76) Stephen Burn, bđd, Tựa, tr. xii, xiii.

(77) Stephen Burn, bđd, tr. 123.

thấy tinh thần hậu hiện đại vẫn còn đó. Chúng không gợi nên một sự bài bác trào lưu hậu hiện đại nhưng là một sự sửa chữa dần dần (gradual correction). Sự chuyển hướng vào thời kỳ đầu của thiên niên kỷ mới có thể đã làm mờ đi các tác phẩm của thế hệ hậu hiện đại, nhưng vẫn còn quá sớm để đánh giá xu hướng vừa mới xuất hiện này.(78)

Trong tiểu luận ngắn, "Post-Postmodern Realism" (Hiện thực chủ nghĩa hậu hậu-hiện-đại), Madhu Dubey cũng nhấn mạnh một điều tương tự. "Trường hợp của Franzen chỉ ra rằng sự tái cam kết với chiều kích quy chiếu của hình thức và ngôn ngữ văn chương tự nó sẽ không báo hiệu sự xuất hiện của một loại tiểu thuyết xã hội mới." Trong lúc những điều kiện vật chất đã tạo nên chủ nghĩa hậu hiện đại vẫn còn thì vấn đề mà chủ nghĩa hậu hiện đại đặt ra cho tiểu thuyết xã hội "không thể được giải quyết trên cơ sở hình thức bằng cách hồi sinh chủ nghĩa hiện thực tự sự (narrative realism)," theo Dubey.(79)

Đi tìm nhân vật

Nhân vật, đứa con cưng của tiểu thuyết thời khai sinh, sau khi trải qua nhiều trào lưu đổi mới, bị lao đao, bị bào mòn, bị sứt mẻ trong sáng tác cũng như trong nghiên cứu, trở thành đứa con vô thừa nhận. Chẳng thế mà một người yêu nhân vật như Seymour Chatman, trong "Story and Discourse" (Truyện và diễn ngôn), than phiền là lý thuyết về nhân vật trong lịch sử văn chương và phê bình rất hiếm hoi.(80)

---

(78) Stephen Burn, bđd, tr. 128.

(79) Madhu Dubey, *Post-Postmodern Realism?,* Twentieth-Century Literature, Fall/Winter 2011 (364-370), tr. 369.

(80) Seymour Chatman, *Story and Discourse*, Cornell University Press, Ithaca and London, 1978, tr. 107.

Nói hiếm hoi là còn nhẹ. Quả vậy, Tự sự học (Narratology), một ngành học bắt đầu phát triển từ những năm thập niên 1960, "không nghiên cứu nhân vật mà nghiên cứu chức năng, vai hành động của nó; họ cũng không nghiên cứu cốt truyện mà nghiên cứu chuỗi hành động, logic nội tại tạo thành cốt truyện; họ đối lập diễn ngôn trần thuật với câu chuyện, nghiên cứu cấu trúc trần thuật với người kể chuyện, điểm nhìn, các thủ pháp kiến tạo thời gian, không gian, các phương thức trần thuật."(81) (...) "Khi M. Bal phê bình diễn ngôn tự sự (1972) của G. Genette thiếu khái niệm nhân vật, trong Tân diễn ngôn tự sự (1983) G. Genette đã trả lời dứt khoát tự sự học (trần thuật học) chỉ nghiên cứu văn bản và trần thuật, không nghiên cứu câu chuyện, do đó cũng không nghiên cứu nhân vật như là một bộ phận của câu chuyện." (...) "Nhân vật chỉ tồn tại như một chức năng (V. Propp) hoặc là hành động tố (actants). Các nhà nghiên cứu cho rằng nhìn nhân vật như một con người là sai lầm."(82)

Chatman bài bác thứ ý tưởng cực đoan này và đề nghị một "lý thuyết mở về nhân vật" (open theory of character), một lý thuyết đối xử với nhân vật như những hữu thể tự động (autonomous beings), không phải chỉ là chức năng của cốt truyện.(83) Theo ông, nhân vật trong văn bản tất nhiên là không thật, nhưng điều đó không nhất thiết có nghĩa là "chúng bị giới hạn vào chỉ những chữ nằm trên trang giấy." Ông quả quyết, chúng ta xây dựng một nhân vật văn chương cùng một cách như chúng ta xây dựng một nhân vật lịch sử và ngay cả như chúng ta hình dung những con người mà ta gặp hàng ngày trong đời sống, như nhận xét rất xác đáng của Percy Lubbock: "Không có gì đơn giản hơn

(81) Trần Đình Sử (chủ biên), *Tự Sự Học*, Lý Thuyết và Ứng Dụng, Nhà Xuất Bản Giáo Dục Việt Nam, Hà Nội 2017, tr. 16.
(82) Trần Đình Sử (chủ biên), sđd, tr. 102, 103.
(83) Trần Đình Sử (chủ biên), sđd, tr. 119.

là tạo ra cho chính mình ý tưởng về một con người, một dáng vẻ, một nhân vật, từ một chuỗi những cái lướt nhìn và những câu chuyện lặt vặt. Sáng tạo kiểu này chúng ta thực hành hàng ngày; chúng ta tiếp tục ghép lại với nhau các bằng chứng chắp vá về con người ở quanh chúng ta và cô đúc hình ảnh của họ trong đầu óc. Đó là cái cách mà chúng ta tạo ra thế giới của chúng ta; từng phần, bất toàn và rất tình cờ, nhưng liên tục, mọi người đều đối phó với loại kinh nghiệm này như một nghệ sĩ."(84) Khi đọc, chúng ta đọc giữa những hàng chữ; chúng ta hình thành những giả thiết dựa trên căn bản của những gì chúng ta biết và thấy; từ đó, chúng ta cố gắng hình dung ra nhân vật, tiên đoán hành động của nó, và tiếp tục như thế. Vì theo Chatman, "Tự sự gợi nên một thế giới, và vì đó chỉ là gợi ý, nên chúng ta được tự do làm giàu nó với bất cứ kinh nghiệm có thực hay tưởng tượng nào mà chúng ta có được."(85) Khi đọc, ta sẽ dần dần xây dựng nhân vật bằng cách ghép các chi tiết cá nhân lại với nhau do hành động, tư tưởng, đối thoại .... được trình bày trong truyện. Ta sẽ hình thành hình ảnh của nhân vật, mà hình ảnh này, trên nguyên tắc, là một "mô hình của các nét đặc trưng, tiêu biểu."(86)

James Phelan, trong tinh thần của một lý thuyết mở như Chatman, chủ trương phục hồi vai trò của nhân vật, vừa nhấn mạnh đến tính cách quy chiếu (với hiện thực) vừa nhấn mạnh đến tính cách tự quy chiếu của ngôn ngữ. Theo ông, nhân vật là một thành tố văn chương gồm có ba thành phần: bắt chước (mimetic), tổng hợp (synthetic) và luận điểm (thematic). Phần bắt chước quy cho hình ảnh của một người-có-thật hay có-thể-thật. Phần tổng hợp quan tâm đến

---

(84) Percy Lubbock, *The Craft of Fiction.* Dẫn theo Seymour Chatman, sđd, tr. 128.
(85) Seymour Chatman, sđd, tr. 120.
(86) Seymour Chatman, sđd, tr. 126-131.

tính "giả tạo" của nhân vật, nghĩa là nhấn mạnh nhân vật là một cấu trúc văn chương; phần đề tài sử dụng nhân vật để biểu trưng một nhóm hay một lớp nằm bên trong cấu trúc ngữ nghĩa của tác phẩm. Ba thành phần này có thể phát triển thêm tùy theo loại hư cấu. Trong hư cấu hiện thực, khía cạnh bắt chước chiếm ưu thế. Trong hư cấu hậu hiện đại, phần tổng hợp là quan trọng nhất. Và ngược lại trong hư cấu với đề tài, nhân vật có tính cách chung chung hơn. Với Phelan, nhân vật văn chương là động, không tĩnh. Đọc Anna Karenina ta trải qua nhiều tình huống, nhưng khi đọc xong, chúng ta không nhớ rõ nàng như một mô hình của những nét tiêu biểu, mà như một hình ảnh của một người đàn bà nhiều dáng vẻ, hay ho và đẹp được xây dựng trên nhiều lớp của cuộc đời nàng. Nàng vận hành như một nhân vật "năng động" (kinetic character).[87]

Một trong những công trình nghiên cứu về nhân vật được xuất bản gần đây nhất là "Character: Three Inquiries in Literary Studies" (Nhân vật: ba câu hỏi trong nghiên cứu văn học),[88] với sự góp mặt của ba nhà nghiên cứu văn chương: Amanda Anderson, giảng dạy tại Brown University, tiểu bang Rhode Island (Hoa Kỳ); Toril Moi, giảng dạy tại Duke University, North Carolina (Hoa Kỳ), và Rita Felski, giảng dạy tại University of Southern Denmark (Đan Mạch). Trong phần Dẫn Nhập, các tác giả cho biết tập sách là một góp phần vào việc tái thẩm định nhân vật trong nghiên cứu văn chương, nhưng không có ý định lập thuyết và khảo sát nhân vật riêng biệt, tách khỏi các nghiên cứu khác về xã hội, đề tài hay hình thức. Quan tâm đến nhân vật là một khía cạnh xác định (defining aspect) của người đọc đối với

---

(87) James Phelan, *Reading People, Reading Plots*, The University of Chicago Press, 1989, phần "Introduction (tr. 1-23).

(88) Ba tác giả: Amanda Anderson, Rita Felski và Toril Moi, *Character, Three Inquiries In Literary Studies*, The University of Chicago Press, Chicago and London, 2019.

nhiều hình thức và thể loại của hư cấu, nhưng từ lâu, giới phê bình đã không lưu ý đến mối quan tâm này một cách đầy đủ, thậm chí hạ thấp và chỉ quan tâm đến các khía cạnh ngữ học, chính trị và tâm lý. Mặc dầu cam kết phục vụ cho tri thức, các tác giả "không thỏa mãn với các cơ cấu tổ chức đã thống trị các nghiên cứu văn chương trong mấy thập niên qua."[(89)]

Theo các tác giả, hầu hết những nhà nghiên cứu văn học như Roland Barthes, Jonathan Culler, Algirdas Greimas, Tzvetan Todorov… hoặc xem nhân vật là ảo tưởng của cá nhân chủ nghĩa được tạo ra bằng danh từ riêng, hoặc như một chức năng của hành động, hoặc như một đại từ, hoặc như những vai diễn tự sự (narrative actants), những cưỡng ép văn bản (textual constraints), hoặc là hiệu quả của những liên kết trong lưới văn bản (textual weave), vân vân. Riêng những nhà văn tân tiểu thuyết thì xây dựng nhân vật, không phải là con người, mà chỉ là những nút thắt trong một màn lưới dệt bằng văn bản. Thế hệ các nhà tự sự học gần đây có một cách nhìn khác, theo các tác giả. Nhân vật hư cấu không chỉ là hiệu quả của ngôn ngữ mà có một thể trạng (status) tương đối độc lập, cho phép chuyển dịch qua nhiều thể loại và phương tiện truyền thông khác nhau. Chẳng hạn như Uri Margolin, "Nhân vật là một thành tố ký hiệu tổng quát, độc lập với bất kỳ diễn đạt ngôn từ riêng biệt nào và khác với nó về mặt bản thể." Chẳng hạn như Alex Woloch, muốn khảo sát các khía cạnh con người và khía cạnh hình thức của cấu trúc tự sự bằng cách đề ra hai khái niệm, "không gian nhân vật" (character-space) và "hệ thống nhân vật" (character-system). Chẳng hạn John Frow, đề ra một lý thuyết bao gồm cả "ý niệm nhân vật" và "phạm trù con người", vì cho rằng nhân vật là những "vật lai bản thể" (ontological hybrids) vừa là "những thực thể giống người"

---

(89) Ba tác giả, sđd, tr. 2.

(person-like) vừa là "những mảnh viết và hình ảnh" (pieces of writing and imaging) hiện hữu bằng văn bản.[90]

Các tác giả nêu ra một trong những chủ đề đáng quan tâm là tương quan có tính lưỡng phân giữa các học giả văn chương và các độc giả phi hàn lâm (non-academic readers). Họ cho rằng để có được một vai vế hàn lâm và chứng tỏ tính hợp pháp của nghiên cứu văn chương như một bộ môn, các học giả văn chương trong thời gian đầu của thế kỷ 20 bị thúc ép phải nhấn mạnh đến sự khác biệt giữa cách lý giải riêng của họ và cách đọc thông thường hàng ngày.[91] Sự khác biệt này được củng cố thêm bởi trào lưu Phê bình mới (New Critics); trào lưu này phân cách phương pháp phân tích vô tư (dispassionate analysis) của giới hàn lâm ra khỏi lối thưởng thức văn chương kèm theo cảm xúc và ấn tượng, nghĩa là ra khỏi góc nhìn mà họ xem là "ngây thơ" của những độc giả phi-hàn-lâm.[92] Các phương pháp nghiên cứu văn chương đổi mới trong nửa thế kỷ qua, phần lớn đều góp phần tăng cường thêm sự phân biệt này.

Từ những điểm chung nêu trên, ba tác giả lần lượt triển khai qua ba đề tài khác nhau, mỗi đề tài tập trung vào một khía cạnh riêng biệt của nhân vật.

Trong bài viết của mình, "Rethinking Character" (Suy nghĩ lại về nhân vật), Toril Moi diễn tả hình ảnh của nhân vật qua tương quan giữa chúng và người đọc. Nhân vật, tuy không thể hành động được, nhưng lại có khả năng tác động đến cảm xúc con người. Vì "Chúng ta có thể yêu chúng, ghét chúng, thừa nhận chúng, bắt chước chúng, được cảm hứng bởi chúng, mang chúng trong tim óc, suy nghĩ về chúng khi chúng ta muốn hiểu về chính chúng ta." Ấy thế

(90) Ba tác giả, sđd, tr. 4, 5 và 6.

(91) Ý muốn nói: sự khác biệt giữa cách đọc hàn lâm và cách đọc đại chúng.

(92) Ba tác giả, sđd, tr. 9, 10.

mà, các nhà phê bình văn chương thường thúc giục chúng ta phải luôn giữ trong đầu rằng, nhân vật không phải là con người, *le personnage n'est personne*."(93) Theo bà, rõ ràng ở đây có sự "cấm kỵ" (taboo): không được xem nhân vật là con người.(94) Sau Đệ Nhị Thế Chiến, "cấm kỵ" trở thành tín điều. Trong hai thập niên 1950 và 1960, những nhà phê bình của nhiều trường phái hình thức (formalists) khác nhau bắt đầu xem điều cấm kỵ này là phương châm căn bản cho những tranh luận về lý thuyết và triết lý về sau.(95) Xu hướng chống nhân vật trở thành lý thuyết. Và lý thuyết này được tăng cường thêm nhờ quan điểm hậu cấu trúc về ngôn ngữ: xem ký hiệu tự nó bị chia thành hai: cái biểu đạt (signifier) là "hình thức thuần túy" (pure form) và cái được biểu đạt (signified) là "ý niệm thuần túy" (pure concept). Kết quả là những nhà phê bình văn chương được khuyến khích xem trọng hình thức hơn chủ đề, "văn chương tính" (literariness) hơn "văn chương". Họ thích thú với văn bản thuần túy, cảnh cáo các sinh viên của mình chống lại mối nguy của những "ảo ảnh quy chiếu" (referential illusion), nhấn mạnh đến sự vô nghĩa khi tự hỏi là nhân vật này "có thực sự yêu" nhân vật khác không, bởi vì chúng chỉ "hiện hữu trên giấy và do đó, không có chiều sâu hiện sinh nào."(96)

Rita Felski, trong "Identifying with Character" (Đồng cảm với nhân vật), cho rằng suy nghĩ về sự "đồng cảm" cũng là nghĩ lại về nhân vật. Nhân vật họp thành đàn giữa chúng ta; chúng cư ngụ trong thế giới với cách diễn đạt riêng, đồ phụ tùng riêng, tên thương mại riêng, kẻ cộng tác riêng và châm ngôn (sayings) riêng của chúng; tóm lại, chúng hình thành một phần của thế giới chung quanh

(93) Ba tác giả, sđd, tr. 27, 28.
(94) The taboo on treating characters as if they were real people.
(95) Ba tác giả, tr. 29, 30.
(96) Hélène Merlin-Kajman, dẫn theo "Ba tác giả"..., tr. 31.

chúng ta. Nhân vật không đơn giản chỉ là "ở trong đầu óc chúng ta" mà chúng đến với chúng ta y như thể từ khắp nơi, chắc chắn, thường trực, và đầy sức mạnh." Đó là những *Jekyll và Hyde*, *Faust*, *Dracula*, *Don Juan*, *Oedipus*, *Mickey Mouse*, *Anna Karenina*...(97) Những nhân vật hư cấu này không chỉ là một gói các cái biểu đạt; mà chúng là những nghệ sĩ từng trải (worldly actors), bao quanh bởi những sức mạnh hiệu quả và hiện sinh."(98) Xuyên qua sự gắn bó với nhân vật, chúng ta nối kết với người khác và sự vật khác của thế giới chung quanh chúng ta. Mặc dầu nhân vật là những hư cấu, nhưng chúng không thể bị "cách ly" (quarantine) khỏi những nhân vật lịch sử vốn từng khiến chúng ta lưu tâm đến.

Amanda Anderson, trong "Thinking with Character" (Suy nghĩ với nhân vật), nhận xét: Chuyển sự chú ý đến nhân vật có thể làm lộ rõ nhiều điều. Nó có thể giúp ta hiểu được quan điểm của nhà văn về thứ bậc xã hội hay giới tính hay giai cấp hoặc những hình thức tự-ngã-tính khác (selfhood). Nó cũng có thể tiết lộ là nhà văn đã cấu tạo tính cách côn đồ và tính anh hùng và nhiều khoảng mờ mờ giữa cả hai như thế nào. Nhưng nhân vật cũng giúp nhà văn trình bày những kinh nghiệm nội tâm thường rất khó có thể nắm bắt được trong các hình thức truyền thông khác hay trong lãnh vực khoa học nhân văn (human sciences). Tiểu thuyết có một khả năng đặc biệt truyền đạt hiện tượng học của sinh hoạt tư tưởng. Một trong những thành tựu lớn nhất của tiểu thuyết là khả năng của nó trình bày độc thoại nội tâm và nói rộng ra, khả năng sử dụng quan điểm và giọng tự sự để suy gẫm giữa diễn ngôn của người kể chuyện và diễn ngôn của nhân vật.(99)

---

(97) Đó là tên của một số các nhân vật điển hình trong một số các tác phẩm nổi tiếng Đông Tây.

(98) Ba tác giả, tr. 87.

(99) Ba tác giả, tr. 130, 131.

Nhân vật và con người

Để trả lời cho những cáo buộc tân tiểu thuyết không có con người, Robbe-Grillet, một trong những nhà văn bắn phát súng đầu tiên vào nhân vật, bảo rằng trong tiểu thuyết của ông, "chính một con người nhìn thấy, phục vụ, tưởng tượng, một con người ở trong không gian và thời gian, được điều kiện hóa bởi những đam mê của nó; một con người như anh và tôi. Sự tiêu hủy nhân vật quy ước không dẫn đến sự biến mất của con người trong (tân) tiểu thuyết. Con người hiện diện trên từng trang giấy, trên từng chữ. Và tác phẩm không nói một điều gì khác hơn là kinh nghiệm của nó, một kinh nghiệm có giới hạn, bất trắc."[(100)]

Hóa ra thế: Robbe-Grillet chỉ giết nhân vật quy ước!

Jean-Paul Sartre, vừa triết gia vừa nhà văn, với đầu óc nhạy bén của một tổng hợp văn-triết, có một cái nhìn khác. Theo ông, tân tiểu thuyết vẫn duy trì hình thức và những đường nét tổng quát của một tiểu thuyết thông thường, nghĩa là những tác phẩm tưởng tượng gồm có những nhân vật hư cấu và cốt chuyện. Trong lời đề tựa cho tác phẩm "Portrait d'un inconnu" (Chân dung một người không quen biết) của Nathalie Sarraute, gọi "tân tiểu thuyết" là "phản tiểu thuyết" (anti-roman). "Tác phẩm được thực hiện để lừa phỉnh chúng ta nhiều hơn; mục đích là dùng tiểu thuyết để thách đố tiểu thuyết, để phá hủy tiểu thuyết ngay trước mắt chúng ta trong khi hình như vẫn kiến tạo nó, để viết tiểu thuyết của một loại tiểu thuyết không hình thành được và không thể hình thành được."[(101)] Riêng về nhân vật của Sarraute, Sartre nhận định: "Bà xây dựng

---

(100) Alain Robbe-Grillet, *Pour un nouveau roman*, Collection "Critique", Les Éditions de Minuit: Paris, 1963, tr. 18

(101) Jean-Paul Sartre, *Lời đề tựa* cho tác phẩm *Portrait d'un inconnu*, Nathalie Sarraute, Gallimard, Paris, 1956, tr. 8.

nhân vật không phải từ bên trong, chẳng phải từ bên ngoài, đối với cả chúng ta lẫn tha nhân, bởi vì bên trong và bên ngoài đều hiện diện cùng một lúc." Điều đó có nghĩa là "con người không phải là một nhân vật, không phải là một câu chuyện, cũng chẳng phải là một hệ thống những thói quen, tập tục, mà là một quá trình diễn tiến liên tục khi-đến-khi-đi giữa cái đặc thù và cái phổ quát."(102)

Nhà triết học hiện sinh của chúng ta cố gắng truy tìm cho được trong văn bản hình ảnh của một thực thể mà người ta tìm cách chối bỏ.

Thế thì đã rõ: không có con người thì không có nhân vật; không có nhà văn cũng không có nhân vật. Và không có nhân vật thì cũng chẳng có văn chương. Xin nhắc lại: nhân vật là quy ước, dù nó có được quy chiếu với hiện thực hay chỉ thuần túy là con chữ. Như tôi đã đề cập ngay từ đầu bài, nhân vật vốn xưa như trái đất, đã được tìm thấy trong các mẩu chuyện dân gian, thần thoại. Và vẫn có mặt trong những tiểu thuyết hậu hiện đại, dù dưới những hình thức và hành trạng khác nhau. Đọc một bài nghiên cứu văn chương, ta nghe hơi chữ mà chẳng cảm thấy hơi người. Nhưng khi đọc truyện, ngược lại, ta cảm thấy hơi người hòa trong hơi chữ. Dù đọc kiểu nào, ta cũng đối diện với một cái gì đã hoàn tất: văn bản. Chính vì thế, có thể người ta quên đi một điều then chốt: quá trình hình thành văn bản. Sự khai sinh ra (những) nhân vật và những gì vây quanh nó là một quá trình sống động: tương quan hỗ tương giữa tác giả - con người - chữ nghĩa. Nhân vật, như thế, không đến từ hư vô. Nó được tác giả tiếp nhận, thai nghén, nuôi dưỡng lâu (và có thể rất lâu), ở giữa *người đời* và đời người trước khi được hóa thân thành chữ trên giấy/màn hình. Hãy hình dung quá trình đó qua khung cảnh sau đây của Đặng Thơ Thơ:

---

(102) Jean-Paul Sartre, sđd, tr. 13, 14.

"Tất cả công việc viết lách của tôi diễn ra trong căn phòng đó. (...) Phòng có hai cửa chính. Một cửa mở ra bao lơn nhìn xuống đường phố - để cuộc sống bên ngoài có thể tràn vào trong. Một cửa để nhân vật của tôi ra vào – không phải dành cho tôi, bởi tôi xuất hiện hoặc biến mất rất tự nhiên trong đó. Nhân vật của tôi rất tự do, họ đến họ đi tùy ý họ, tất nhiên cũng có người tôi mời đến, có người tôi mời đi khi họ không còn cần thiết nữa. Nhưng họ có quyền quay trở lại dù tôi không muốn. Đó là quyền của họ, quyền căn bản của nhân vật. (...) ... cửa phòng này không có khóa, các nhân vật muốn vào là vào, còn tôi lại rất muốn hạn chế số người. Khi có quá nhiều người chui vào thì tôi phải đi ra, hoặc căn phòng biến đi mang theo tất cả những người trong đó."(103)

Cụ thể hơn, Milan Kundera, nhà văn Pháp gốc Tiệp, diễn tả việc xây dựng nhân vật Agnes trong tác phẩm "Immortality" (Bất tử) của ông như sau: Hôm đó, ông ngồi ở một hồ tập bơi, đợi một người bạn. Trong lúc chờ đợi, ông đưa mắt ngắm nhìn một phụ nữ tuổi trạc sáu mươi đang học bơi. Khi buổi học bơi chấm dứt, bà đi quanh hồ bơi. Khi đi ngang qua người thanh niên trực hồ bơi, bà bỗng quay lại, vẫy tay chào người thanh niên. Cử chỉ của người phụ nữ là một hỗn hợp giữa một cái gì vừa quyến rũ vừa bi tráng khiến nhà văn vô cùng xúc động. Vì cử động và nụ cười của bà mang dáng nét của một cô gái mới hai mươi tuổi, ông cảm thấy tim nhói lên khi nhận ra là cử chỉ đó nằm ngoài thời gian, nghĩa là không lệ thuộc gì vào cơ thể đã lão hóa của người đàn bà. Điều này đẩy ông tới ý nghĩ rằng "có một phần nào đó của tất cả chúng ta tồn tại ngoài thời gian. Có lẽ chúng ta nhận biết tuổi của chúng

(103) Đặng Thơ Thơ, *Một nơi để viết*, trong tập truyện "Phòng triển lãm mùa đông", Văn Mới, Hoa Kỳ 2002, tr. 171, 172.

ta chỉ trong những lúc đặc biệt, còn thì hầu hết thời gian chúng ta sống không hề có tuổi."(104)

Nhân vật đưa đến đề tài: sự bất tử.

Ha Jin, nhà văn Mỹ gốc Trung Hoa, tác giả của truyện ngắn "Kẻ phá hoại" (Saboteur) được chọn in ngay phần đầu của tuyển tập "The Best American Short Stories 1997" (Những truyện ngắn hay nhất Hoa Kỳ 1997), cho biết "có hai ý tưởng quyết định cấu trúc truyện. *Một là*, tội ác theo đuổi tội phạm: ý tưởng này đã được trình bày trong truyện "The Trial" của Kafka. Trong truyện "Saboteur", ông giáo sư Chiu lúc đầu vô tội, nhưng khi bị gán ghép là kẻ phá hoại, cuối cùng ông ta thay đổi và trở thành kẻ phá hoại thực sự. *Hai là*, sự phân biệt giữa kẻ áp bức và nạn nhân không rõ ràng. Hồi còn là sinh viên ở Harbin, tôi tận mắt chứng kiến một số nhà trí thức, vốn bị đối xử tàn tệ một thập niên trước, nhanh chóng trở thành những quan chức tàn ác khi họ được phục chức lại. Tội lỗi là cái tiềm ẩn bên trong. Những người cộng sản, đã từng là nạn nhân, nhưng khi cho họ cơ hội nắm quyền, họ lập tức trở thành những kẻ áp bức."(105)

Đề tài đưa đến *nhân vật*: giáo sư Chiu, kẻ phá hoại.

Câu hỏi "nhân vật" có thực hay không, rốt cuộc, chỉ là một câu hỏi thừa.

Văn bản là chặng cuối của một quá trình động và một khi hoàn tất, nhân vật vĩnh viễn nằm im như thế trong chiếc "lồng" văn bản. Nhân vật không khác gì con chim cảnh. Nói chim cảnh, nghe dễ phật lòng. Nhưng quả thực, cả cái thế giới hiện thực mênh mang cỏ cây hoa lá chim chóc mây

---

(104) Milan Kundera, *Immortality*, bản tiếng Anh của Peter Kussi, Grove Weidenfeld, 1990, tr. 4.

(105) Ha Jin, *The Best American Short Stories 1997*, Houghton Mifflin Company, Boston, New York, 1997, Contributors' Notes, tr. 350.

gió bên ngoài làm sao bê hết vào trong chữ nghĩa. Nhà văn chỉ có thể chọn bắt một khía cạnh nào đó để dựng lồng và "nuôi" lớn nhân vật mà thôi. Có thể nói, nhân vật tiểu thuyết, khi hoàn tất, là một sản phẩm tiền chế, nhưng trôi dạt và định hình qua giòng biến cố được quy định trong một cấu trúc nghệ thuật vừa đóng vừa *mở*. Tolstoy bảo, nhân vật là vật tự động (autonomes) ra đời và cư trú trong cái thế giới riêng của nó. Kundera gọi nhân vật là những tự ngã (selves). "Những chân lý hiện thân qua những tự ngã tưởng tượng, gọi là nhân vật", theo ông.[106]

Nếu được đánh thức, nhân vật, từ văn bản, sẽ đội chữ… "vươn hình hài lớn dậy". Như con chim cảnh, nhờ nằm trong lồng nên con người mới có cơ hội ngắm được sắc lông nhiều màu của nhân vật, được nhìn *hắn* ăn, quan sát *hắn* yêu đương, được nghe *hắn* than thở và không những thế, còn biết *hắn* nghĩ gì trong đầu, *hắn* yêu ai, ghét ai, mơ ước gì, thậm chí biết cả quá khứ lẫn tương lai của *hắn*, vân vân và vân vân; tóm lại, nhìn thấy được "thân phận" của *hắn*. Cái mà người đọc tìm kiếm không phải là một "nghĩa tố" (semes) hay một thực thể vật lý, mà là một khái niệm, một nhân cách hay một cuộc đời với bao nhiêu bất trắc và phiền trược. Đọc xong một tác phẩm, mỗi một nhân vật bao giờ cũng đọng lại trong ta một cảm thức riêng. Cảm thức này lắm khi chi phối phần lớn cuộc đời của chúng ta mà chúng ta ít khi lưu ý. Có thể một số nhân vật tiểu thuyết đã "thống trị" cuộc đời riêng của mỗi người chúng ta một cách vô thức. Trong mỗi một chúng ta, ai cũng có một chút Kiều, một chút Loan [Đoạn tuyệt], một chút Mai [Nửa chừng xuân], một chút Zhivago [Doctor Zhivago], một chút Lưu Bị [Tam quốc chí], một chút Karenina [Anna Karenina], một chút vân vân và vân vân, và vô số nhiều chút không tên khác, nhiều không kể xiết. Có thể nói, nhiều

(106) Milan Kundera, sđd, tr. 6

nhân vật tiểu thuyết đã thể nhập vào chúng ta, chi phối quan niệm và cách hành xử của chúng ta trong đời sống. Từ yêu đương đến giải trí, từ chính trị đến việc làm, từ viết lách đến nghỉ ngơi, và cả nhân cách. Chắc chắn ở đâu, ngay cả trong giấc ngủ, các nhân vật [tiểu thuyết] vẫn đeo đẳng theo, không rời.

Chúng biến cuộc đời ta thành cốt truyện

Và biến mỗi người thành một… nhân vật tiểu thuyết!

(1/2021)

Ghi chú: *"Tiền thân" của bài này là "Nhân vật tiểu thuyết", được đăng tải 24 năm trước đây trên tạp chí Văn Học (California, Hoa Kỳ) số 147, tháng 7/1998. Lúc đầu, người viết chỉ muốn nhuận sắc lại như một số bài khác trong tập tiểu luận này, nhưng do nguồn tài liệu mới có sẵn và cũng do cách nhìn thay đổi, nên người viết quyết định viết lại một bài hoàn toàn mới, chỉ sử dụng bài cũ như một tài liệu tham khảo.*

GIỮA VĂN VÀ THƠ

Xin mở đầu bài viết với một nhận định không có gì mới: văn xuôi và thơ, tuy đều hình thành bằng chữ, nhưng hoàn toàn khác nhau. Trong lúc văn xuôi không vần, không nhịp điệu, chữ không được tổ chức thành một cấu trúc hoàn chỉnh, thì thơ có vần, có nhịp điệu và chữ được tổ chức vào trong một cấu trúc riêng biệt, tự đủ với chính nó. Vị trí của mỗi chữ ở đâu là nằm ở đó. Dịch chuyển bất cứ chữ nào trong câu thơ, hay thay đổi các khoảng cách, cách viết chữ thường, chữ hoa, hay cách xuống hàng, cách ngắt câu sẽ làm thay đổi ý nghĩa của câu thơ mà tác giả muốn gửi gắm vào. Thơ cổ điển, thơ mới, thơ không vần, thơ tự do, thơ tân hình thức, thơ cụ thể…, dù có khác nhau kiểu này kiểu khác, đều mang tính chất điển hình đó.

Trong tác phẩm khảo sát về bản chất của văn chương, "Qu'est-ce que la litérature"[1] (Văn chương là gì?), triết gia-nhà văn Jean-Paul Sartre, cho rằng thơ cũng như âm nhạc, hội họa hay điêu khắc. Nốt nhạc, màu sắc hay hình thể không phải là những ký hiệu thuần túy vì chúng không chuyển bất cứ cái gì ra ngoài chúng. Xem một bức tranh là xem một toàn thể, một khung cảnh, không phải là xem từng màu. Nghe một bản nhạc, nhất là nhạc cổ điển, cũng thế, là nghe một chuỗi âm thanh kết hợp với nhau, chứ không phải nghe từng nốt một. Chính vì thế, Jean-Paul Sartre cho rằng

---

(1) Jean-Paul Sartre, *Qu'est ce que la littérature?*, Éditions Gallimard, Paris, 1948.

ta không thể và không nên xem màu sắc hay âm thanh như một thứ ngôn ngữ dùng để diễn tả sự vật.

Từ khởi điểm đó, Jean-Paul Sartre nêu lên sự khác biệt giữa văn và thơ, cả về nội dung lẫn chất liệu. Trong lúc nhà văn quan tâm tới ý nghĩa của từng chữ hay từng câu và do đó, tìm cách sử dụng ý nghĩa mà chúng chuyên chở, thì nhà thơ vừa sử dụng ngôn ngữ nhưng đồng thời lại vừa khước từ nó.(2) Văn xuôi, bản chất là để sử dụng (utilitaire). Người viết văn là người sử dụng chữ như một dụng cụ của ý nghĩa. Thành thử, văn xuôi là đặc quyền của một công việc phải thực hiện. Trong lúc đó, nhà thơ không quan tâm tới cách sử dụng ý nghĩa của chữ, nghĩa là không xem ngôn ngữ như một phương tiện. Nhà thơ không cần phải "làm rõ nghĩa" một chữ hay một câu mà mình dùng. Một câu thơ không cần phải đúng văn phạm hay cú pháp; không những thế, có lúc phá vỡ hẳn các quy luật văn phạm và nếu cần, lược bỏ hết những chữ thừa. Chính thì thế, ý nghĩa của thơ lúc nào cũng mơ mơ hồ hồ, và lắm khi, bí hiểm. Người đọc chỉ thấy (hay nghe) chữ bày biện ra đó, mỗi chữ y như thể chỉ tự quy chiếu với chính mình (self-referential).(3) Như màu sắc (trong hội họa) hay âm thanh (trong nhạc), chữ xuất hiện trong thơ như *sự vật*, chứ không như *ký hiệu*. Xin trích lại một phát biểu của Lê Văn Tài để làm rõ điểm này: "Là người làm thơ thiên về thị giác, tôi xem mỗi chữ như một hình ảnh. Khi viết, tôi không quan tâm nhiều đến đề tài, cảm xúc hay tư tưởng. Tôi chỉ thích chơi với chữ. Tôi thường bắt đầu một bài thơ bằng cách trải một số chữ ra trên trang giấy rồi cố gắng nâng chữ này lên, hạ chữ kia xuống, làm sao cho chúng hài hòa với nhau như là những

(2) Les poètes sont des hommes qui refusent d'utiliser le langage. Jean-Paul Sartre, phần "Qu'est-ce qu'écrire ?", tr. 18-19.

(3) Xem Stanford Encyclopedia of Philosophy. *https://plato.stanford.edu/entries/self-reference/*

màu sắc trong một bức tranh. Có khi trò chơi kéo dài cả năm trời."[4]

Khi nói hay viết một câu văn, người ta vượt qua bên kia con chữ, tiếp cận sự vật được diễn tả với mục đích đồng hóa chúng với nhau. Nhưng khi làm thơ, người ta ở cùng với chữ, thậm chí, hóa thân thành chữ. "Đối với người đang nói, chữ là những quy ước hữu ích, những dụng cụ; đối với nhà thơ, chính đó là những sự vật mọc một cách tự nhiên như cỏ như cây," theo Jean-Paul Sartre.[5]

Thử lý giải nhận định này của Sartre qua một thí dụ:

▪ Văn:

Tôi không có bạn gái, nên tôi chẳng có ai để đưa hay đón, cũng chẳng có ai để mà viết thư tình cả.

▪ Thơ:

Không có anh, lấy ai đưa em đi học về
lấy ai viết thư cho em mang vào lớp học
ai lau mắt cho em ngồi khóc...
(Nguyên Sa)

Trong câu văn trên, người nói/viết dùng chữ để diễn tả một tình cảnh cụ thể của chính mình: tôi không quen được cô gái nào cả, do đó, tôi không biết đưa đón ai, cũng chẳng viết thư cho ai [như những người bạn khác cùng lớp]. Chữ ở đây gợi nên những gì mà anh ta quy chiếu ở bên ngoài: bạn gái = một cô gái nào đó trong lớp chẳng hạn; đưa = hành vi đi theo cô gái tới trường học; đón = hành vi tới

(4) Lê Văn Tài, trả lời phỏng vấn, tạp chí Việt (Úc châu) số 5, năm 2000, tr. 218.

(5) Nguyên văn: "Pour l'homme qui parle, les mots sont des conventions utiles, des outils; pour le poète, ce sont des choses naturelles qui croissent naturellement sur la terre comme l'herbe et les arbres."

trường học đứng chờ rồi cùng đi theo về; thư tình = tờ giấy pelure màu xanh hay màu hồng. Nhưng ở câu thơ của Nguyên Sa, dù ta thấy nhà thơ dùng đủ loại chữ nghe cụ thể: em, đi học, đưa đón, viết thư, lớp học…nhưng chúng hoàn toàn bâng quơ, không ám chỉ hay quy chiếu cho bất cứ một sự kiện nào trong hiện thực. Đó là những giả dụ, những ký hiệu rỗng. "Em" chẳng là một Hồng, một Mai hay một Nga nào đó; "em" đó có đi học, có mang thư vào lớp học hay có khóc thật không hay chỉ nói cho vui…ta chẳng cần biết. Cảm giác này không chỉ xuất hiện ở nhà thơ mà cũng xuất hiện ở người đọc. Sự khoái trá, thích thú nằm ở chỗ những câu, chữ chen nhau, dính bám vào nhau, nghe ngọt ngào, tha thiết, hoàn toàn chẳng cần phải đối chiếu với bất cứ cái gì ở ngoại giới. Chẳng khác gì thưởng thức vẻ đẹp của một thác nước hay một giòng suối đang tuôn chảy, hay nghe một bản nhạc không lời. Đó là lý do tại sao nhiều bài thơ đọc lên nghe có vẻ khó hiểu, mơ hồ hay đôi khi bí hiểm, nhưng ta vẫn cảm thấy thú vị:

Em về trắng đầy cong khung nhớ
Mưa mấy mùa mây mấy độ thu
Vườn thức một mùi hoa đi vắng
Em vẫn đây mà em ở đâu
(Lê Đạt)

Cái hay dường như nằm trong chuyển động của từng chữ, từng câu.

Về mặt lý thuyết, có lẽ không có gì để phản bác cách lý giải của Jean-Paul Sartre. Nhưng trong thực tế, với người đọc, thật khó mà thưởng thức một bài thơ chỉ hoàn toàn bằng những con chữ thuần túy. Vì chữ, nói cho cùng, thực sự không tự mình đại diện cho chính mình. Chữ, khác với âm thanh hay màu sắc, hoàn toàn có tính quy ước: một khi đã sử dụng trong một câu, chữ không thể tách rời khỏi nghĩa. Chỉ có cái khác: nghĩa của chúng đã được "mã hóa", không cụ thể và rõ ràng để ta nắm bắt ngay, hay để đối chiếu với sự kiện. Thành thử, để "cảm" một câu thơ, dù ít dù nhiều, ta cũng phải "hiểu" nó, dù là hiểu sai; và để hiểu, ta phải tự "giải mã" nó bằng cách này hay cách khác. Không nhà thơ nào làm thơ để "nói" lên một điều vô nghĩa, thì không người đọc nào muốn đọc những điều vô nghĩa. "Vô nghĩa" thì ngay trẻ con cũng thừa sức làm được, cần gì phải mất công "tu luyện" để trở thành nhà thơ!

Cụ thể nhất là khi đọc một bài thơ ngoại ngữ. Nếu không biết ngoại ngữ đó, thì bài thơ chỉ là một trang chữ vô nghĩa. Muốn hiểu bài thơ, phải thông thạo nó; tuy nhiên, thông thạo từ vựng sử dụng trong đó cũng chưa đủ, mà còn phải hiểu được những thành ngữ, đặc ngữ, điển tích hay những sự kiện đi kèm theo chúng, nghĩa là khung cảnh văn hóa, xã hội và lịch sử vốn nằm sâu trong ngôn ngữ của nó. Việc đầu tiên phải làm khi đọc một bài thơ nước ngoài, hóa ra, là phải làm công việc của một dịch giả bất đắc dĩ: chuyển những câu thơ thành câu văn để hiểu đúng ý nghĩa của chúng; chuyển chúng sang tiếng Việt; và nếu thích, biến chúng thành thơ Việt, để thưởng thức. Nhắc lại một việc mà ai cũng biết như thế, tôi chỉ muốn nhấn mạnh đến sự kiện: để chuyển một thực thể ngôn ngữ này sang một ngôn ngữ khác, ta phải xem chữ của cả hai ngôn ngữ là những ký hiệu quy ước và ý nghĩa của nó, trước khi xem chúng là "sự vật", là sự tự-quy-chiếu. Cái chung duy nhất giữa cả hai, không còn là chữ, mà là ý nghĩa của nó.

Thử xem qua quá trình "dịch" hai câu thơ cuối trong bài "Hoàng Hạc Lâu" của Thôi Hiệu, từ tiếng Hán ra tiếng Việt:

▪ Bản Hán văn:

日 暮 鄉 關 何 處 是，
煙 波 江 上 使 人 愁

(không biết một chữ Hán nào, thì những chữ này là “vô nghĩa”!)

▪ Dịch ra âm Hán Việt:

Nhật mộ hương quan hà xứ thị?
Yên ba giang thượng sử nhân sầu.

(không hiểu nghĩa những chữ Hán-Việt, cũng còn là vô nghĩa!)

▪ Dịch nghĩa:

Trời về chiều tối, tự hỏi quê nhà nơi đâu?
Trên sông khói toả, sóng gợn, khiến người sinh buồn.

(hiểu, nhưng những câu văn xuôi này dường như vẫn chưa cho thấy cái hay!)

▪ Dịch thành thơ:

Quê hương khuất bóng hoàng hôn.
Trên sông khói sóng cho buồn lòng ai.
(Tản Đà)

Nghe hay, dù chưa biết Tản Đà “dịch” đúng hay sai. Nhưng đây là cái hay của một bài thơ khác!

Cũng thế, như khi đọc một bài “hài cú” của nhà thơ Nhật Matsuo Basho (1644–1694):[6]

閑 か さ や
岩 に し み 入 る
蝉 の 声

(6) *https://suisekiblog.wordpress.com/2017/08/29/a-haiku-bybasho-cicada-voice/*

Người nói tiếng Anh buộc phải đọc bản dịch của Ken Baker, "Cicada Voices":

- *The Deep Stillness/Seeps into the rocks/*
The voice of the cicadas.

Không biết một chữ tiếng Nhật nào, tôi buộc phải đọc qua bản tiếng Anh, và tạm dịch ra tiếng Việt, "Tiếng ve":

- *Tĩnh mịch sâu lắng*
ri rỉ giọt vào đá
tiếng ve kêu

Tam sao nhất định là thất bổn!

Đọc một bài thơ bằng tiếng mẹ đẻ, tất nhiên, những rào cản về ngôn ngữ biến mất. Nhưng ta sẽ vấp phải rào cản khác: sự lạc lõng giữa chữ và nghĩa của nó. Chính vì thế, để hiểu, ta cũng lại cần thao tác "dịch", tức là giải mã nó. Ngôn ngữ thơ là ngôn ngữ cô đọng. Ý nghĩa của nó tiềm ẩn đàng sau những con chữ. "Tính sự vật" hay tính "tự quy chiếu" của chữ trong thơ nằm ở chỗ, như đã đề cập, nó ám chỉ nhiều nghĩa cùng một lúc: đa nghĩa. Một chữ chứa trong nó nhiều chữ khác; mỗi câu chứa trong nó nhiều câu khác; toàn bài thơ chứa trong nó nhiều điều khác. Nghệ thuật làm thơ là nghệ thuật "nén", "ép", "nhốt": nhiều chữ vào trong một chữ, nhiều câu vào trong một câu, nhiều ý vào trong một ý, nhiều điều vào trong một điều. Hậu quả là, một bài thơ bao giờ cũng chứa những khoảng trống, điều hiếm thấy trong văn.

Ngu Yên, trong tác phẩm biên soạn công phu, "Ý thức sáng tác thơ", đã phân tích đặc điểm này của thơ. Theo ông, "Thơ cần khoảng trống." Nếu ngôn ngữ là yếu tố chính thì khoảng trống cũng là những "thi liệu" bổ túc và tương ứng để xây dựng bài thơ. Ngu Yên phân biệt ba loại khoảng trống:

a) khoảng trống văn phạm là các dấu phẩy, dấu chấm.

b) khoảng trống trực quang (visual space) như trong thơ thị kiến (visual poem), trong đó ngôn ngữ không đóng vai trò chủ động, trái lại là các ký hiệu; và

c) quan trọng nhất là những "khoảng trống trừu tượng". Đó là "những khoảng trống vô hình chen giữa những ý tưởng trong nội dung bài thơ." "Khoảng trống trừu tượng là một đặc tố làm cho thơ bí ẩn, cao kỳ, cùng một lúc, tạo nên mơ hồ, khó hiểu, nhưng là yếu tố giúp bài thơ phát triển."

Biết sử dụng khoảng trống, nhất là khoảng trống trừu tượng, đòi hỏi một trình độ làm thơ cao. Đó chính là những khoảng trống về ý và tứ để dung chứa những hàm ý. Nhưng lạm dụng khoảng trống sẽ đưa đến hiệu ứng ngược: tùy tiện tạo khoảng trống như xuống hàng, vắt dòng bừa bãi sẽ "chứng tỏ sở học và trình độ" kém, theo tác giả.

Các khoảng trống trong thơ là một thách đố lớn đối với nhà thơ, và lại càng thách đố lớn hơn nữa đối với người đọc. Để thưởng thức một bài thơ hay, độc giả phải biết tự "điền" vào những khoảng trống. Làm thơ là nghệ thuật dựng khoảng trống; đọc thơ là nghệ thuật lấp đầy khoảng trống.

Trước hết, mời đọc lại một đoạn thơ đơn giản của Hàn Mặc Tử:

Sóng cỏ xanh tươi gợn tới trời
Bao cô thôn nữ hát trên đồi
Ngày mai trong đám xuân xanh ấy
Có kẻ theo chồng bỏ cuộc chơi...
(Mùa xuân chín)

Người Việt, dù ở trình độ nào, đọc là "hiểu" và "cảm" ngay điều nhà thơ muốn nói, vì dường như chữ nào nghĩa nấy rõ ràng, chẳng có mấy khoảng trống để điền.

Đoạn thơ sau của Nguyên Sa nghe mơ hồ hơn:

Anh nhớ sông có nguyệt lạ lùng
Có trời lau lách chỗ hư không
Em tìm âu yếm trong đôi mắt
Thấy cả vô cùng dưới đáy sông
(Em gầy như liễu trong thơ cổ)

Dẫu vậy, nó tương đối dễ "điền" vào khoảng trống vì ý nghĩa không đến nỗi quá bí hiểm. Xin thử tạm "điền" như sau: "Anh nhớ" chúng mình đã từng ngồi ở bến "sông", nơi có hình ảnh của "nguyệt" (mặt trăng) phản chiếu dưới mặt nước và nơi có rất nhiều "lau lách" mọc ở những khoảng trống ven sông. Ngồi bên anh, em nhìn anh, trong khi muốn nhìn thấy sự "âu yếm" từ đôi mắt anh, thì lại tìm thấy đôi mắt anh như "đáy sông", sâu "vô cùng".

Nhưng một bài thơ khác, "Phục sinh" của Thanh Tâm Tuyền, thì không đơn giản như vậy:

tôi buồn khóc như buồn nôn
ngoài phố
nắng thủy tinh
tôi gọi tên tôi cho đỡ nhớ
thanh tâm tuyền
buổi chiều sao vỡ vào chuông giáo đường
tôi xin một chỗ quỳ thầm kín
cho đứa nhỏ linh hồn
sợ chó dữ
con chó đói không màu

(...)
tôi thèm giết tôi
loài sát nhân muôn đời
tôi gào tên tôi thảm thiết
thanh tâm tuyền
bóp cổ tôi chết gục
để tôi được phục sinh

So với hai đoạn thơ của Hàn Mặc Tử và Nguyên Sa ở trên thì thật khác nhau một trời một vực. Có quá nhiều khoảng trống! Chữ nhảy vọt, cao và xa. Đọc lên, không cách gì hiểu bài thơ đang nói chuyện gì. Vào thời bài thơ ra đời (khoảng giữa thập niên 1950), bọn học sinh trung học chúng tôi lúc đó đang hào hứng với trào lưu văn chương mới, thỉnh thoảng lại đem ra bàn tán, khen chê đủ kiểu cho "oai", nhưng chẳng đứa nào hiểu mô tê gì cả. Sau này, để hiểu, tôi tìm cách âm thầm "điền" vào những chỗ trống, hay nói một cách khác, tạm biến hai đoạn thơ trên thành văn, ghi lại như sau (những chữ in nghiêng là chữ của bài thơ):

Có lần, "*tôi buồn khóc*" y như có lần tôi buồn nôn. Ở "*ngoài phố*" bây giờ, "*nắng*" sáng lên như màu "*thủy tinh*". Nhớ em quá, không biết làm gì, "*tôi*" bèn "*gọi tên tôi*", cho nguôi nỗi "*nhớ*". Bên ngoài, những ngôi "*sao*" ban "*chiều*" chiếu "*vào giáo đường*", ánh sáng lấp lánh trên tháp "*chuông vỡ*" vụn ra. Bỗng nhiên, "*tôi*" muốn vào "*giáo đường*", kiếm một "*chỗ*" nào đó để "*quỳ*" chân, rồi "*thầm kín*" cầu nguyện. Ở đó, tôi cảm thấy "*linh hồn*" tôi như một "đứa" trẻ "*nhỏ*", vốn thường rất "*sợ*" những con "*chó dữ*", những "*con chó*" đang "đói" chẳng có "*màu*" sắc nào rõ rệt. (...) Không hiểu sao, tự nhiên tôi rất "*thèm giết*" chết "*tôi*" (tự tử), cảm thấy mình như đã từng là một kẻ "*sát nhân*". Tôi bèn "*gào*" lớn "*tên*" tôi một cách "*thảm thiết*". Tôi có ý muốn tự "*bóp cổ tôi chết*" để rồi sau đó sẽ "được phục sinh".

"Điền vào" là một cách "dịch", hay chuyển thơ ra văn. Điền xong, tôi thở phào nhẹ nhõm. Ít ra, tôi cũng cảm thấy hiểu lơ mơ đôi điều Thanh Tâm Tuyền muốn nói. Khi tạm nắm được ý nghĩa nhờ điền vào chỗ trống, nhìn trở lại mới thấy cái khác biệt giữa ngôn ngữ thơ và ngôn ngữ văn. Nhà thơ đã "cắt" hẳn những *thì*, *mà*, *và*, *là*, *bởi, vì*, nén chữ, nén ý, khiến chúng ít mà thành nhiều, rời rạc nhưng kết dính, quy ước nhưng đa nghĩa. Xuất hiện trong một cấu trúc như thế, chữ đâm ra lạ hẳn, lung linh, y như thể vượt khỏi hẳn cái nghĩa thông thường vốn có của chúng. Tôi "thèm", không phải thèm ăn hay thèm tiền, mà là thèm "giết". Giết ai? Giết "tôi"! Để làm gì? "Phục sinh"! Một thế giới khác bỗng nhiên như mở ra...rất thú vị. (Nếu bỗng nhiên, bạn cắc cớ hỏi tôi, ông Thanh Tâm Tuyền, sao không nói chuyện đi phòng trà, đi xem chiếu bóng hay đi làm, mà nói chuyện "tôi thèm giết tôi" để làm gì vậy cà? Xin thưa, ông làm thơ và tôi đọc thơ, thế thôi!)

Chuyển được thơ thành văn, tại sao ta không thể chuyển văn thành thơ?

Nghĩ thế, tôi bèn làm một thử nghiệm: chọn một số chữ nào đó trong đoạn văn sau đây (in nghiêng) của Dương Nghiễm Mậu:

"*Tôi*" không thể đứng lâu hơn được nên "*ngã quỵ xuống*". Quá "*mệt mỏi*" tôi phải cố sức bò lần vào một túp lều bỏ không rồi lăn mình xuống đấy. Tôi "*nằm im*"một lúc cho hồi tỉnh rồi cố dậy "*sờ soạng trong bóng tối*" xem có cái gì có thể "ôm vào người" được cho đỡ "*cô đơn*", nhưng sờ soạng mãi tôi mới nhận ra có "*một cái bàn nhỏ*" và có "*một cái ghế dài*" nhỏ." (Cũng đành)

→ thành thơ:

Tôi ngã quỵ xuống
mệt mỏi
ôm vào người
sờ soạng trong bóng tối
cô đơn
một cái bàn nhỏ
một cái ghế dài

Trông cũng… thanh-tâm-tuyền chán! Nghe bí hiểm chẳng kém gì ai! Tôi đã biến một sự kiện dễ hiểu (một người bị bệnh sốt rét đang trốn trong một túp lều bỏ hoang) thành… mật ngữ (!) Về mặt hình thức, nó chẳng khác gì một bài thơ tự do hay một bài thơ cách tân. Thực ra, đó chỉ là những chữ lượm lặt và ráp lại. Nó có vẻ có nghĩa, nhưng thực ra là vô nghĩa. Và thiếu chất "thơ". Trên báo chí, có lẽ không thiếu những "bài thơ" bí hiểm, được ngụy trang bằng cung cách "hiện đại" như thế!

*

Bàn nhiều về thơ thường rất dễ gây ra tranh cãi. Chi bằng, đọc thơ.

Xin kết thúc những ý nghĩ lan man nói trên bằng một bài thơ thời sự hậu bầu cử-11/2020 ở Hoa Kỳ:

Tôi Không Phải Mỹ Đen[7]

"Bầu ơi thương lấy bí cùng,
tuy khác tổng thống nhưng chung một giàn."

---

(7) Thơ Ngu Yên.
https://t-van.net/46000/

Đêm trước, thức xem kết quả bầu cử.
Kết quả chia rẽ dân Mỹ, quyền lợi chính trị,
tương lai kinh tế.
Kết quả cá độ toàn cầu.
Kết quả xoay chiều cán cân quyền lực thế giới..
Đáng ngạc nhiên:
Kết quả chứng nghiệm ngôn ngữ và hành vi dân Việt.
Quá nửa khuya,
phiếu bầu ông Trump thắng thế.
Phe này reo hò, phe kia ủ rũ,
Quá mỏi mệt, tôi ngủ ngồi.
Chiêm bao.
Thấy ông Trump đến nhà.
Hỏi thăm sức khỏe.
Ông sờ tôi từ đầu đến chân.
Sờ đến đâu,
tôi trắng đến đó.
Cảm giác sung sức,
Bật dậy.
Chạy nhảy ra đường.
Phò Trump.
Khi trở về,
vợ con không nhận ra.
Ông Mỹ trắng nào đây? Không phải chồng.
không phải cha.
Mất vợ, xa con, sợ hãi.
Tôi thức dậy.
Sung sướng thay, tôi vẫn là người Việt.
Làm ơn, nhắc nhở tôi hàng ngày.
Đừng bao giờ để tôi tưởng mình đồng hạng Mỹ trắng.

Hôm sau,
kết quả bầu cử đổi ngược,

ông Biden thắng thế.
Phe kia ủ rũ, phe này reo hò.
Đời sống luôn luôn mở ra nhiều kinh ngạc.
Tôi kinh ngạc về những người Việt tử tế mất lương tri.
Dùng lời lẽ tục tằn, nguyền rủa, sỉ nhục.
Sử dụng chữ nghĩa dơ bẩn gán ép đồng hương.
Đến độ, báo Mỹ nhận định người Việt
thích gọi nhau là chó.
Văn hóa 4000 năm chửi người là đĩ.
Khi tranh cãi, đào mồ, lật mả, trần truồng tổ tiên.
Thầy giáo hỏi: - Con học ở đâu lời lẽ tục tĩu,
bỉ ổi như thế?
Mẹ hỏi: - Sao con đối đồng hương tồi tệ như vậy?
Cha nói: - Làm người phải chừng mực.
Đừng làm những gì
không muốn người khác làm cho mình.
Nhưng cả ba đều đã qua đời.
Facebook ghi lại ngàn năm sau chứng tích.
Hành vi người Việt lại càng lạ lẫm.
Chống cộng, chống Trung Quốc,
không bằng chống nhau.
Chạy xe, kéo cờ, xỉ vả, hăm dọa.
Internet cất giữ hình ảnh cho con cháu xem.
Còn quá nhiều nữ kiệt, anh hùng, sao lại mất nước?
Còn quá nhiều nhiệt huyết, sao không cứu dân oan?
Còn có thể giết nhau, sao không giết Trung Cộng?

Đêm qua,
chiêm bao.
lại thấy ông Trump đến nhà.
Giận dữ và im lặng.
Ông sờ tôi từ chân lên đầu.
Sờ đến đâu,

tôi đen đến đó.
Đến khi ông quì gối lên cổ,
như bị mộc đè,
tôi bất động,
chỉ cố gắng thều thào:
- "Ông ơi, tôi không phải Mỹ đen."

Ngu Yên

Giữa một bài thơ "khó hiểu" như "Phục sinh" của Thanh Tâm Tuyền và bài thơ rất "dễ hiểu" như bài này của Ngu Yên, cái giống nhau nằm ở đâu?

Những khoảng trống trừu tượng!

Khoảng trống trừu tượng làm cho một bài thơ luôn luôn dài hơn và nhiều hơn chính nó. Một chữ trong thơ "nặng", vì bản thân nó chứa đựng nhiều chữ hơn chính nó. Một "ý" trong thơ chan chứa vì nó mở ra nhiều ngõ ngách khác nhau. Thưởng thức một bài thơ hay, chính là thưởng thức những vắng mặt, những chứa đựng, những nằm ngoài và những vượt qua của ký hiệu ngôn ngữ.

Đối với thế hệ sau, hay những ai không sống trong nước Mỹ trong bốn, năm năm vừa qua, bài thơ này sẽ hoàn toàn không dễ hiểu chút nào. Ngoài những khoảng trống trừu tượng, nó còn chứa đựng các khoảng trống lịch sử, xã hội và chính trị, kể cả những nghịch lý trong một đất nước được xem là văn minh nhất hành tinh này.

Khoảng trống nào cũng cần được điền vào. Mới có thể hiểu và từ đó, cảm.

(11/2020)

TÀI LIỆU THAM KHẢO

Xuân tình trong Đường thi

1. Tôn Cầm An (孙琴安), Hàn Ốc, Minh Báo Nguyệt San" (明報月刊) Hồng Kông, bản Hán văn, số tháng 8-1991.

2. Thơ Hàn Ốc ở trang Thi Viện (thivien.net):

https://www.thivien.net/H%C3%A0n-%E1%BB%90c/author-wyu82iSv-bH9msUkq5vWDQ

3. Nam Trân, *Thơ Đường*, tạp chí Văn Học (California) số 90, tháng 10-1993.

4. Lê Thị Thấm Vân, *Bài học vỡ lòng*, Hợp Lưu số 13, tháng 10-1993.

Tác giả: cuộc thăng trầm

1. Beardsley, Monroe, *The Possibility of Criticism*, Detroit: Wayne State University Press, 1970.

2. Barthes, Roland, *The Pleasure of Text*, Richard Miller dịch, nxb Hill and Wang, NY, 1975.

3. Barthes, Roland, *Image-Music-Text,* bản dịch tiếng Anh của Stephen Heath từ "La mort de l'auteur", nxb "Hill and Wang", New York, 1978.

4. Culler, Jonathan, *Ferdinand de Saussure*, nxb Cornell University Press, Ithaca, NY 1986.

5. Compagnon, Antoine, *Qu'est-ce qu'un auteur? http://www.fabula.org/compagnon/auteur1.php.*

6. Escola, Marc, *Proust contre Sainte-Beuve. http://www.fabula.org/atelier.php?Proust_contre_Sainte-Beuve*

7. Foucault, Michel, *Dits et Écrits, Volume I, 1954-1975*, Gallimard, Paris 2001.

8. Foucault, Michel, *The Archaeology of Knowledge*, Sheridan Smith dịch, nxb Pantheon Books, A Division of Random House, New York, 1972.

9. Hirsch, E.D., *Validity in Interpretation,* New Haven and London, Yale University Press, 1967.

10. Frye, Northrop, *Anatomy of Criticism*, Princeton Paperback, Hoa Kỳ, 1971.

11. Eagleton, Terry, *Literary Theory, An Introduction*, University of Minnesota Press, Minneapolis 1983.

12. Mallarmé, Stéphane, *Crise de vers. http://www.tierslivre.net/litt/mallarmCDV.html*

13. Nguyễn Hưng Quốc, *Tiền Vệ*, phần "Các lý thuyết phê bình văn học". *http://www.tienve.org/home/literature/viewLiterature.do?action=viewArtwork&artworkId=3822*

14. Nguyễn Đăng Thường, *Trả lời Túy Vân*, Talawas, 30/3/2007.

15. Nguyễn Minh Quân, "*Lý thuyết và phê bình văn học đương đại: từ cấu trúc luận đến giải cấu trúc*", trang mạng *tienve.org* (tạp chí Việt). *http://www.tienve.org/home/viet/viewVietJournals.do?action=viewArtwork&artworkId=33*

16. Nguyễn Minh Quân, *Về văn học hypertext*, Tạp chí Việt số 6, trang mạng *"tienve.org"*.

17. Proust, Marcel, *Mr. Proust, on Art and Literature*, Sylvia Townsend Warner dịch, nxb Carroll & Graf Publishers, Inc., NY, 1997.

18. Wimsatt, William and Beardsley, Monroe, *The Intentional Fallacy*, trong "The Verbal Icon", nxb Methuen & Co LTD, London 1970.

19. Wolfreys, Julian (biên tập), *The Continuum Encyclopedia of Modern Criticism and Theory*, nxb The Continuum International Publishing Group Inc, NY 2006.

Tự Lực Văn Đoàn và chuyện văn phong

1. Huỳnh Phan Anh, *Đi tìm tác phẩm văn chương* (tiểu luận phê bình), Đồng Tháp xuất bản, Sài Gòn, 1972. Xem ở Việt Nam Thư Quán:

http://vnthuquan.org/%28S%28iik5ka45p2fnll45fcyd2j45%29%29/truyen/truyen.aspx?tid=2qtqv3m3237nvn0n4n3n1n31n343tq83a3q3m3237n2n

2. Khái Hưng, Đẹp, nxb Phượng Giang, Sài Gòn, 1952.

http://tinhhuong.net/threads/dep-trong-tu-luc-van-doan-phuong-giang-1952-khai-hung-260-trang.11230/#.Udy92G2s_Xg

3. Leclerc, Georges-Louis, Comte de Buffon (1707 - 1788), *Discours sur le style.*

http://pedagogie.ac-toulouse.fr/philosophie/textes/buffondiscourssurlestyle.htm

4. Nguyễn Hưng Quốc, trang mạng Tiền Vệ.
https://www.tienve.org/home/activities/viewTopics.do?action=viewArtwork&artworkId=8027

5. Nhất Linh, *Viết và đọc tiểu thuyết*, nxb Đời Nay, Sài Gòn 1972. Bản điện tử do trang mạng Talawas thực hiện.
http://www.talawas.org/talaDB/showFile.php?res=9297&rb=08

6. Phạm Thế Ngũ, *Việt Nam văn học sử giản ước tân biên.*

7. Phan Huy Đường, *Văn không là người.*
http://vietsciences.free.fr/vietnam/bienkhao-binhluan/vankhonglanguoi.htm

8. Ricœur, Paul, *La métaphore vive*, Éditions du Seuil, Paris, 1975.

9. Robbe-Grillet, Alain, *Pour un nouveau roman*, Collection "Critique", Les Éditions de Minuit, 1963.

10. Tạ Xuân Hải, Tiền Vệ:
https://www.tienve.org/home/authors/viewAuthors.do?action=show&authorId=1493

11. Thụy Khuê: *http://thuykhue.free.fr/stt/t/thlam01.html*

12. Thạch Lam, *Theo giòng, vài ý nghĩ về văn chương*, nxb Đời Nay (1941). Trang mạng Sách Xưa:
http://sachxua.thuvienso.info/threads/theo-dong-vai-y-nghi-ve-van-chuong-thach-lam-92- trang.503/#.UcdanfnIWOg

13. Trần Doãn Nho, *Hơi chữ,* Xem ở Da Màu:
http://damau.org/archives/10057#comments

Tính "văn học" trong Văn Học Miền Nam

1. Hoàng Phủ Ngọc Tường, Tạp chí "Văn Nghệ" số tháng 12/1988.

2. Khâu Chấn Thanh, *Lý luận văn học nghệ thuật cổ điển Trung Quốc*, nxb Văn Học, Hà Nội, 1992, Mai Xuân Hải dịch.

3. Nguyễn Khải, Đi tìm cái tôi đã mất, tùy bút chính trị: *http://www.viet-studies.info/NguyenKhai_DiTimCaiToiDaMat.htm*

4. Nguyễn Hưng Quốc, *Văn học Việt Nam dưới chế độ Cộng Sản 1954-1990*, nxb Văn Nghệ, California, 1996.

5. Nguyễn Thị Thu Trang, *Vài nét về văn xuôi đô thị miền Nam giai đoạn 1954-1975*, tạp chí Nghiên cứu văn học số 5/2007: *vienvanhoc.org.vn*

6. Nguyễn Hiến Lê, Đời viết văn của tôi, nxb Văn Nghệ, California 1986.

7. Nguyễn Văn Lục, *Diện mạo văn hóa, văn học miền Nam trong những tình thế cực đoan lại là nơi hội tụ của bốn dòng chảy văn hóa-văn học,* Đàn Chim Việt, 3/11/2013. *http://www.danchimviet.info/archives/81032/dien-mao-van-hoa-van-hoc-mien-nam-trong-nhung-tinh-the-cuc-doan-lai-la-noi-hoi-tu-cua-bon-dong-chay-van-hoa-van-hoc-ket/2013/11*

8. Nguyễn Văn Trung, *Hướng về Miền Nam Việt Nam*, Khởi Hành số 92, tháng 6/2004.

9. Sartre, Jean-Paul, *Qu'est ce que la littérature?*, Éditions Gallimard, Paris, 1948.

http://disciplinas.stoa.usp.br/pluginfile.php/67143/mod_resource/content/1/Sartre%20-%20Quest-ce%20que%20la%20litterature.pdf

10. Thanh Tâm Tuyền, *Bốn cuộc thảo luận của nhóm Sáng Tạo*, nxb Sáng Tạo, tủ sách Ý Thức, Sài Gòn, 1965. *http://www.talawas.org/talaDB/showFile.php?res=9064&rb=08*

11. Trang Châu, *Bên bờ Kinh Xáng 17-2-67,* trong tập *"Dấu vết chiến tranh"*

12. Thụy Khuê, *Văn Học miền Nam 1954-1975.* *http://vanviet.info/van-hoc-mien-nam/van-hoc-mien-nam/*

13. Trần Thiện Đạo, *Chứng từ tạp chí Văn trong lòng độc giả*, Văn chương Việt: *http://www.vanchuongviet.org/index.php?comp=tacpham&action=detail&id=15139*

14. Vương Trí Nhàn, *Văn học miền Nam trong cách nhìn của Vương Trí Nhàn hôm nay*, phỏng vấn của Thụy Khuê. Blog Vuong Trí Nhàn: *http://vuongtrinhan.blogspot.com/2009/04/van-hoc-mien-nam-54-75-trong-cach-nhin.html*

Theo dấu nhân vật

1. Aristotle, *Poetics*, bản dịch của S. H. Butcher. *http://classics.mit.edu/Aristotle/poetics.3.3.html*

2. Adam, Ian, *The Structure of Realisms in Adam Bede, Nineteenth-Century Fiction,* Vol. 30, No. 2 (Sep., 1975), pp. 127-149 (Jstor.org)

3. Altieri, Charles, *What Is Living and What Is Dead in American Postmodernism: Establishing the Contemporaneity of Some American Poetry* *https://www.jstor.org/stable/1344000*

4. Besser, Gretchen Rous, *Nathalie Sarraute*, Twayne Publishers, G.K Hall & Co.

5. Burn, Stephen, *Jonathan Franzen at the End of Post-modernism,* Continuum International Publishing Group, NY 2008.

6. Chatman, Seymour, *Story and Discourse*, Ithaca and London: Cornell University Press, 1978.

7. Cixous, Hélène, *The Character of "Character"*, Keith Cohen dịch ra tiếng Anh, New Literacy History, Vol. 5, No 2, Changing Views of Character, tr. 383-402 (Jstor.org).

8. Dolaykaya, Mürüvvet Mira Pınar, *Characterization In Postmodern Novel: Analysis Of John Fowles' Mantissa In The Context Of Postmodern Character.*

https://www.researchgate.net/publication/322239210_Characterization_in_Postmodern_Novel_Analysis_of_John_Fowles'_Mantissa_in_the_Context_of_Postmodern_Character

9. Dubey, Madhu, *Post-Postmodern Realism?,* Twentieth-Century Literature, Fall/Winter 2011 (364-370).

10. Đặng Thơ Thơ, *Một nơi để viết*, "Phòng triển lãm mùa đông" (tập truyện), Văn Mới, Hoa Kỳ 2002.

11. Faerber, Johan, *Jean Ricardou (1932-2016):* L'aventurier du Nouveau Roman, tạp chí "Diacritik" (Pháp), ngày 25/7/2016.

12. Gee, Keanu, *What is Modernist Literature and How Is it Different From Realism?*

https://owlcation.com/humanities/What-is-Modernism-and-How-Does-it-Depart-From-Realism#:~:text=Much%20like%20adolescence%2C%20modernism%20represents,of%20shared%20%22true%22%20reality

13. Gibbons, Alison, *Postmodernism is dead. What comes next?*

https://www.the-tls.co.uk/articles/postmodernism-dead-comes-next/#:~:text=From%20the%20late%201980s%20onwards,declared%3A%20%E2%80%9Cit's%20over%E2%80%9D.

14. Ha Jin, *The Best American Short Stories 1997*, Houghton Mifflin Company, Boston, New York, 1997, Contributors' Notes.

15. Hoàng Ngọc-Tuấn, *Văn học hiện đại và hậu hiện đại qua thực tiễn sáng tác và góc nhìn lý thuyết*, Văn Nghệ, California, Hoa Kỳ, 2002.

16. Hoàng Phê chủ biên: Từ điển Tiếng Việt

17. Hongbin, Dai, *Nouveau Roman and Postmodernism*, *https://www.clausiuspress.com/conferences/AETP/ETMHS%202017/EM605.pdf*

18. Hasan, Mariwan N., *The Eighteenth Century and the Rise of the English Novel*

https://article.sciencepublishinggroup.com/html/10.11648.j.ijla.20150302.12.html

https://diacritik.com/2016/07/25/jean-ricardou-1932-2016-laventurier-du-nouveau-roman/#:~:text=%C2%AB%20Le%20roman%20n'est,fil%20du%20temps%20comme%20un

19. Hutcheon, Linda. *Postmodern Afterthoughts*. Wascana Review of Contemporary Poetry and Short Fiction (Spring 2002): trang 5-12.

https://tspace.library.utoronto.ca/bitstream/1807/9479/1/TSpace0030.pdf

20. James, Henry, *The Art of Fiction.*

http://virgil.org/dswo/courses/novel/james-fiction.pdf

21. Jefferson, Ann, *The Nouveau Roman and the Poetics of Fiction* (Cambridge: Cambridge University Press, 1980)

22. Kirby, Alan, *The Death of Postmodernism And Beyond*

h*ttps://philosophynow.org/issues/58/The_Death_of_Postmodernism_And_Beyond*

Bản dịch của Chân Phương ở Da Màu:

https://damau.org/10747/cai-chet-cua-chu-nghia-hau-hien-dai-va-xa-hon

23. Kuzeev, Sergei, *Franzen's "The Corrections": Parting Ways With The Postmodern.* https://www.academia.edu/36878279/FRANZENS_CORRECTIONS_PARTING_WAYS_WITH_THE_POSTMODERN

24. Kundera, Milan, *Immortality*, bản tiếng Anh của Peter Kussi, Grove Wiedenfeld.

25. Lodge, David, *The Modes of Modern Writing.*

26. Mambrol, Nasrullah, *Postmodern Novels and Novelists,* *https://literariness.org/2019/03/21/postmodern-novels-and-novelists/*

27. Mambrol,, Nasrullah, *Literary Theory and Criticism*

https://literariness.org

28. Mambrol, Nasrullah,*Henry James and The Art of Fiction*

https://literariness.org/2019/03/02/henry-james-and-the-art-of-fiction/

29. Nguyễn Hưng Quốc, "*Chủ nghĩa hậu hiện đại và những cái (cần) chết trong văn học Việt Nam*" (Bản mới), 2008, Tiền Vệ.

https://www.tienve.org/home/activities/viewTopics.do?action=viewArtwork&artworkId=7875

30. McLaughlin, Robert, "*Post Postmodernism: Discontent Contemporary Fiction And Social World*", *symplokē* Vol. 12, No. 1/2, Fiction's Present (2004), pp. 53-68 (16 pages), University of Nebraska Press.

31. Phillips, Brian, *Character in Contemporary Fiction*, The Hudson Review, Vol. 56, No. 4 (Winter, 2004), pp. 629-642 (14 pages), Published By: The Hudson Review, Inc (Jstor.org).

32. Robbe-Grillet, Alain, *Pour un nouveau roman*, Collection "Critique", Les Éditions de Minuit, 1963, Paris.

33. Sarraute, Nathalie, *L'Ère* du *soupçon*, Gallimard, Paris 1956.

34. Seymour-Smith, Martin, *Novels and Novelists*, St. Martin's Press, New York 1980.

35. Sartre, Jean-Paul, Preface, *Portrait d'un inconnu*, Nathalie Sarraute, Gallimard, Paris, 1956.

36. Smyth, Edmund Joseph, *The Nouveau Roman And The Aesthetics Of Modernity And Postmodernity*, University of Glasgow, September, 1993. cJ E. J. Smyth, 1993.

37. Thụy Khuê, *Hậu Hiện Đại, Thực Chất và Ảo Tượng*, Diễn Đàn Thế Kỷ.
https://www.diendantheky.net/2016/10/thuy-khue-phe-binh-van-hoc-ky-xx-phu.html

38. Trần Đình Sử (chủ biên), *Tự Sự Học*, Lý Thuyết và Ứng Dụng, Nhà Xuất Bản Giáo Dục Việt Nam, Hà Nội 2017

39. Watt, Ian, *The Rise of the Novel*, The University of California Press, 1957.

40. Weststeijn, Willem G., *Towards a Cognitive Theory of Character*
https://d-nb.info/1058341693/34

41. Will, Frederic, *Aristotle and the Question of Character in Literature*, The Review of Metaphysics
Vol. 14, No. 2 (Dec., 1960)

42. Woolf, Virginia, *Mr. Bennett and Mrs. Brown*, The Hogarth Press Tavistock Square, London W.C.I , I924
http://www.columbia.edu/~em36/MrBennettAndMrs-Brown.pdf

Giữa văn và thơ

1. Lê Văn Tài, Phỏng vấn, tạp chí Việt (Úc châu) số 5, năm 2000.

2. Ngu Yên, T. Vấn & Bạn Hữu (tạp chí mạng). *https://t-van.net/46000/*

3. Sartre, Jean-Paul, *Qu'est ce que la littérature?*, Éditions Gallimard, Paris, 1948.

4. Stanford Encyclopedia of Philosophy. *https://plato.stanford.edu/entries/self-reference/*

5. Suiseki (trang mạng), *Cicada Voice*, Haiku - Basho *https://suisekiblog.wordpress.com/2017/08/29/a-haiku-by-basho-cicada-voice/*

6. Thi Viện (trang mạng). *https://www.thivien.net/*

TÁC GIẢ VÀ TÁC PHẨM

Trần Doãn Nho, bút hiệu, sử dụng khi sáng tác; Trần Hữu Thục, tên thật, sử dụng khi viết tiểu luận. Sinh trưởng tại Huế. Theo học đại học Huế và Sài Gòn, tốt nghiệp ngành Triết. Trước 1975, dạy học: Phụ khảo Triết Đại Học Văn Khoa Huế; đi lính: khóa 6/70 Sĩ Quan Thủ Đức; viết: cộng tác với các tạp chí văn học Sài Gòn: Văn, Tân Văn, Bách Khoa, Vấn Đề, Khởi Hành, Đối Diện. Sau 1975, ở tù đến 1981. Định cư ở Hoa Kỳ 1993, làm việc cho Sở Giáo Dục Công Lập Thành Phố Worcester, bang Massachusetts. Cộng tác với các tạp chí văn học giấy hải ngoại: Văn Học, Văn, Hợp Lưu, Thế Kỷ 21 và các tạp chí mạng: Da Màu, Gió-O, Talawas, Diễn Đàn Thế Kỷ, Diễn Đàn Forum, Bauxite Việt Nam, Văn Việt. Đã xuất bản 12 tác phẩm:

- *Vết xước đầu đời*, tập truyện ngắn, nxb Thanh Văn, California 1995
- *Căn phòng thao thức*, tập truyện ngắn, nxb Thanh Văn, California 1997
- *Viết và Đọc*, tiểu luận văn học, nxb Văn Học, California 1999
- *Loanh quanh những nẻo đường*, ký và tùy bút, nxb Văn Mới, California 2000; Thư Ấn Quán tái bản năm 2014

▪ *Dặm trường*, truyện dài, nxb Văn Mới, California 2001; Thư Ấn Quán tái bản 2018 (để tặng thân hữu)

▪ *Tác giả, tác phẩm và sự kiện*, biên khảo văn học, nxb Văn Mới, California 2005

▪ *Từ Ảo đến Thực*, tạp bút, nxb Văn Mới, California 2006

▪ *Ẩn dụ, cuộc phiêu lưu của chữ*, biên khảo, nxb Người Việt, California 2015

▪ *Thơ Trần Doãn Nho,* thơ, Thư Ấn Quán 2018

▪ *Chữ nghĩa văn chương cuộc đời,* tạp bút, nxb Văn Học Press, California 2020

▪ *Đi. Trong một buổi sáng,* tập truyện ngắn, nxb Văn Học Press, California 2021

▪ *Cõi chữ cõi người,* biên khảo tập I: Văn chương - văn học, nxb Nhân Ảnh, California 2022

▪ *Cõi chữ cõi người,* biên khảo tập II: Chính trị - văn hóa – xã hội – ngôn ngữ, nxb Nhân Ảnh, California 2022

Ngoài ra, bút ký *Một đêm* (One Night) trong tập *Loanh quanh những nẻo đường* được dịch đăng ở tạp chí văn học Meanjin, Melbourne University, số 2, 2015, dịch giả: Tôn Thất Quỳnh Du.

Hiện cư ngụ tại Dallas, thuộc tiểu bang Texas, Hoa Kỳ.

Liên lạc: *trandoanho@yahoo.com*

Nhân Ảnh
2022

Liên lạc với tác giả

TRẦN HỮU THỤC - TRẦN DOÃN NHO
Email: trandoanho@yahoo.com

Liên hệ Nhà xuất bản
Nhân Ảnh
E.mail: han.le3359@gmail.com
(408) 722-5626

www.ingramcontent.com/pod-product-compliance
Lightning Source LLC
LaVergne TN
LVHW040608061026
849523LV00001B/110
* 9 7 8 1 9 9 0 4 3 4 5 5 6 *